சர்வதேசத் தொழிலாளர் சங்கத்தின் வரலாறும் மரபும்

மார்ஸெல்லோ முஸ்ட்டோ

தமிழாக்கம்: எஸ்.வி.ராஜதுரை

நியூ செஞ்சுரி புக் ஹவுஸ் (பி) லிட்.,
41-பி, சிட்கோ இண்டஸ்டிரியல் எஸ்டேட்,
அம்பத்தூர், சென்னை- 600 050.
☎: 044 - 26251968, 26258410, 48601884

Language: Tamil
Sarvadesa Thozilalar Sangathin Varalaarum Marabum

Author: **Marcello Musto**
Translator: **S.V. Rajadurai**
First Edition: February, 2019
Second Edition: September, 2023
Copyright: Author
No. of Pages: xx + 168 = 188
Publisher:
New Century Book House Pvt. Ltd.,
41-B, SIDCO Industrial Estate,
Ambattur, Chennai - 600 050.
Tamilnadu State, India.
email : info@ncbh.in
Online:www.ncbhpublisher.in

ISBN: 978 - 81 - 2342 - 886 - 4
Code No. A 3190
₹ 190/-

Branches

Ambattur (H.O.) 044 - 26359906 **Spenzer Plaza (Chennai)** 044-28490027
Trichy 0431-2700885 **Pudukkottai** 04322- 227773 **Thanjavur** 04362-231371
Tirunelveli 0462-4210990, 2323990 **Madurai** 0452 2344106, 4374106
Dindigul 0451-2432172 **Coimbatore** 0422-2380554 **Erode** 0424-2256667
Salem 0427-2450817 **Hosur** 04344-245726 **Krishnagiri** 04343-234387
Ooty 0423 2441743 **Vellore** 0416-2234495 **Villupuram** 04146-227800
Pondicherry 0413-2280101 **Nagercoil** 04652-234990

சர்வதேசத் தொழிலாளர் சங்கத்தின் வரலாறும் மரபும்
ஆசிரியர்: மார்ஸெல்லோ முஸ்ட்டோ
தமிழாக்கம்: எஸ்.வி. ராஜதுரை
முதல் பதிப்பு: பிப்ரவரி, 2019
இரண்டாம் பதிப்பு: செப்டம்பர், 2023

அச்சிட்டோர்: **பாவை பிரிண்டர்ஸ் (பி) லிட்.,**
16 (142), ஜானி ஜான் கான் சாலை, இராயப்பேட்டை, சென்னை - 14
☎: 044-28482441

All rights reserved. No part of this book may be reprinted or reproduced or utilised in any form or by any electronic, mechanical, or other means, now known or hereafter invented, including photocopying and recording, or in any information storage or retrieval system, without permission in writing from the publishers.

நூலாசிரியரைப் பற்றிய குறிப்பு

1976இல் பிறந்த மார்ஸெல்லோ முஸ்ட்டோ, கனடாவின் டொரோன்டோ நகரிலுள்ள யோர்க் பல்கலைக்கழகத்தில் சமூகவியல் தத்துவம் கற்பிக்கிறார். அவரது நூல்களும் கட்டுரைகளும் உலகம் முழுவதிலும் இருபது மொழிகளில் வெளிவந்துள்ளன. அவர் பதிப்பித்துள்ள, இணையாசிரியராக எழுதியுள்ள, பல்வேறு பதிப்புகளாக மறுஅச்சாக்கம் செய்யப்பட்டுள்ள நூல்களில் சில பின்வருமாறு: Karl Marx's 'Grundrisse': Foundations of the Critique of Political Economy 150 Years Later (2008 - Indian edition, New Delhi: Manohar, *2013); Marx for Today and The International after 150 Years: Labour Versus Capital, Then and Now(2015).இவையனைத்தும் ரூட்லெட்ஜ்* (Routledge) *பதிப்பகத்தால் வெளியிடப்பட்டுள்ளன. அண்மையில் அவர், ஆங்கிலத்தில் முதன்முதலாக வெளிவருகின்ற, சர்வதேசத் தொழிலாளர் சங்கத்தின் ஆவணங்களை உள்ளடக்கியுள்ள Workers Unite! The International 150 Years Later*(Bloomsbury, 2014) *என்னும் நூலைப் பதிப்பித்துள்ளார். 2011இல் இத்தாலிய மொழியில் முதன்முதலாக வெளிவந்த, Rethinking Marx என்னும் ஆய்வுக் கட்டுரை 2015இல் ஆங்கிலத்தில் வெளிவரவிருக்கின்றது.*

நூலாசிரியரின் முன்னுரை[1]

சர்வதேசத் தொழிலாளர் சங்கத்தின் ஆவணக் கொடையை இரு வகைகளாகப் பிரிக்கலாம்: *(1)* இலண்டனில் இருந்த தலைமைக் குழுக் (General Council) கூட்டங்களின் குறிப்புகள்

---

1. சர்வதேசத் தொழிலாளர் சங்கத்தின் நூற்றைம்பதாவது ஆண்டு நிறைவையொட்டி, அச்சங்கத்தின் ஆவணங்கள் அனைத்தையும் ஆய்வு செய்து, அவற்றில் தெரிவு செய்யப்பட்ட 80 முக்கிய ஆவணங்களை, அச்சங்கத்தின் வரலாற்றைப் பற்றிய விரிவான அறிமுகக் கட்டுரையுடன் மார்செல்லோ முஸ்ட்டோ பதிப்பித்துள்ள நூல், நியூயார்க்கிலுள்ள ப்ளூம்ஸ்பரி பதிப்பகத்தால் 2014 டிசம்பரில் Workers Unite! International Working Men's Association 150 Years Later என்னும் தலைப்பில் வெளியிடப்பட்டுள்ளது. இந்தத் தொகுப்புக்கு அவர் எழுதியுள்ள முன்னுரைதான் இது. இந்தத் தமிழாக்க நூல் அவரது அறிமுகக் கட்டுரையை மட்டுமே கொண்டிருக்கிறது. அவர் தமது தொகுப்பில் சேர்த்துள்ள ஆவணங்களில் ஒன்றே ஒன்று மட்டுமே, அதாவது மார்க்ஸ் எழுதிய 'சர்வதேசத் தொழிலாளர் சங்கத்தின் தொடக்க அறிக்கை'யின் தமிழாக்கம் மட்டுமே பிற்சேர்க்கையாகத் தரப்பட்டுள்ளது. இந்த ஆவணம், சற்றுச் சுருக்கப்பட்ட வடிவத்தில்தான் மார்செல்லோ முஸ்ட்டோவின் தொகுப்பில் இடம் பெற்றுள்ளது என்பதையும் குறிப்பிட்டாக வேண்டும். அவர், இந்த முன்னுரையில் சர்வதேசத் தொழிலாளர் சங்கத்தின் ஆவணங்களைப் பற்றியும் தமது நூலில் அவற்றில் சில தொகுக்கப்பட்டுள்ளதையும் கூறுகிறார். அவப்பேறாக, அந்த ஆவணங்கள் அனைத்தையும் தமிழாக்கம் செய்ய நமக்குக் கால அவகாசம் இல்லை; மேலும் அவை அனைத்தின் தமிழாக்கங்களும் சேர்ந்தால் பல நூறு பக்கங்களுடைய நூலாக இந்தத் தமிழாக்க நூல் விரிவடையும். எனவே, மார்செல்லோ முஸ்ட்டோ தெரிவு செய்துள்ள ஆவணங்களைப் படிக்க விரும்புவோர், மேற்சொன்ன நூலை வாங்கிப் படிக்கலாம். அனைத்து ஆவணங்களையும் பார்க்க, படிக்க விரும்புவோர், மார்செல்லொ முஸ்ட்டோ தமது நூலுக்கான தரவுகள் என்று தந்துள்ள நீண்ட பட்டியலைப் பார்க்கலாம். - எஸ்.வி.ராஜதுரை

மற்றும் ஆவணங்கள்; (2) அச்சங்கத்தின் பேராயங்களின் ஆவணங்களும் அந்தப் பேராயத்தின் போது நடந்த கூட்டங்களில் தலையிட்டுப் பேசியவர்களின் உரைகளும் கருத்துகளும். எந்த மொழியிலும் முழுமையாக மொழிபெயர்க்கப்படாத இவற்றில் ஏறத்தாழ 7000 பக்கங்கள் பல்வேறு மூலப் பதிப்புகளில் வெளியிடப்பட்டுள்ளன.

ஆங்கிலத்தில் தலைமைக்குழு கூட்டங்களில் குறிப்புகளும் ஆவணங்களும் சோவியத் யூனியனில் இருந்த மார்க்ஸிய-லெனினிய நிறுவனத்தால் (Institute of Marxism -Leninism) பதிப்பிக்கப்பட்டு, முன்னேற்றப் பதிப்பகத்தால், சர்வதேசத் தொழிலாளர் சங்கத்தின் நூறாம் ஆண்டு நிறைவைக் குறிக்கும் வகையில், ஐந்து பகுதிகளாக வெளியிடப்பட்டன. 1963இல் 8500 படிகள் அச்சிடப்பட்டு வெளிவந்த முதல் பகுதி, 1964இல் 8700 படிகள் அச்சிடப்பட்ட இரண்டாம் பகுதி, 1966இல் 8000 படிகள் அச்சிடப்பட்ட மூன்றாம் பகுதி, 1967இல் 3500 படிகள் அச்சிடப்பட்ட நான்காம் பகுதி, 1968இல் 4000 படிகள் அச்சிடப்பட்ட ஐந்தாம் பகுதி ஆகியன முறையே அச்சங்கத்தின் 1864-1866, 1866-1868, 1868-1870, 1870-1871, 1871-1872ஆம் ஆண்டுக் காலகட்டங்களின் ஆவணங்களை உள்ளடக்கியிருந்தன. 1961-1965ஆம் ஆண்டுகளில் வெளியிடப்பட்ட ரஷியப் பதிப்பிற்குப் பிறகு வெளியிடப்பட்ட இந்த ஆங்கிலப் பதிப்புகள், ரஷியப் பதிப்பில் இருந்த விளக்கக் குறிப்புகளையும் பொருளடைவுகளையும் கொண்டிருந்தன; அவை 1973-1974இல், மறுபதிப்புச் செய்யப்பட்டன (ஒவ்வொரு தொகுதியிலும் ஏறத்தாழ 3000 படிகள்).

ஒவ்வொன்றும் ஏறத்தாழ 500 பக்கங்களைக் கொண்டிருந்த இந்தப் புத்தகங்கள், படிப்பதற்கு எளிதானவையல்ல; அறிவாளிகளும், தனிச்சிறப்பான ஆய்வுகளை மேற்கொள்கிறவர்களும் பயன்படுத்துவதை நோக்கமாகக் கொண்டிருந்தவையே அவை. இவற்றைவிட மேலும் பிரபலமான, இன்னும் கூடுதலானவர்களுக்குப் போய்ச்சேர்ந்த, மார்க்ஸின் எழுத்துகளின் தொகுப்பொன்று The First International and After என்னும் தலைப்பில் முதலில் இலண்டனில் பெங்குவின்,

நியூ லெஃப்ட் ரெவ்யூ ஆகிய பதிப்பகத்தாரின் கூட்டு வெளியீடாக **1974**இல் வெளியிடப்பட்டது. அது இப்போது வெர்ஸோ (Verso) பதிப்பகத்தில் கிடைக்கின்றது. தனியொரு ஆசிரியரின் (மார்க்ஸ்) எழுத்துகளின் தொகுப்பாக மட்டுமே அமைந்துள்ள அந்த நூல், மிகவும் சிக்கலான கூட்டு வரலாறொன்றை மார்க்ஸால் எழுதப்பட்ட ஆவணங்களுள்ளேயே உள்ளடக்கிவிட முடியும் என்கிற எண்ணத்தை வலுப்படுத்துவதாகவே அமைந்துவிட்டது.

சர்வதேசத் தொழிலாளர் சங்கத்தின் பேராயங்களின் ஆவணங்கள் ஆங்கிலத்தில் ஒருபோதும் வெளிவரவில்லை. அவை ஸ்விட்ஸர்லாந்தில் பிரெஞ்சு மொழியில், ழாக் ஃப்ரைமோந்தின் (Jaque Freymond) நெறிப்படுத்துதலில், Graduate Institute of International Studies என்னும் நிறுவனத்தால் இரு வெவ்வேறு வெளியீடுகளாகக் கொண்டு வரப்பட்டுள்ளன. முதல் வெளியீடு, ஹான்ரி பர்கெலான் (Henri Burgelin), குனுட் லாங்ஃபெல்ட் (Knut Langfeldt), மிக்லோஸ் மோல்னய்ர் (Miklo´s Molnair) ஆகியோரால் பதிப்பிக்கப்பட்டு இரண்டு பகுதிகளாக (முதல் பகுதி **1866-1868** ஆம் ஆண்டுக் காலகட்டத்தையும், இரண்டாம் பகுதி **1869-1872**ஆம் ஆண்டுக் காலகட்டத்தையும் சேர்ந்த ஆவணங்களைக் கொண்டிருந்தன) *La premiere Internationale* (Geneva: Droz, 1962) என்னும் தலைப்பில் வெளியிடப்பட்டது. இரண்டாவது வெளியீடும் அதே தலைப்பில், ஆனால் பெர்ட் ஆண்ட்ரியாஸ் (Bert Andreas), மிக்லோஸ் மோல்னய்ர் ஆகியோரால் பதிப்பிக்கப்பட்டு கீழ்க்காணும் இரண்டு பகுதிகளாக வெளிவந்தன: *Les conflits au sein de l'Internationale, 1872-1873 and Les congres et les conferences de l'Internationale, 1873-1877* (Geneva: Institut Universitaire de Hautes Etudes Internationales, 1971). இந்த இரு முக்கிய வெளியீடுகளும் இயல்பாகவே தடிமனானவையாக இருந்தன (**1962**ஆம் ஆண்டு வெளியீடு **1000** பக்கங்களையும், **1971**ஆம் ஆண்டு வெளியீடு **1500**க்கும் மேற்பட்ட பக்கங்களையும் கொண்டிருந்தன). ஆக, சர்வதேசத் தொழிலாளர் சங்கத்தின் தலைமைக் குழுவின் ஆவணங்களை வெளியிட்ட மாஸ்கோ பதிப்பைப் போலவே மேற்சொன்ன வெளியீடுகளுக்கும்

- இன்னும் சொல்லப்போனால் ஆங்கிலம் பேசும் நாடுகளில் பிரெஞ்சு மொழி அறிவு மிகக் குறைவாக இருப்பதனாலும் - இந்தத் துறையில் வல்லுநர்களாக இருப்பவர்களிடையே மட்டும்தான் வரவேற்பு இருந்தது. மேலும், சர்வதேசத் தொழிலாளர் சங்கத்தின் வாழ்வும் மார்க்ஸின் வாழ்க்கை வரலாறும் ஒன்றுடனொன்று பரிபூரணமாக ஒத்திருக்கின்றன என்னும் கோட்பாட்டு உருவரைவின் அடிப்படையில் செயல்பட்டு வந்த சோவியத் வறட்டுவாதம் , மார்க்ஸ் நேரடியாகக் கலந்து கொள்ளாத பேராயங்கள் மீது - *1866, 1867,1868,1869* ஆம் ஆண்டுகளில் முறையே ஜெனிவா, லோஸான், ப்ரஸ்ஸெல்ஸ், பாஸில் ஆகியவற்றில் நடந்த பேராயங்கள் மீது - சிறப்புக் கவனம் எதையும் செலுத்தவில்லை; அத்துடன், *1872*ஆம் ஆண்டுக்குப் (அந்த ஆண்டில்தான் மார்க்ஸ், அந்தச் சங்கத்திலிருந்து விலகினார்) பிறகு நடந்த எவற்றையும் அந்த அமைப்பின் வரலாற்றின் பகுதி என்று பரிசீலிக்க மறுத்தும் விட்டது.

ஆங்கிலத்தில் மொழியாக்கம் செய்யப்பட்டுள்ள ஒரே பேராயம் தி ஹேக் நகரில் நடந்த பேராயம்தான். அந்தப் பேராயத்தின் நடவடிக்கைக் குறிப்புகள் ஹான்ஸ் கெர்த்தால் (Hans Gerth) பதிப்பிக்கப்பட்டு *The First International: Minutes of the Hague Congress of 1872* என்னும் தலைப்பில் அமெரிக்காவின் மாடிஸன் நகரிலுள்ள விஸ்கோன்ஸின் பல்கலைக் கழகத்தால் 1958இல் வெளியிடப்பட்டது. கிட்டத்தட்ட முப்பதாண்டுகளுக்குப் பிறகு, மாஸ்கோ மார்க்ஸிய-லெனினிய நிறுவனம், முன்னேற்றப் பதிப்பகத்தின் மூலம் இந்தக் கடைசி மாபெரும் கூட்டத்தின் நடவடிக்கைக் குறிப்புகள், ஆவணங்கள் ஆகியன அடங்கிய புதிய, மேலும் முழுமையான பதிப்பை (*முதல் அகிலத்தின் தி ஹேக் பேராயம்* (*The Hague Congress of the First International*) என்னும் தலைப்பில் வெளியிட்டது. *நடவடிக்கைக் குறிப்புகளும் ஆவணங்களும்* (*Minutes and Documents*) என்னும் தலைப்பில் அதன் முதல் பாகம் 1976ஆம் ஆண்டிலும், *அறிக்கைகளும் கடிதங்களும்* (*Reports and Letters*) என்னும் தலைப்பில் அதன் இரண்டாம் பாகம் 1978 ஆம் ஆண்டிலும் வெளிவந்தன. இறுதியாக, நியூயார்க்கில் இருந்த புதிய தலைமைக் குழுவின்

செயல்பாடுகளைப் பற்றிய மேலதிக ஆவணங்கள் Annali dell'Istituto Giangiacomo Feltrinelli என்னும் வெளியீட்டின் 1961 ஆம் ஆண்டு நான்காம் பாகத்தில், (1962இல் அது அச்சிடப்பட்டது) சேர்க்கப்பட்டன. அவை சாமுவேல் பெர்ன்ஸ்டெய்னால் (Samuel Bernstein) பதிப்பிக்கப்பட்டு, Papers of the General Council of the International Workingmen's Association. New York (1872-1876) என்று தலைப்பிடப்பட்டிருந்தன. இந்த புத்தகங்கள் ஏராளமான இடைவெளிகளை நிரப்ப உதவின. ஆனால் அவை மார்க்ஸியத்தில் புலமை வாய்ந்த அறிவாளிகளையும் இடதுசாரி அரசியல் போராளிகளையும் மட்டுமே கருத்தில் கொண்டு வெளியிடப் பட்டவை. அந்தக் காலத்தில் ஏராளமாக இருந்த அந்த அறிவாளிகளும் போராளிகளும் இத்தகைய விஷயங்கள் மீது அறிவார்ந்த விவாதங்களை நடத்தினர்.

இந்தத் தொகுப்பு முற்றிலும் புதிய சூழலில் வெளிச்சத்துக்கு வருகின்றது. சர்வதேசத் தொழிலாளர் சங்கத்தின் நூறாண்டு நிறைவையொட்டிக் கொண்டுவரப்பட்ட வெளியீடுகள், முதலாளிய அமைப்புக்கு எதிரான மிகப் பெரும் போராட்டங்கள் நடைபெற்ற காலகட்டத்தில் வெளிவந்தவையாகும்; அந்த சங்கத்தின் நூற்றைம்பதாவது ஆண்டு நிறைவு ஓர் ஆழமான நெருக்கடிக் கிடையிலே நிகழ்கின்றது. உழைப்பாளர் உலகம் சகாப்த முக்கியத்துவம் வாய்ந்த தோல்வியை அனுபவித்துள்ளது. அது எந்தக் காட்டுமிராண்டித்தனத்துக்கு எதிராகப் போராடி வெற்றி பெற்றதோ, அந்தக் காட்டுமிராண்டித்தனம் இன்றைய யதார்த்தமாகத் திரும்பி வந்துள்ளது. மேலும், தொழிலாளர் உலகம் ஆதிக்க அமைப்புக்குக் கருத்துநிலைரீதியாகக் கீழ்ப்பட்டுவிட்டது. ஆகவே, இன்றைய கடமை, இடிபாடுகளின் மீது புதிதாகக் கட்டுவதுதான். தொழிலாளர் இயக்கத்தின் மூலக் கோட்பாடுகளுடனும் தத்துவங்களுடனும் பரிச்சயம் கொள்வது, குறிப்பிடத்தக்க வகையில் இந்தப் போக்கைத் தலைகீழாக மாற்றுவதற்கு உதவும். இந்தப் புத்தகத்தைக் கொண்டு வருவதற்கான முதல் நோக்கம் இத்தகையதுதான். "விண்ணுலகின் மீது சீறிப் பாய" முயன்றவர்கள் மேற்கொண்ட நீண்ட நெடிய பாதையின் தொடக்கங்களை, புதிய, அனுபவமில்லாத

தலைமுறையினருக்கு வழங்குவதுதான் நோக்கமேயன்றி, இப்போது நிலவும் யதார்த்த நிலைமைக்குத் தற்காலிக நிவாரணியை வழங்குவதல்ல. ஆகவே, இன்றைய காலத்தைப் பற்றிய விமர்சனப் பகுத்தாய்வில் சர்வதேசத் தொழிலாளர் சங்கத்தின் மரபு வாழட்டும்.

டொரோன்டோ

மார்ச் 21, 2014 **மார்செலோ முஸ்ட்டோ**

மொழிபெயர்ப்பாளரின் முன்னுரை

'முதலாம் அகிலம்' என்று தமிழகத்தில் மார்க்ஸியர்களால் அறியப்பட்டுள்ள முதல் 'சர்வதேசத் தொழிலாளர் சங்க'த்தின் 150ஆம் ஆண்டு நிறைவு நாள் 2014 செப்டம்பர் 28. இந்த நாள் தமிழக இடதுசாரிகள், முற்போக்குச் சக்திகள் ஆகியோரின் கவனத்திலிருந்து நழுவிவிடக்கூடாது என்னும் அக்கறையின் காரணமாக, அந்த மாபெரும் பாட்டாளி வர்க்க அமைப்பைப் பற்றிய ஒரு கட்டுரையை எழுதும் ஆர்வம் எனக்கு ஏற்பட்டது. வெளிநாட்டு இடதுசாரி ஏடுகளில் வெளிவந்த சில கட்டுரைகள், *'தி மார்க்ஸிஸ்ட் இன்டெர்நெட் ஆர்கைவ்'*என்னும் இணையதளத்தில் கிடைக்கும் ஆவணங்கள், கெவின் ஆன்டர்ஸன் எழுதியுள்ள 'Marx at the Margins' என்னும் நூலிலுள்ள சில விவரங்கள் ஆகியவற்றைத் தரவுகளாகக் கொண்டு ஒரு கட்டுரையை எழுதுகையில், முதலாம் அகிலம் பற்றிய அண்மைக்கால ஆய்வுகள் எவையேனும் வந்திருக்கின்றனவா என்பதை அறிந்து கொள்ள முயன்றேன். அமெரிக்காவிலிருந்து வெளிவந்துகொண்டிருக்கும் 'சோசலிசம் & டெமாக்ரஸி' என்னும் பருவ ஏட்டின் விளம்பரமொன்றை 'மன்த்லி ரெவ்யூ' ஏட்டில் பார்த்து, இளம் மார்க்ஸிய அறிஞர் மார்ஸெல்லோ முஸ்ட்டோ, தமது அண்மைக்கால ஆய்வுகளின் அடிப்படையில் 'சர்வதேசத் தொழிலாளர் சங்கம்' பற்றி எழுதியுள்ள கட்டுரை அந்தப் பருவ ஏட்டில் வெளிவந்துள்ளதை அறிந்து கொண்டேன். அந்தக் கட்டுரையை எந்த இணையதளத்திலிருந்தும் இலவசமாக இறக்க முடியாது. எனவே அந்தக் கட்டுரையை வெளியிட்ட பருவ ஏட்டினை, மார்க்ஸியத்தின் மீது பற்று கொண்டவர்களும் எனக்கு நன்கு பழக்கமானவர்களுமான அறிவாளிகளும் பேராசிரியர்களும் பணிபுரியும் எந்தப் பல்கலைக்கழகமாவது வாங்குகின்றதா என்பதையும் அப்படி அது வாங்கப்பட்டால், அந்தக் கட்டுரையின்

புகைப்படப் பிரதியை எனக்குக் கிடைக்கச் செய்ய முடியுமா என்பதையும் தெரிந்து கொள்ள காலஞ்சென்ற அறிஞர் முனைவர் எம்.எஸ்.எஸ்.பாண்டியன் போன்றோருக்கு மின்னஞ்சல் அனுப்பினேன். திருவனந்தபுரம், டெல்லி, ஹைதராபாத் ஆகியவற்றில் எனக்குத் தெரிந்த அறிஞர்கள், தாங்கள் அறிந்த அளவு, எந்தப் பல்கலைக்கழகத்திலும் மேற்சொன்ன பருவ ஏடு கிடைப்பதில்லை என்பதைத் தெரிவித்தனர். அந்தப் பருவ ஏட்டில் அந்தக் கட்டுரை வெளிவந்த குறிப்பிட்ட இதழையாவது விலைக்கு வாங்கி அனுப்ப முடியுமா என்று அமெரிக்காவிலுள்ள எனது மருமகனுக்குக் கடிதம் எழுதினேன். அந்தக் குறிப்பிட்ட இதழின் விலை 100 அமெரிக்க டாலர் என்று அவன் கூறியதுமே, பாட்டாளி வர்க்கத்தின் முதல் அனைத்துலக அமைப்பைப் பற்றி எழுதப்பட்ட ஒரு கட்டுரைக்காக மட்டும் 100 அமெரிக்க டாலர் செலவிடுவது மார்க்ஸியத்துக்கே எதிரானது என்று கூறிவிட்டேன்.

பிறகு அந்தக் கட்டுரையின் துணையின்றி, சர்வதேசத் தொழிலாளர் சங்கத்தின் 150ஆம் ஆண்டு நிறைவையொட்டி நான் எழுதிய கட்டுரை, 2014 செப்டம்பர் 28அன்றே தோழர் ஆதவன் தீட்சண்யாவின் 'தந்துகி' வலைத்தளத்தில் வெளியிடப்பட்டது. பிறகு 'உங்கள் நூலகம்' மாத ஏட்டின் அக்டோபர் 2014 இதழில் வெளியிடப்பட்டதுடன், என்.சி.பி.எச். வெளியீட்டகத்தால் இவ்வாண்டுத் தொடக்கத்தில் 'சிறுநூல் வரிசை'யிலும் சேர்க்கப்பட்டது. 2014 டிசம்பர் 5ஆம் நாள் முனைவர் எம்.எஸ்.எஸ்.பாண்டியனின் நினைவேந்தல் கூட்டத்திற்கு வந்திருந்த எனது நண்பரும் மார்க்ஸிய அறிஞருமான முனைவர் அருண் பட்நாயக்கிடம் உரையாடுகையில், மார்செல்லோ முஸ்ட்டோ பற்றியும் முதலாம் அகிலம் பற்றிய அவரது கட்டுரையைப் பெற முடியாமல் போனது பற்றியும் கூறினேன். மார்செல்லோ முஸ்ட்டோவின் கட்டுரைகள் சிலவற்றை நான் ஏற்கெனவே படித்துள்ளதையும் அவற்றிலொன்றை 'கம்யூனிஸ்ட் கட்சி அறிக்கை'யின் தமிழாக்கத்தில் பயன்படுத்தியுள்ளதையும் அவரிடம் குறிப்பிட்டேன். அப்போதுதான் அவருக்குமே மார்செல்லோ முஸ்ட்டோவின் பெயர் தெரியவந்தது. ஹைதராபாத் சென்றதுமே அவர் மார்செல்லொ முஸ்ட்டோவின் மின்னஞ்சல் முகவரியைக் கண்டுபிடித்து அவருடன் தொடர்பு கொண்டதுடன், அந்தத் தொடர்பை எனக்கும் கிடைக்கச் செய்தார்.

'சோசலிசம் & டெமாக்ரஸி' யில் வெளியிடப்பட்ட கட்டுரை, நியூயார்க்கிலுள்ள 'ப்ளூம்ஸ்பரி' பதிப்பகத்தால் டிசம்பர் 2014இல் வெளியிடப்பட்டுள்ள Workers Unite! The International 150 Years Later என்னும் புத்தகத்தில் முதலாம் அகிலத்தின் வரலாற்றைத் தொகுத்துக் கூறும் கட்டுரையின் (Introduction to the History and Legacy of the International Working Men's Association) சுருக்க வடிவம்தான் என்றும், எனவே தமிழாக்கம் செய்வதற்கு மேற்சொன்ன கட்டுரையையே தாம் பரிந்துரை செய்வதாகவும் கடிதம் எழுதிய மார்ஸெல்லொ முஸ்ட்டோ, தமிழாக்கம் செய்வதற்கான அனுமதியளித்ததுடன், எனக்குத் தேவைப்பட்ட விளக்கங்களையும் பொறுமையுடன் வழங்கினார். மேற்சொன்ன நூல், அவரது விரிவான அறிமுகக் கட்டுரையுடன், சர்வதேசத் தொழிலாளர் சங்கத்தின் ஆவணங்களில் முக்கியமானவை என்று அவர் தெரிவு செய்த 80 ஆவணங்களையும் 13 தலைப்புகளில் உள்ளடக்கியுள்ளது. ஒவ்வொரு தலைப்பின் கீழும் தொகுக்கப்பட்டுள்ள ஆவணங்களுக்குத் தனித்தனியாக அறிமுகவுரையையும் எழுதியிருக்கிறார்.

முதலாம் அகிலத்தில் மார்க்ஸ் வகித்த பாத்திரம், மற்ற எவரது பாத்திரத்தையும்விட முக்கியமானது என்றாலும், மார்க்ஸிய வட்டாரங்களில் பரவலாகவும் தவறாகவும் கருதப்படுவதற்கு மாறாக, அந்த அமைப்பில் மார்க்ஸியக் கருத்துநிலை ஒருபோதும் மேலோங்கியதாக இருக்கவில்லை என்பதையும், மார்க்ஸியத்தை ஏற்றுக் கொள்ளாத, ஆனால் பாட்டாளிவர்க்கத்தின் விடுதலைக்குத் தம்மை அர்ப்பணித்துக்கொண்ட வேறு சில நீரோட்டங்களும் இருந்தன என்பதையும் மார்ஸெல்லோ சுட்டிக் காட்டுகிறார். அதேபோல, முதலாம் அகிலத்தில் பிளவுகள் ஏற்படுவதற்கும் நாளடைவில் அது சிதைந்து மறைந்ததற்கும் பக்கூனினின் 'ஆட்சிமறுப்பிய' (anarchist) சீர்குலைவு நடவடிக்கைகள் மட்டுமே காரணம் என்று நாம் கொண்டுள்ள கருத்து சரியானது அல்ல என்பதை மார்ஸெல்லோ சுட்டிக்காட்டுகிறார். பக்கூனின் போன்றவர்களின் கோட்பாட்டுப் பங்களிப்புகள் அங்கீகரிக்கப்பட வேண்டும் என்று மார்ஸெல்லோ கூறுவதை ஏற்றுக் கொள்வதில் எனக்கும் சிறிது தயக்கம் ஏற்பட்டது முதலில். அதேவேளை, 1917ஆம் ஆண்டு போல்ஷ்விக் புரட்சி, கடுமையான சோதனைகளை எதிர்கொண்ட, புதிய பாட்டாளி வர்க்க அரசு நிதி நெருக்கடியில் தவித்துக் கொண்டிருந்த தொடக்க ஆண்டுகளிலும்கூட பாட்டாளி வர்க்க இயக்கத்தின் முன்னோடிகளுக்கு - அவர்களில் பலர்

மார்க்ஸையும் மார்க்ஸியத்தையும் கடுமையாக எதிர்த்து வந்தவர்கள் - நினைவுச் சின்னங்கள் வைக்க வேண்டும் என்று லெனின் பரிந்துரைத்ததும், பெரும் நினைவுச் சின்னங்களை எழுப்புவதற்கான நிதி வசதியில்லாததால், தற்காலிகமான காங்க்ரீட் தூண்கள் எழுப்பப்பட்டு அவற்றில் மேற்சொன்ன முன்னோடிகளின் பெயர்கள் பொறிக்கப்பட வேண்டும் என்று அவர் முன்மொழிந்ததும் என் நினைவுக்கு வந்தன. அந்தத் தூண்களில் பொறிக்கப்பட்டவற்றில் பக்கூனின், புரூதோன், வையான் ஆகியோர்களின் பெயர்களும் இருந்தன. அதுமட்டுமின்றி, மார்க்ஸியத்தைக் கடுமையாக விமர்சித்து வந்தவரும் 'ஆட்சிமறுப்பிய-கம்யூனிசம்' (Anarcho-Communism) என்னும் கோட்பாட்டை உருவாக்கியவருமான ரஷியர் பீட்டெர் க்ரோபோட்கின் நோய்வாய்ப்பட்டிருந்தபோது, அவரது மருத்துவச் செலவு முழுவதையும் போல்ஷ்விக் அரசாங்கம் ஏற்றுக் கொள்ளும்படி செய்தார் லெனின்.* க்ரோபோட்கினின் இறுதி ஊர்வலத்தில் ஆயிரக்கணக்கான போல்ஷ்விக்குகள் கலந்து கொண்டனர் (அதேவேளை அதில் கலந்து கொண்ட 'ஆட்சிமறுப்பியர்கள்' போல்ஷ்விக்-விரோத முழக்கங்களை எழுப்பினர்!).

மார்ஸெல்லொ முஸ்ட்டோவின் வாதங்களுடன் லெனினின் மேற்சொன்ன நடவடிக்கைகளும் சேர்ந்து இறுகிப்போன நமது 'மார்க்ஸிய' மனங்களைச் சற்று இளக வைக்க உதவும்.

இன்றைய உலகச் சூழலில் பாட்டாளி வர்க்கத்தின் சர்வதேசியம் முன்னைக் காட்டிலும் கூடுதலாகத் தேவைப்படுகின்றது என்று கூறும் மார்ஸெல்லோ, பன்மைத்தன்மையை அங்கீகரிக்கும், முதலாளிய-எதிர்ப்புப் புதிய அகிலம் கட்டப்பட வேண்டும் என்னும் அறைகூவலையும் விடுக்கின்றார்.

பாசிசம் தலைவிரித்தாடும் இன்றைய இந்தியச் சூழலில், குறுங்குழு மனப்பான்மையைக் கைவிட்டுப் பரந்த இடதுசாரி-ஜனநாயகக் கூட்டணியை, மேடையை உருவாக்க இடதுசாரி, கம்யூனிஸ்ட் கட்சிகள், தலித் அமைப்புகள், பெண்கள் அமைப்புகள், சுற்றுச்சூழல் அமைப்புகள், மனித உரிமை அமைப்புகள்,

---

* காண்க: D. Valavoi, H. Lapshina, Name on an Obelisk, Progress Publishers, Moscow; Tamara Deutscher, Not by Bread Alone: The other Lenin, Lawrence Hill and Company-Cambridges, 1976.

சிறுபான்மையினரின் அமைப்புகள், ஜனநாயக சக்திகள் ஆகியன முன்வர வேண்டும் என்னும் எனது அவாவை மேலும் தூண்டுவதாக அமைந்துள்ளன மார்ஸெல்லோ முஸ்ட்டோவின் கருத்துகள்.

நாஜிகளால் சித்திரவதை செய்யப்படும் அபாயத்திலிருந்து தப்பிப்பதற்காகத் தமது உயிரை மாய்த்துக்கொண்ட மார்க்ஸியச் சிந்தனையாளர் வால்ட்டர் பெஞ்சமின் கூறியதும் மனங்கொளத் தக்கது: "போராடும், ஒடுக்கப்படும் வர்க்கம்தான் வரலாற்று அறிவின் உறைவிடம்-தனிமனிதனோ, மனிதர்களோ அல்ல. மார்க்ஸின் சிந்தனையின்படி இந்த வர்க்கம்தான், தலைமுறை தலைமுறையாக ஒடுக்கப்பட்டு வந்தவர்களின் பெயரால், அவர்கள் அனைவருக்கும் இழைக்கப்பட்டு வந்த அநீதிக்குப் பழிவாங்கக்கூடிய விடுதலை என்னும் கடமையை நிறைவேற்றி முடிக்கிற கடைசி அடிமை வர்க்கமாக விளங்குகிறது..."*

கோவை   எஸ்.வி.ராஜதுரை
29.01.2015

---

* Walter Benjamin, *Illuminations*, Edited with an Introduction by Hanna Arendt, Translated by Harry Zohn, Fontana/Collins, 1977, p. 262.

நன்றி
(Acknowledgment)

First of all I wish to thank Comrade Marcello Musto, the outstanding young Marxist scholar of our times for permitting me to translate his introductory article in the Volume 'Workers Unite! The International 15o Years Later' edited by him and published by Bloomsbury, New York in December 2014 and also for sparing some of his very precious time in offering clarification on certain points.

Secondly, I am indebted to my great friend, comrade and Gramscian scholar Dr Arun Patnaik for facilitating contact with Comrade Marcello Musto and also for inspiring me with fruitful exchanges.

ஏறத்தாழ இரண்டு மாதங்கள் உணவும் உறைவிடமும் அளப்பரிய அன்பும் வழங்கியதுடன் பிரெஞ்சு, ஜெர்மன் பெயர்ச் சொற்கள் சிலவற்றை தமிழில் எழுத்துப் பெயர்ப்பு செய்தும் கொடுத்த நண்பர் எல்.ஏ.சாமி;

இன்னும் பல பிரெஞ்சுச் சொற்களின் எழுத்துப் பெயர்ப்பை வழங்கிய பாண்டிச்சேரி பிரெஞ்சு நிறுவன நண்பர மதிப்புக்குரிய கண்ணன், எம்.;

மொழியாக்கத்தில் சில வாக்கியங்களைத் திருத்தித் தந்த தோழர் வ.கீதா;

மெய்ப்புகளைக் கவனமாகப் படித்துப் பிழைகள் திருத்தி உதவிய தோழர் ஆதவன் தீட்சண்யா; தோழர் ஜி. சரவணன்;

மார்க்ஸின் படைப்புகள் சிலவற்றையும் வேறு சில நூல்களையும் கொடுத்து உதவிய ஈரோட்டுத் தோழர்கள் நிழல்வண்ணன் இராதாகிருஷ்ணன், இ.சி. ராமச்சந்திரன், ஓடை பொ. துரையரசன்; சென்னைத் தோழர் சதீஷ், திருச்சித் தோழர் ஜான் கென்னடி; எனது ஆக்கங்களுக்கு எப்போதும் ஊக்கம் தந்துவரும் ஸமஸ், ஆசை, எம்.பாண்டியராஜன்;

பல வகை உதவிகளைச் செய்து, எனது உடல் நோய் தணியச் சோர்வில்லாமல் இந்த மொழியாக்கப் பணி தொடர்வதைச் சாத்தியமாக்கிய கரூர் மருத்துவர்கள் பிரீத்தா, ரவி ராஜசேகர், ஜெயம்மா; கோவை அரசினர் மருத்துவக் கல்லூரி மருத்துவர் மணிகண்டன், அவரது துணைவியார் ரமா பிரபா, நீண்ட நெடுங்கால நண்பர்கள் பொன்.பரமேஸ்வரன், மீனா பரமேஸ்வரன், பொன். சந்திரன், தனு சந்திரன்; ஏ. விஸ்வநாதன்; அன்புத் தோழர்கள் 'உயிர் எழுத்து' சுதீர் செந்தில், வழக்குரைஞர் கி. விஜயன்;

இந்தத் தமிழாக்கத்தின் அச்சுப்படிகளையும் தேவைப்பட்ட ஆவணங்களின் புகைப்படப் பிரதிகளையும் எடுத்துக் கொடுத்த நண்பர்கள் கோவி.ஆனந்தன், ஐரின்;

எப்போதும் எல்லாவகையிலும் உறுதுணையாக இருந்து வரும் சகு;

இந்தத் தமிழாக்கத்தைச் செய்யுமாறு ஊக்குவித்த அன்பு நண்பரும் என்.சி.பி.எச் நிறுவன செயலாளருமான தோழர் சண்முகம் சரவணன், ஆகியோருக்கு நன்றி.

- எஸ்.வி. ராஜதுரை

மொழிபெயர்ப்பாளர் குறிப்பு

எண் இடப்பட்டுள்ள அடிக்குறிப்புகள் மூலநூலில் இருப்பவை. குறியீடுகள் இடப்பட்டுள்ள அடிக்குறிப்புகள் மொழிபெயர்ப் பாளருடையவை.

கார்ல் மார்க்ஸ் எழுதிய 'சர்வதேசத் தொழிலாளர் சங்கத்தின் தொடக்க அறிக்கை'யின் தமிழாக்கம், மாஸ்கோ முன்னேற்றப் பதிப்பகம் 1985இல் வெளியிட்ட 'மார்க்ஸ் எங்கெல்ஸ் தேர்வு நூல்கள் 5ஆம் தொகுதி'யில் உள்ள மொழியாக்கத்தை (மொழிபெயர்ப்பாளர் பெயர் அங்கு குறிப்பிடப்படவில்லை) அடிப்படையாகக் கொண்டுள்ளது. அந்த மொழியாக்கத்தில் உள்ள தவறுகளும் குறைபாடுகளும் களையப்பெற்றுள்ளன; தேவைப்பட்ட இடங்களில் திருத்தங்கள் செய்யப்பட்டுள்ளன.

பொருளடக்கம்

	நூலாசிரியர் பற்றிய குறிப்பு	iii
	நூலாசிரியரின் முன்னுரை	iv
	மொழிபெயர்ப்பாளரின் முன்னுரை	x
	நன்றி	xv
	மொழிபெயர்ப்பாளர் குறிப்பு	xvii
1.	தொடக்க நடவடிக்கைகள்	1
2.	சரியான இடத்தில் சரியான மனிதர்	6
3.	உறுப்பியமும் கட்டமைப்பும்	15
4.	அகிலத்தின் உருவாக்கம்	24
5.	வளர்ச்சியடைந்து வந்த வலிமை	35
6.	பரஸ்பரவாதிகளின் தோல்வி	43
7.	ஐரோப்பா நெடுக ஏற்பட்ட வளர்ச்சியும் பிரெஞ்சு-ஆஸ்திரியப் போருக்கு எதிர்ப்பும்	54
8.	அகிலமும் பாரிஸ் கம்யூனும்	68
9.	1871ஆம் ஆண்டில் நடந்த இலண்டன் மாநாடு	82
10.	அகிலத்தின் முடிவு	94
11.	மார்க்ஸும் பக்கூனினும்	112

12. மார்க்ஸுக்குப் பிறகு : "மைய முதன்மைவாதிகள்"
    அகிலமும் "சுயாதீனவாதிகள்" அகிலமும் 124
13. புதிய அகிலம் 135

இணைப்பு 140

காலவரிசையும் உறுப்பினர் விவரங்களும் 142

ஆவணங்கள்

கார்ல் மார்க்ஸ்: சர்வதேசத் தொழிலாளர் சங்கத்தின்
தொடக்க அறிக்கை 144

Bibliography 160

1

தொடக்க நடவடிக்கைகள்

இலண்டன் நகரத்தின் மையத்திலேயே இருந்த செயின்ட் மார்ட்டின் மண்டபம் 1864ஆம் ஆண்டு செப்டம்பர் மாதம் 28ஆம் நாளன்று அங்கு கூடியிருந்த ஏறத்தாழ இரண்டாயிரம் தொழிலாளர்களால் நிரம்பி வழிந்தது. இங்கிலாந்துத் தொழிற்சங்கத் தலைவர்களும் ஐரோப்பாக் கண்டத்தைச்* சேர்ந்த சிறு எண்ணிக்கையிலான தொழிலாளர்களும் ஏற்பாடு செய்திருந்த கூட்டத்தில் கலந்து கொள்வதற்காக அவர்கள் வந்திருந்தனர். "பாரிஸ் தொழிலாளர்களால் அனுப்பப்படும் பிரதிநிதிக் குழு அங்கு வரும்" என்றும் "அவர்களது ஆங்கிலேய சகோதரர்கள் எழுதி அனுப்பியிருந்த அறிக்கைக்கான பதிலை இங்கே வழங்கி, இரு நாட்டு மக்கள்களுக்கிடையே♣ இன்னும் சிறந்த புரிந்துணர்வை

---

* தீவு நாடாக உள்ள இங்கிலாந்து நீங்கிய ஐரோப்பியப் பகுதியைதான் 'கண்டம்' (Continet) என்று ஐரோப்பியர்கள் கூறுவது வழக்கம். எனவே இங்கு பொருள் தெளிவுக்காக அது 'ஐரோப்பாக் கண்டம்' எனத் தமிழாக்கம் செய்யப்பட்டுள்ளது. உண்மையில் இங்கிலாந்தும் ஓர் ஐரோப்பிய நாடுதான் என்பது நமக்குத் தெரியும்). இக்கட்டுரை நெடுக, மேற்சொன்ன பொருளிலேயே 'ஐரோப்பாக் கண்டம்' என்னும் பதம் பயன்படுத்தப்படுகின்றது.

♣ மக்கள் (People): ஒரே நாட்டைச் சேர்ந்தவர்களை 'மக்கள்' (People) என்று ஒருமையிலும் ஒன்றுக்கும் மேற்பட்ட நாடுகளைச் சேர்ந்தவர்களை 'மக்கள்கள்' என்று பன்மையிலும் (Peoples) மேற்கு

உருவாக்குவதற்கான திட்டத்தை அது சமர்ப்பிக்கும்"[1] என்றும் அந்தக் கூட்டத்திற்கான முன்னறிவிப்புத் துண்டறிக்கை கூறியிருந்தது. உண்மையில் அதற்கு ஓராண்டுக்கு முன், **1863** ஜூலையில் இலண்டனில், போலந்தின் மீதான ஜார் ரஷிய ஆக்கிரமிப்புக்கு எதிராக போலிஷ் மக்களுடன் தமது ஒருமைப்பாட்டைத் தெரிவிப்பதற்குப் பல ஆங்கிலேய, பிரெஞ்சுத் தொழிலாளர்களின் அமைப்புகள் சந்தித்தன. தொழிலாளர் இயக்கத்தின் மையக் குறிக்கோள்கள் என்று அவை கருதியவற்றை அப்போதே அறிவித்திருந்தன. செயின்ட் மார்ட்டின் மண்டபத்தில் நடந்த கூட்டத்துக்கான ஆயத்தமாக, (இங்கிலாந்தின்) முதன்மையான தொழிற்சங்கத் தலைவர் ஜார்ஜ் ஓட்கெரால் (George Odger :1813-1877) வரையப்பட்டு வாரத்திற்கு இருமுறை வெளிவந்து கொண்டிருந்த *பீ ஹைவ்* என்னும் ஏட்டில் வெளியிடப்பட்டிருந்த 'பிரெஞ்சுத் தொழிலாளருக்கான ஆங்கிலேயத் தொழிலாளர்களின் அறிக்கை' (Address of English to French Workmen) கூறியது:

> உழைப்பாளர்களின் இலட்சியத்தை நிறைவேற்றப் பல்வேறு நாட்டு மக்கள்களுக்கிடையிலான சகோதரத்துவம் மிகவும் அவசியம். ஏனெனில், உழைப்பு நேரத்தைக் குறைப்பதன் மூலமோ, உழைப்பின் விலையை உயர்த்துவதன் மூலமோ நமது சமூக நிலைமையை மேம்படுத்த எப்போதெல்லாம் முயற்சி செய்கிறோமோ, அப்போதெல்லாம், நம்மை வேலைக்கு அமர்த்தியுள்ளவர்கள், குறைந்த கூலி விகிதத்திற்கு நமது வேலையைச் செய்யப் பிரெஞ்சுக்காரகள், ஜெர்மானியர்கள், பெல்ஜியர்கள் மற்றும் பிறரைக் கொண்டு வந்து நம்மை அச்சுறுத்துகிறார்கள்; இப்படி நடந்துள்ளதைச் சொல்ல வருத்தப்படுகின்றோம்; ஆனால் இதற்குக் காரணம், நமக்கு ஊறுவிளைவிக்க வேண்டும் என்னும் விருப்பம் ஐரோப்பாக் கண்டத்திலுள்ள நமது சகோதரர்களுக்கு இருப்பதல்ல; மாறாக அனைத்து நாட்டுத் தொழிலாளர் வர்க்கங்களிடையே

நாடுகளில் குறிப்பிடுவது வழக்கம். இந்தக் கட்டுரையின் ஆங்கில மூலத்தை அடியொற்றி, தமிழாக்கத்திலும் 'மக்கள்கள்' என்னும் (பன்மை) சொல் பயன்படுத்தப்படுகிறது.

1. David Ryazanov, "Zur Geschichte der Ersten internationale", in *Marx - Engels Archive, Vol.1 (1925)*, p.171.

ஒழுங்கான, முறைப்படுத்தப்பட்ட தகவல்தொடர்பு இல்லாதது தான். குறைந்த ஊதியம் வழங்கப்படுபவர்களின் கூலியை, அவர்களைவிடக் கூடுதலான ஊதியம் பெறுகிறவர்களின் கூலிக்குக் கூடுமானவரை சமமாக உயர்த்துவதும், நம்மை வேலைக்கு அமர்த்தியுள்ளவர்கள் நம்மில் ஒருவரையொருவர் மோதவிட்டு, அவர்களது பேராசைமிக்க பேரம் பேசுதலுக்கு உகந்தவகையில் நம்மை மிகக் கீழான நிலைமைக்கு இழுத்துச் செல்வதை அனுமதிக்காமல் இருப்பதும் நமது குறிக்கோளாகும்.[2]

இந்த முன்முயற்சிக்கு ஏற்பாடு செய்தவர்கள், இது விரைவில் எங்கு கொண்டு செல்லும் என்பதைக் கற்பனை செய்யவில்லை; அதை அவர்களால் முன்கூட்டியே பார்த்திருக்கவும் முடியாது. தொழிலாளர்களைப் பாதிக்கின்ற முக்கியப் பிரச்சினைகளைப் பரிசீலித்து விவாதிக்கக்கூடிய ஒரு சர்வதேச அரங்கத்தைக் கட்டுவதுதான் அவர்களது கருத்தாக இருந்தது. ஆனால் இது தொழிலாளி வர்க்கத்தின் தொழிற்சங்க, அரசியல் செயல்பாட்டை ஒருங்கிணைக்கும் ஓர் அமைப்பைச் செயலூக்கத்துடன் நிறுவுவதை உள்ளடக்கியதாக இருக்கவில்லை. அதேபோல, மக்கள்களிடையே ஏற்படும் சகோதரத்துவத்தின் முக்கியத்துவம், உலக அமைதி போன்ற பொதுவான அறவியல் - மனிதநேயக் கூறுகளே தொடக்கத்தில் அவர்களது கருத்துநிலையில் (ideology) ஊடுருவிப் பரந்திருந்தனவேயன்றி, வர்க்கப் போராட்டம், தெளிவாக வரையறுக்கப்பட்ட அரசியல் குறிக்கோள்கள் ஆகியன அல்ல. இந்த வரம்புகளின் காரணமாக செயின்ட் மார்ட்டின் மண்டபத்தில் நடந்த கூட்டம், அந்தக் காலகட்டத்தில் நடந்த தெளிவற்ற ஜனநாயக முன்முயற்சிகளிலொன்றாக மட்டுமே இருந்திருக்கும்; தொடர்ந்து மேற்கொள்ளப்படக்கூடிய நடவடிக்கைகள் ஏதுமின்றி முடிந்திருக்கக்கூடியதாகவே இருந்திருக்கும். ஆனால், உண்மையில் அந்த முன்முயற்சி, தொழிலாளர் இயக்கத்தின் அனைத்து அமைப்புகளுக்குமான முன்னோடி மாதிரியை - சீர்திருத்தவாதிகள், புரட்சியாளர்கள் ஆகிய இரு தரப்பினருமே பிற்காலத்தில் தங்கள் மரபுக்குரியதாகக் குறிப்பிட்டுச் சொல்லிக் காட்டியதை - அதாவது

2. Ibid., p. 172.

சர்வதேசத் தொழிலாளர் சங்கத்தைத் (International Working Men's Association)[3] தோற்றுவித்தது.*

விரைவில் அது ஐரோப்பா முழுவதிலும் உணர்ச்சிகளைத் தட்டியெழுப்பியது. வர்க்க ஒருமைப்பாட்டை எல்லோரும் பகிர்ந்து கொள்கிற இலட்சியமாக்கி, எல்லா இலக்குகளிலும் மிக முற்போக்கான இலக்கை, அதாவது உலகை மாற்றியமைத்தல் என்னும் இலக்கை அடைவதற்குப் போராடுமாறு ஏராளமான ஆண்களுக்கும் பெண்களுக்கும் உள்உந்துதல் தந்தது. ஆகவேதான், அகிலத்தின் மூன்றாவது பேராயம் (congress) *1868*ல் ப்ரஸ்ஸெல்ஸில் நடைபெற்ற தருவாயில் அதனுடைய பரந்த குறியிலக்கைப் பற்றி தி டைம்ஸ் நாளேட்டில் வெளிவந்த தலையங்கம் கூறியது:

> “இங்கு ஆழ்ந்து சிந்திக்கப்படுவது வெறும் மேம்பாடல்ல, மாறாக, புதுப்பிறப்புக்குக் குறையாத ஒன்று, ஒரு தேசத்தின் புதுப்பிறப்பல்ல, மானுடகுலம் முழுவதன் புதுப்பிறப்பு. இது நிச்சயமாக, எந்தவொரு அமைப்பாலும் - இதற்கு விதிவிலக்காக இருப்பது கிறிஸ்தவத் திருச்சபையாக இருக்கக்கூடும் - சிந்தித்திருக்கப்படாத ஒன்று. சுருக்கமாகச் சொன்னால், இதுதான் சர்வதேசத் தொழிலாளர் சங்கத்தின் வேலைத்திட்டம்”.[4]

சர்வதேசத் தொழிலாளர் சங்கம் உருவாக்கப்பட்டதன் காரணமாக, தொழிலாளர் இயக்கத்தால் முதலாளிய உற்பத்தி

---

3. அகிலத்தின் வாழ்வு முடிவடைவதற்குச் சிறிது காலத்திற்கு முன், அந்த அமைப்புக்கான திருத்தப்பட்ட விதிமுறைகளுக்கு ஒப்புதல் தருவது பற்றிப் பரிசீலிக்கையில், அதனுடைய தலைமைக்குழுவின் (General Council) உறுப்பினர்கள், ‘men’ என்னும் சொல்லுக்குப் பதிலாக ‘persons’ என்னும் சொல்லை வைத்துக்கொள்ளலாமா என்னும் கேள்வியை எழுப்பினர். ‘men’ என்பது இருபாலினத்தாரையும் உள்ளடக்கிய பொதுப்படையான சொல் என்று பொதுவாகப் புரிந்துகொள்ளப்படுகிறது” என்று பிரெடெரிக் எங்கெல்ஸ் பதிலளித்து, அந்தச் சங்கம் பெண்கள், ஆண்கள் ஆகிய இருவரும் சேரக்கூடியதாக இருந்தது, இருந்து வந்துள்ளது என்பதைக் கூறினார் (GC, V,p.256).

* சர்வதேசத் தொழிலாளர் சங்கம், சுருக்கமாக ஆங்கிலத்தில் ‘International’ என்று அழைக்கப்படுகிறது. தமிழில் நீண்டகாலமாகவே, மார்க்ஸிய வட்டாரங்களில் தொடர்ந்து பயன்படுத்தப்பட்டு வரும், ‘அகிலம்’ என்னும் சொல்லே இங்கும் பயன்படுத்தப்படுகிறது.

4. Quoted in G.M. Stekloff, *History of the First International*, New York: Russell & Russell, 1968 (1928), p. (ii)

முறையின் நிகழ்முறைகளைப் பற்றிய தெளிவான புரிதலைப் பெறவும், தனது சொந்த வலிமையைப் பற்றிய மேலதிக உணர்வைப் பெறவும், மேன்மேலும் வளர்ச்சி பெற்ற போராட்ட வடிவங்களை வளர்த்துக் கொள்ளவும் முடிந்தது. இந்த அமைப்பு ஐரோப்பாவின் எல்லைகளுக்கு அப்பாலும் அதிர்வலைகளை உண்டாக்கி, மாறுபட்ட உலகம் உருவாவது சாத்தியம் என்னும் பெரும் நம்பிக்கையை ப்யூனோஸ் ஏர்ஸின் (Buenos Aires)* கைவினைஞர்கள், கல்கத்தாவின் தொடக்ககால தொழிலாளர் சங்கங்கள் ஆகியவற்றிலும், சர்வதேச சங்கத்தில் சேர விண்ணப்பித்திருந்த ஆஸ்திரேலிய, நியூஸிலாந்துத் தொழிலாளர் குழுக்களிலும் ஏற்படுத்தியது.

இதற்கு மாறாக, அது நிறுவப்பட்ட செய்தி ஆளும் வர்க்கங்களுக்குப் பேரச்சத்தை ஏற்படுத்தியது. தொழிலாளர்களும்கூட வரலாற்றில் செயலூக்கம் மிக்க பாத்திரத்தை வகிக்க விரும்புகிறார்கள் என்ற கருத்து அவர்களை நடுநடுங்கச் செய்தது. பல அரசாங்கங்கள் அதனைத் துடைத்தெறிவதில் தமது பார்வையைச் செலுத்தி, தம்மிடமிருந்த அனைத்து வழிமுறைகள் மூலம் அதனைத் தொல்லைப்படுத்தின.

---

* அர்ஜெண்டினாவின் தலைநகரம்.

சரியான இடத்தில் சரியான மனிதர்

அகிலத்தை நிறுவிய தொழிலாளர் அமைப்புகள் ஒருவகைக் கதம்பக் கூட்டம். அதனுடைய மைய உந்து சக்தியாக இருந்தது பிரிட்டிஷ் தொழிற்சங்க இயக்கம். அதனுடைய தலைவர்கள் கிட்டத்தட்ட அனைவருமே சீர்திருத்தவாத* எல்லையைத் தாண்டாதவர்கள். அவர்கள் பொருளாதாரப் பிரச்சினைகளில் மட்டுமே முதன்மையான அக்கறை கொண்டிருந்தவர்கள்; தொழிலாளர்களின் நலன்களை மேம்படுத்துவதற்குப் போராடியவர்களே தவிர முதலாளியத்தைக் கேள்விக்குட்படுத்தியவர்கள் அல்லர். வேலைநிறுத்தங்கள் நடைபெறும் சமயங்களில் வெளிநாடுகளிலிருந்து உழைப்பாளர்களை இறக்குமதி செய்வதைத் தடுத்து நிறுத்துவதன் மூலம் தங்களது

---

* சீர்திருத்தவாதம் (reformism): பொதுவாக, இந்தச் சொல்லுக்கு நேர்மறையான பொருள்தான் உண்டு, ஆனால், மார்க்ஸியச் சொல்லாடல்களில் இது, முதலாளிய அமைப்புக்குள்ளேயே சில சலுகைகளைப் பெற்றுக்கொள்வது, தொழிலாளர்களின் வாழ்க்கைத் தரத்தை மேம்படுத்துவது போன்ற வரம்புகளுக்குள்ளேயே நின்றுகொண்டு, முதலாளிய சமுதாயத்தைப் புரட்சிகரமான முறையில் சோசலிச சமுதாயமாக மாற்ற விரும்பாத பொருளாதார, அரசியல் போக்கையே குறிக்கும்.

குறிக்கோள்களுக்கு சாதகமாகப் பயன்படக்கூடிய ஒரு கருவியாகத்தான் அகிலத்தைக் கருதினர்.

இந்த அமைப்பிலிருந்த இன்னொரு முக்கியத்துவம் வாய்ந்த சக்தி, பரஸ்பரவாதிகள் (mutualists). இவர்கள் (தொழிலாளர் இயக்கத்தைப் பொருத்தவரை) பிரான்ஸில் மேலோங்கியிருந்ததுடன், பெல்ஜியம், ஸ்விட்ஸர்லாந்தில் பிரெஞ்சு மொழி பேசும் பகுதி ஆகியவற்றிலும்கூட வலுவாக இருந்தவர்கள். பியெர் ஜோஸெஃப் புரூதோனின் (Pierre Joseph Proudhon:1809-1865) கோட்பாடுகளுக்கு ஏற்ப, அரசியலில் தொழிலாளர் வர்க்கம் ஈடுபடுவதையோ, வேலை நிறுத்தத்தை ஒரு போராட்ட வழியாகக் கொள்வதையோ எதிர்த்தவர்கள்; அது மட்டுமல்லாது, பெண்களின் விடுதலைப் பிரச்சினையில் பழமைபேண் நிலைப்பாடுகளைக் கொண்டிருந்தவர்கள். கூட்டுறவு அமைப்புகளை நாடு முழுவதிலும் உருவாக்குவதன் மூலமும், அவற்றை ஒரு கூட்டமைப்புக்குள் கொண்டுவந்து, சரிசமமாக எல்லோருக்கும் கடன் கிடைக்கச் செய்வதன் மூலமும் முதலாளியத்தை எதிர்க்க முடியும் என்று கருதியவர்கள். ஆகவே இவர்களை அகிலத்திலிருந்த வலதுசாரிப் பிரிவு என்று கருதலாம்.*

---

* புரூதோன்: பொருளாதார, சமூகவியல் தொடர்பான கட்டுரைகளையும் நூல்களையும் எழுதிய பிரெஞ்சுச் சிந்தனையாளர். பெரு முதலாளியச் சொத்துடைமையைக் குட்டி பூர்ஷ்வாக் கண்ணோட்டத்திலிருந்து விமர்சித்த அவர், தனியாரின் சிறு சொத்துடைமைகள் என்றென்றும் பாதுகாக்கப்பட வேண்டும் என்று கூறினார். தொழிலாளர்கள், சொந்த உற்பத்திச் சாதனங்களை வாங்கிச் சேகரித்துக் கைவினைஞர்கள் ஆவதற்கு இலவசக் கடன் வழங்கும் 'மக்கள் வங்கிகள்' உருவாக்கப்பட வேண்டும். இந்தக் கைவினைஞர்கள் உற்பத்தி செய்யும் பொருள்களை வாங்கவும் விற்கவும் 'பரிவர்த்தனை வங்கிகள்' உருவாக்கப்பட வேண்டும் என்றும் ஒரு கற்பனைத் திட்டம் வகுத்தார், அவரது திட்டத்தின்படி, இந்த வங்கிகள் மூலம் உழைப்பாளிகள் (கைவினைஞர்கள்) தங்கள் உற்பத்திப் பொருள்களை 'நியாய விலைக்கு' விற்கவும் வாங்கவும் செய்வார்கள்; அதேவேளை முதலாளித்துவ உடைமையில் உள்ள உற்பத்திக் கருவிகளும் சாதனங்களும் அப்படியே விட்டுவைக்கப்பட்டிருக்கும்: பாட்டாளி வர்க்கம் அரசு அதிகாரத்தைக் கைப்பற்றுதல் என்பதை அவர் ஏற்றுக்கொள்ளவில்லை, அரசு என்னும் அமைப்பே இருக்கக்கூடாது என்று கூறிய அவர், தொழிலாளர்கள் தொழிற்சங்கங்களை அமைத்துத் தங்கள் கோரிக்கைகளை முன்னிறுத்திப் போராடுவதை எதிர்த்தார். புரூதோனின் தத்துவத்தை விமர்சித்து 'தத்துவத்தின் வறுமை' (The Poverty of Philosophy) என்னும் நூலை மார்க்ஸ் எழுதினார்,

அகிலத்தில் பெரும்பான்மையாக இருந்த இந்த இரண்டு கூறுகளுடன், வேறு வண்ணம் கொண்டிருந்தவர்களும் இருந்தனர். அதாவது அதில் மூன்றாவது முக்கிய இடம் வகித்தவர்கள் கார்ல் மார்க்ஸைச் *(1818-1883)* சுற்றியிருந்தவர்களும் மிகக் குறைந்த செல்வாக்கு கொண்டிருந்த குழுக்களில் - எல்லாவற்றுக்கும் மேலாக பல ஜெர்மானிய, ஸ்விஸ் நகரங்களிலும் இலண்டனிலும் செயல்பட்டுக் கொண்டிருந்தவர்களுமான கம்யூனிஸ்டுகள். அவர்கள் முதலாளியத்தை எதிர்த்தவர்கள்; அதாவது, அப்போது நிலவி வந்த உற்பத்தி முறையை எதிர்த்து வந்தவர்கள்; அதைத் தூக்கியெறிவதற்கு அரசியல் நடவடிக்கை தேவை என்பதை ஆதரித்து வந்தவர்கள்.

அகிலம் நிறுவப்பட்ட போது, அதன் அணிகள் சோசலிச மரபுடன் சம்பந்தமே இல்லாதவர்களையும் உள்ளடக்கியிருந்தன. கிழக்கு ஐரோப்பிய நாடுகளிலிருந்து புலம்பெயர்ந்து வந்த இவர்கள், தெளிவற்ற ஜனநாயகக் கருத்துகளைக் கொண்டிருந்தனர். இவர்களில் ஜியுஸெப் மாஜினியின் (Giuseppe Mazzini:1805-1872)* ஆதரவாளர்களும் இருந்தனர். தேசியக் கோரிக்கைகளை முதன்மையாகக் கொண்டு, பல வர்க்கங்களை தழுவும் கண்ணோட்டம் உடையவர்களாக இருந்த அவர்கள், ஒடுக்கப்பட்ட மக்கள்களின் விடுதலைக்கான பொதுவான வேண்டுகோள்களை விடுப்பதற்கு அகிலம் பயன்படுமென்று கருதினார்கள்.[5]

---

* ஜியோஸப் மாஜினி: விடுதலை பெற்ற, ஒன்றுபட்ட இத்தாலியை உருவாக்குவதற்காகப் போராடியவர்.

5. அகிலத்தில் தொடக்ககாலத்தில் இருந்தவர்களில், குடியரசு அமைப்பையோ, சோசலிசத்தையோ அல்லது இரண்டையுமோ ஆதரித்த ஃபிலடெல்ஃபியா லாட்ஜ் போன்ற இரகசியச் சங்கங்களின் உறுப்பினர்களும் இருந்தனர், பார்க்க: Julian P.W.Archer, The First International in France, 1864-1872, Lanham, MD: University Press of America, 1997, pp 33-35.

இந்தச் சித்திரத்தை மேலும் சிக்கல் மிகுந்ததாக்கிய உண்மை என்னவென்றால், அகிலத்தில் சேர்ந்த பிரெஞ்சு, பெல்ஜிய, ஸ்விஸ் தொழிலாளர்களின் குழுக்கள் சில தம்முடன் பலவகையான குழப்பம் நிறைந்த தத்துவங்களைக் கொண்டு வந்தது ஆகும். இந்தத் தத்துவங்களில் சில கற்பனாவாத சோசலிசத் தூண்டுதல் பெற்றவையும் இருந்தன; மறுபுறம், ஃபெர்டினாண்ட் லஸ்ஸாலின்* (Ferdinand Lassale: 1825-1884) ஆதரவாளர்களால் தலைமை தாங்கப்பட்ட கட்சியான ஜெர்மன் பொதுத் தொழிலாளர் சங்கம் (General Association of German Workers) அகிலத்துடன் ஒருபோதும் தன்னை இணைத்துக் கொண்டதில்லையென்றாலும் அதைச் சுற்றி வலம் வந்து கொண்டிருந்தது. அது தொழிற்சங்க இயக்கத்திடம் பகைமை பாராட்டி வந்ததுடன் அரசியல் செயல்பாடு என்பதை இறுக்கமான தேசிய அடிப்படைகளிலேயே பார்த்தது.

பல்வேறு பண்பாடுகள் மற்றும் அரசியல், தொழிற்சங்க அனுபவங்கள் என்னும் சிக்கலான வலைப்பின்னலைக் கொண்டிருந்த இந்தக் குழுக்கள், பிறந்த நிலையில் இருந்த அகிலத்தில் தமது தாக்கத்தை ஏற்படுத்தின. ஆகவே, உண்மையில்

* ஃபெர்டினாண்ட லஸ்ஸால்: 1848ஆம் ஆண்டு பிரெஞ்சு புரட்சியில் பங்கேற்றவரும் ஜெர்மனியில் ஜனநாயக சோசலிசக் கட்சியை (Democratic Socialist Party) நிறுவியருமான லஸ்ஸால், மார்க்ஸியத்தைக் கடுமையாக எதிர்த்து வந்தார், 'பூர்ஷ்வா ஜனநாயகம்', எல்லாத் தனிமனிதர்களும் தமது உற்பத்தியாற்றலை வரம்பேதுமின்றி வளர்த்துக்கொள்வதற்கான வாய்ப்பை உத்தரவாதம் செய்துள்ளது என்றும், தொழிலாளர்கள், அந்த வாய்ப்புகளைப் பயன்படுத்திக்கொண்டு சமுதாயத்திற்குப் பயனுள்ளவர்களாக விளங்கவேண்டும் என்றும் கருதினார். தொழிலாளர்கள் ஒன்றுபட்ட சமூக வாழ்க்கை, பொதுவான நலன்கள், ஒன்றுக்கொன்று பயன்படக்கூடிய அக்கறைகள் ஆகியவற்றைக் கொண்டிருப்பதால், தொழிலாளர்களின் இலட்சியமே சமுதாயத்தின் இலட்சியமாக இருக்கும் என்றும், தொழிலாளிகள் அரசியல் மேலாதிக்கத்தைப் பெறுவார்களேயானால், சமுதாயத்தில் மிக மேம்பட்ட ஒழுக்க நெறிகள், அறிவியல் வளர்ச்சி, பண்பாட்டு வளர்ச்சி ஆகியன உருவாகும் என்றும் கூறிய அவர் 'அரசு' என்பது எல்லாக் குடிமக்களுக்கும் உரிமைகளையும் நீதியையும் வழங்கும் கருவி என்று கருதினார். மனித குலத்திற்குக் கல்வி வழங்குவதும் தன்னுரிமையை வளர்ப்பதும் அரசின் பணியாகும் என்று கூறிய அவர், பாட்டாளி வார்க்கத்தின் கோரிக்கைகளுக்கு அரசு செவிமடுக்குமாதலால் புரட்சி தேவையில்லை என்றார்.

ஒரு பொதுவான சட்டகத்தை உருவாக்கி, இத்தகைய பரந்த அமைப்பை ஒரு கூட்டமைப்பு அடிப்படையிலேனும் ஒன்றாக வைத்திருப்பது கடினமான வேலையாக இருந்தது. மேலும், ஒரு பொது வேலைத்திட்டமொன்று எல்லோராலும் ஒப்புக் கொள்ளப்பட்டாலும், அகிலத்திலிருந்த ஒவ்வொரு போக்கும் தனக்குப் பெரும்பான்மை இருந்த உள்நாட்டுக் கிளைகளில் (sections)* தொடர்ந்து செல்வாக்குச் செலுத்தி வந்தது. சிலவேளை அந்தப் பிரிவுகளை அகிலத்தின் மையத்திலிருந்து விலகிச்செல்ல வைக்கக்கூடியதாகவும் இந்தச் செல்வாக்கு இருந்தது.

இந்தப் போக்குகள் அனைத்தையும், அவை ஒவ்வொன்றும் எந்த அணுகுமுறைகளுடன் வந்து சேர்ந்தனவோ, அந்த அணுமுறைகளிலிருந்து மிகவும் விலகிய ஒரு வேலைத்திட்டத்தைச் சுற்றி, அவை அனைத்தும் ஒரே அமைப்புக்குள் இணைந்து செயல்படச் செய்தது மார்க்ஸின் மாபெரும் சாதனையாகும். ஒத்திசைய வைக்க முடியாதவையாகத் தோன்றிய அந்தப் போக்குகளை, ஒத்திசைய வைத்து, முந்தைய தொழிலாளர் இயக்கங்கள் பல இருளுக்குள் மறைந்த பாதையை அகிலமும் விரைவாகப் பின்பற்றாமலிருப்பதை உறுதி செய்வதற்கு மார்க்ஸிக்கு அவரது அரசியல் திறமைகள் ஆற்றலளித்தன.[6] அகிலத்திற்குத் தெளிவான செயல்நோக்கத்தை வழங்கியவர் மார்க்ஸ். அனைத்துவகையான குறுங்குழுவாதத்தையும் தாண்டி, வெகுமக்கள் தன்மையைத் தனக்கு வென்றெடுக்கின்ற, அகிலத்திலிருந்த எந்தப் போக்கையும் விலக்காத, ஆனால் உறுதியான வர்க்க அடிப்படையைக் கொண்ட ஓர் அரசியல் வேலைத்திட்டத்தைச் சாதித்தவர் மார்க்ஸ். அகிலத்தின் தலைமைக் குழுவின் அரசியல் ஆன்மாவாகவே எப்போதும் இருந்தவர் மார்க்ஸ். அதனுடைய முக்கியமான தீர்மானங்கள், அதனுடைய பேராயங்களில் சமர்ப்பிக்கப்பட்ட அறிக்கைகள் அனைத்தினதும் (லோஸ்ஸான்

---

* ஒவ்வொரு நாட்டிலும் அகிலத்திற்கு இருந்த கிளைகள். 'sections' என்றழைக்கப்பட்டன. எ.கா.:French Section, Spanish Section.

6. காண்க: Henry Collins - Chimen Abransky, *Karl Marx and the British Labour Movement*, London : MacMillan, 1965, p.32.

[Lausanne] நகரத்தில் *1867*இல் நடைபெற்ற பேராயத்துக்கான அறிக்கை தவிர; அப்போது அவர் 'மூலதனம்' நூலின் மெய்ப்புகளைப் பார்ப்பதில் முழுமையாக ஈடுபட்டிருந்தார்) முன்வரைவுகளை எழுதியவர் மார்க்ஸ். ஜெர்மானியத் தொழிலாளர் தலைவர் யொஹான் ஜார்ஜ் எக்காரியஸ் (Johann Georg Eccarius :1818-1889) ஒரு முறை குறிப்பிட்டதுபோல " சரியான இடத்திலிருந்த சரியான மனிதர்"[7] மார்க்ஸ்.

மார்க்ஸை அகிலத்தின் நிறுவனர் என்று சித்திரித்த பின்னாளைய அதிகற்பனைகளுக்கு மாறாக, செயின்ட் மார்ட்டின் மண்டபக் கூட்டத்துக்கு ஏற்பாடு செய்தவர்களிலொருவராகக்கூட மார்க்ஸ் இருக்கவில்லை. "சொற்பொழிவாற்றாதவர்களில் ஒருவராகத் தாம் மேடையில் அமர்ந்திருந்த"தாகப் பின்னாளில் அவர் தமது நண்பர் எங்கெல்ஸுக்கு எழுதிய கடிதத்தில் நினைவுகூர்ந்தார்.[8] ஆயினும் அவர் அந்த நிகழ்வின் உள்ளுறையாற்றலை உடனடியாகப் புரிந்துகொண்டு, அந்தப் புதிய அமைப்பு தனது பணியை வெற்றிகரமாக நிறைவேற்றுவதை உறுதி செய்வதற்காகக் கடினமாக உழைத்தார். வரம்புக்குட்பட்டிருந்த வட்டாரங்களிலேனும், அவரது பெயருக்கு இருந்த செல்வாக்கின் காரணமாக, *34* உறுப்பினர்கள் கொண்ட நிலைக்குழுவிற்கு[9] (standing committee) நியமிக்கப்பட்டார்.* அகிலத்தின் தொடக்க அறிக்கையையும்

---

7. John Georg Eccarius to Karl Marx, 12 October 1864, in *Marx -Engels-Gesamtausgabe*, vol.III/13, Berlin: Akademie, 2002, p.16)

8. Karl Marx, to Frederch Engels, 4 November 1864, in Karl Marx & Frederich Engels, *Collected Works*, 50 vol., 1975-2005, Moscow:Progress Publishers (henceforth *MECW, vol.42*, 1987, p.16)

9. அகிலத்தை நிறுவுவதற்கான கூட்டத்தில், அதனை ஒழுங்கமைப்பதற்காக ஒரு நிலைக்குழு அமைக்கப்பட்டது. அது அதனுடைய மத்தியக் குழுவாக (Central Council) மாறியது. அதற்குப் பின்னர் அது தலைமைக் குழு (General Council) என்று அறியப்பட்டது. பின்னர் அது 'General Council' என்றே தொடர்ந்து அழைக்கப்பட்டு வந்தது.

* 'General Council' நேரடியான பொருள் 'பொதுக் குழு' ஆனால், 'பொதுக்குழு' என்று நாம் இன்று பொதுவாகக் கருதும் பொருளில் இந்தச் சொற்கள் அகிலத்தில் பயன்படுத்தப்படவில்லை, 'தலைமைக் குழு.' அல்லது 'மத்தியக் குழு' என்னும் பொருளில்தான் பயன்படுத்தப்பட்டுள்ளன. இந்தத் தமிழாக்க நூலில் 'தலைமைக் குழு' என்னும் பதமே பயன்படுத்தப்பட்டுள்ளது.

(Inaugural Address) அகிலத்தின் தற்காலிக விதிமுறைகளையும் (Provisional Statutes of the International) வரையும் கடமை அவரிடம் ஒப்படைக்கப்படும் வகையில் அவர் மிக விரைவில் நிலைக்குழுவின் நம்பிக்கையைப் பெற்றார். இந்த அடிப்படையான ஆவணங்களில், அதன் பின் வந்த பல ஆவணங்களைப் போலவே, அகிலத்திலிருந்த பல்வேறு குழுக்களின் கருத்துகளில் மிகச் சிறப்பானவற்றை எடுத்துக்கொண்ட அதேவேளை, குழுச்சாய்வு களையும் குறுங்குழுவாதத் தொனிகளையும் துடைத்தெறிந்தார். பொருளாதாரப் போராட்டத்தையும் அரசியல் போராட்டத்தையும் ஒன்றோடொன்று உறுதியாக இணைத்து, சர்வதேசியச் சிந்தனையையும் சர்வதேசிய நடவடிக்கையையும் மாற்ற முடியாத தெரிவாக ஆக்கினார்.[10]

பல்வேறு தேசியச் சூழல்களை, அவற்றின் முக்கியத்துவம் வாய்ந்த சுயாதீனத்தை ஏற்றுக்கொள்ளும் அதேவேளை, அகிலத்தின் மையத்தின் பொதுக்கட்டளையிலிருந்து முற்றிலும் சுயேச்சையானவையாக அவை இல்லாத வகையில் பொதுப் போராட்டத் திட்டத்தில் அவற்றை ஐக்கியப்படுத்தும் அரசியல் கூட்டிணைவுச் செயல்பாட்டை அகிலம் வளர்த்துக்கொண்டதற்கு மார்க்ஸின் ஆற்றல்கள்தாம் காரணம்.[11] அகிலத்திற்குள் ஐக்கியத்தைப் பேணுவது சிலவேளை மிகவும் சோர்வடைய வைப்பதாக இருந்தது; அதற்கு முக்கியக் காரணம் மார்க்ஸின் முதலாளிய எதிர்ப்புத் தத்துவம், அந்த அமைப்பிற்குள் ஒருபோதும் மேலோங்கிய அரசியல் நிலைப்பாடாக

---

10. காண்க: Gain Mario Bravo, *Marx ela Prima Internazionale,* Bari : Laterza, 1979, pp.18-19.

11. காண்க: Karl Marx to Frederich Bolte, 23 November 1871, in *MECW*, vol. 44. p.22. இங்கு மார்க்ஸ் இதனை விளக்குகிறார்:: "அகிலத்தின் வரலாறு என்பது குறுங்குழுக்களுக்கும் திறமைக்குறைவான பரிசோதனைகளுக்கும் எதிராக தலைமைக்குழு தொடர்ந்து நடத்திய போராட்டம்தான். இந்தக் குறுங்குழுக்களும் திறமைக்குறைவான பரிசோதனைகளும், உழைக்கும் வர்க்கத்தின் உண்மையான போராட்டத்துக்கு எதிராக அகிலத்துக்குள் தம்மைத்தாமே அறுதியிட முயன்றன. இந்தப் போராட்டம் பேராயங்களில் நடத்தப்பட்டது. அதைவிட அதிகமாக அகிலத்திற்குள் தனித்தனிப் பிரிவுகளைத் தனிப்பட்ட முறையில் கையாளும் நிகழ்வுகளில் நடந்தது,"

இருக்கவில்லை என்பதுதான். ஆயினும், காலப்போக்கில், மார்க்ஸின் சிந்தனை, மேலாண்மை செலுத்தும் கோட்பாடாகியது. இதற்கு ஒருபகுதிக் காரணம் அவரது விடாப்பிடியான உறுதி என்றால், மறுபகுதிக் காரணம் அகிலத்தில் அவ்வப்போது ஏற்பட்ட பிளவுகள் ஆகும்.[12] அவரது சிந்தனையை மேலாண்மைக்குக் கொண்டுவருவது மிகவும் கடினமான செயலாக இருந்தது. ஆனால் அவர் தமது அரசியல் கோட்பாட்டை விரித்துரைப்பதற்கான முயற்சி அந்த ஆண்டுகளில் நடந்த போராட்டங்களிலிருந்து கணிசமான அளவுக்குப் பயனடைந்தது. தொழிலாளர்களின் அணிதிரட்டல்களின் தன்மை, முதலாளிய அமைப்புக்கு எதிராக பாரிஸ் கம்யூன் விடுத்த சவால், அகிலம் போன்ற பரந்த, சிக்கலான தன்மையுடைய அமைப்பைச் சிதறுண்டு போகாமல் ஒன்றுபடுத்தி வைத்திருத்தல், பல்வேறு தத்துவ, அரசியல் பிரச்சினைகளில் தொழிலாளர் இயக்கத்திலிருந்த பிற போக்குகளுடன் அடுத்தடுத்துக் கருத்துப் போராட்டங்கள் நடத்துதல் - இவையனைத்தும் அரசியல் பொருளாதாரத்தின் வரம்புகளுக்கு அப்பால் செல்லும்படி மார்க்ஸை உந்தித் தள்ளின. 1848ஆம் ஆண்டுப் புரட்சியின் தோல்வி,* முற்போக்குச் சக்திகளில் பெரும்பாலானவற்றுக்கு ஏற்பட்ட பின்னடைவு ஆகியவற்றுக்குப் பிறகு மார்க்ஸின் கவனத்தின் பெரும்பகுதியை அரசியல் பொருளாதாரம் ஈர்த்துக் கொண்டிருந்தது. தமது கருத்துகளை வளர்த்துக் கொள்ளவும் சிலவேளை அவற்றைத் திருத்திக்கொள்ளவும், நிச்சயமானவையாகக் கருதப்பட்ட பழைய கருத்துகளை விவாதத்திற்கு உட்படுத்தவும், தமக்குத் தாமே புதிய கேள்விகளை எழுப்பிக் கொள்ளவும், குறிப்பாக கம்யூனிச சமுதாயம் பற்றிய பரந்த உருவரைகளை (outlines) வரைந்து முதலாளியம் பற்றிய தமது விமர்சனப் பகுப்பாய்வைக் கூர்மைப்படுத்திக் கொள்ளவும் அவர் அகிலத்தில் தூண்டுதல் பெற்றார். அவரது படிப்பறைக்குள்ளேயே அவரால் ஏற்கெனவே வார்த்தெடுக்கப் பட்டிருந்த ஓர் அரசியல் தத்துவத்தை அவர் யாந்திரிகமாக

---

12. See Bravo, op. cit., p. 165.

* சிதறுண்டு, பல்வேறு முடிமன்னர்கள், இளவரசர்களின் ஆட்சியின் கீழ் இருந்த நிலப்பிரபுத்துவ ஜெர்மானிய பகுதிகளை ஒன்றிணைத்து ஓர் பூர்ஷ்வா ஜனநாயக அரசை உருவாக்குவதற்காக நடந்த பூர்ஷ்வா ஜனநாயகப் புரட்சியில் மார்க்ஸும் எங்கல்ஸும் நேரடியாகப் பங்கேற்றனர். பூர்ஷ்வா வர்க்கத்தின் கோழைத்தனத்தால் அந்தப் புரட்சி தோல்வியடைந்தது.

வரலாற்றுக் கட்டத்துக்குப் பிரயோகித்தார் என்பதுபோல அகிலத்தில் மார்க்ஸ் வகித்த பாத்திரம் பற்றி வழங்கப்பட்டு வந்த வறட்டுத்தனமான சோவியத் விளக்கம் யதார்த்தத்திலிருந்து முற்றிலும் விலகியிருந்ததை மேற்சொன்ன உண்மைகள் காட்டுகின்றன.[13]

---

13. Cf. Maxmilien Rubel, *Marx critique du marxisme*, Paris : Payot, 1974, p.41: (அகிலத்தின்) இந்த அரசியல் வேலைத்திட்டம், "மார்க்ஸியத்தின்" பின்விளைவு, அதாவது சமூக சர்வரோக நிவாரணியைத் தேடிக் கொண்டிருக்கும் வடிவமற்ற, ஜடம் போன்ற மனிதத்திரள் மீது எல்லாம் அறிந்த மூளையால் வெளியிலிருந்து திணிக்கப்பட்டதும் முழுமையாகக் கைகூடிவரச் செய்யப்பட்டதுமான கோட்பாட்டின் பின்விளைவு என்று அவர்களைப் (சோவியத் மார்க்ஸியவாதிகளை -எஸ்.வி.ஆர்.) பார்க்கும்படி தூண்டியவை, விஷயங்களைப் பூடகமாக்கும் தேவைகளாகவோ அல்லது தொன்மத்தைக் கட்டமைக்கும் தேவைகளாகவோதான் இருக்க முடியும்."

3
உறுப்பியமும் கட்டமைப்பும்

அகிலம் இருந்த காலத்திலும் அதன் பிறகும், அது பெரிய, நிதி பலம் மிக்க அமைப்பாக இருந்தது என்று சித்திரிக்கப்பட்டு வந்துள்ளது. அதனுடைய உறுப்பினர்களின் எண்ணிக்கை எப்போதுமே மிகையாக மதிப்பிடப்பட்டு வந்தது. உறுப்பினர்களின் எண்ணிக்கை பற்றிய குறைபாடான அறிவோ, அகிலத்தின் தலைவர்கள் சிலர் உண்மை நிலவரத்தை மிகைப்படுத்திச் சொல்லி வந்ததோ, அதன் மீது மூர்க்கத்தனமான தாக்குதலை நடத்துவதை நியாயப்படுத்த அதன் எதிரிகள் ஒரு முகாந்திரத்தைத் தேடிவந்ததோ இதற்குக் காரணமாக இருக்கக்கூடும். 1870ஆம் ஆண்டு ஜூன் மாதம், அகிலத்தின் பிரெஞ்சுத் தலைவர்கள் சிலரை, நீதிமன்றத்துக்கு வந்து அவர்கள் மீதான கிரிமினல் குற்றச்சாட்டுகளுக்குப் பதில் சொல்லுமாறு அழைத்த அரசாங்க வழக்குரைஞர், அகிலத்திற்கு ஐரோப்பாவில் 8,00,000 உறுப்பினர்கள் இருந்ததாகக் கூறினார்.[14] ஓராண்டுக்குப் பிறகு, பாரிஸ் கம்யூனின் தோல்விக்குப் பின்னர், தி டைம்ஸ் நாளேடு, உறுப்பினர்களின் மொத்த எண்ணிக்கை இரண்டரை இலட்சம் என்று கூறியது; பழைமைவாதிகளின்

---

14. See Oscar Testut, *L'Association international des travailleurs*, Lyon, Aime' Vingtrinier, 1870, p.310

முகாமில் அகிலத்தைப் பற்றிய ஆய்வு நடத்திய ஆஸ்கார் டெஸ்டுட் (Oscar Testut: 1840 -இறந்த ஆண்டு தெரியவில்லை) இது ஐந்து இலட்சத்தைத் தாண்டும் என்று கூறினார்.[15]

உண்மையில் உறுப்பினர்களின் எண்ணிக்கை மேற்சொன்னவற்றை விட மிகவும் குறைவு. தோராயமான கணக்கீடுக்குக்கூட வருவது எப்போதும் கடினமானதாகவே இருந்து வந்துள்ளது. இது அகிலத்தின் தலைவர்களுக்கும் அதனை நெருக்கமாக ஆய்வு செய்தவர்களுக்கும் பொருந்தக்கூடிய உண்மை.[16] ஆனால் இது பற்றிய ஆய்வுகளின் தற்போதைய நிலவரம், கீழ்க்காணும் கருதுகோளுக்கு (hypothesis) இட்டுச் செல்கிறது: *அதாவது 1871-1872-இல் அதிகபட்சமாக உறுப்பினர்களின் எண்ணிக்கை 1,50,000த்திற்கும் அதிகம்: பிரிட்டனில் 50,000; பிரான்ஸ், பெல்ஜியம் ஆகிய இரண்டிலும் 30,000த்திற்கும் அதிகம்; ஸ்விட்ஸர்லாந்தில் 6000; ஸ்பெயினில் ஏறத்தாழ 30000; இத்தாலியில் ஏறத்தாழ 25,000; ஜெர்மனியில் 10000 (பெரும்பாலும் சோசலிச ஜனநாயகத் தொழிலாளர் கட்சி உறுப்பினர்கள்), இதர ஐரோப்பிய நாடுகள் ஒவ்வொன்றிலும் சில ஆயிரம் உறுப்பினர்கள்; அமெரிக்காவில் 4000.*[17]

அந்தக் காலத்தில், ஆங்கிலேயத் தொழிற்சங்கங்களையும் ஜெர்மன் பொதுத் தொழிலாளர் சங்கத்தையும் தவிர, செயலூக்கமுள்ள தொழிலாளர் வர்க்க அமைப்புகள் போதுமான அளவில் இருக்கவில்லை என்பதைக் கருத்தில் கொள்கையில் அகிலத்தில் இருந்த உறுப்பினர்கள் எண்ணிக்கை கணிசமானதுதான். அகிலம் இருந்த காலகட்டம் முழுவதிலும் பிரிட்டன், ஸ்விட்ஸர்லாந்து, பெல்ஜியம், அமெரிக்கா ஆகியவற்றில் மட்டுமே

---

15. The Times, 5 June 1871; Osscar Testut, *Le livre blue de l'Internationale*, Paris : Lachaud, 1871

16. இந்தப் பிரச்சினை பற்றி மார்க்ஸ், 1870 டிசம்பர் 20இல் நடந்த தலைமைக் குழுக் கூட்டமொன்றில் அறிவித்ததாவது: "உறுப்பினர்களின் பட்டியலைப் பொருத்தவரை, அதனுடைய உண்மையான பலம் என்ன என்பதை வெளியிடுவது நல்லதாக இருக்காது. ஏனெனில் இந்த அமைப்புக்கு வெளியே உள்ள பொதுமக்கள், செயலூக்கமிக்க உறுப்பினர்களின் எண்ணிக்கை உண்மையில் இருப்பதைக்காட்டிலும் அதிகம் என்று எப்போதும் கருதி வந்திருக்கிறார்கள்:.in GC, IV, p.96.

17. கூடுதலான தகவலுக்கு, இணைப்பில் உள்ள சர்வதேச உறுப்பியம் பற்றிய புட்டியலைக் காண்க.

அது சட்டபூர்வமான அமைப்பு என்று அங்கீகரிக்கப்பட்டது என்பதையும் கருத்தில் கொள்ள வேண்டும். அது வலுவாக இருந்த பிற நாடுகளில் (பிரான்ஸ், ஸ்பெயின், இத்தாலி) பல்லாண்டுகள் அது சட்டத்தின் எல்லைக்கு வெளியேதான் இருந்தது என்பதுடன் அதன் உறுப்பினர்கள் ஒடுக்குமுறைக்கும் உட்படுத்தப்பட்டனர். அகிலத்தில் சேர்வது, ஜெர்மானியப் பெருங்கூட்டமைப்பிலிருந்த 39 அரசுகளின் சட்டத்தை மீறுவதாகக் கருதப்பட்டது*. ஆஸ்த்ரோ - ஹங்கேரியப் பேரரசிலிருந்த ஒரு சில உறுப்பினர்கள் இரகசிய வடிவங்களிலேயே செயல்பட வேண்டிய நிர்பந்தத்துக்குள்ளாயினர். மறுபுறம், அகிலம் தனக்குள் இருந்த பல்வேறு கூறுகளை, ஒருங்கிணைந்த முழுமையாக ஒன்று சேர்த்தது அசாதாரணமான நிகழ்வு ஆகும். அது தோன்றிய இரண்டாண்டுகளுக்குள், நூற்றுக்கணக்கான தொழிலாளர் சங்கங்களைக் கூட்டமைப்பாக (Federations) இணைத்துக் கொண்டது; மிகெய்ல் பக்கூனினின் (Michael Bakunin :1814-76)* ஆதரவாளர்கள் செய்த பிரசாரத்தின் காரணமாக, வேறு சங்கங்களும் ஸ்பெயினில் சேர்த்துக் கொள்ளப்பட்டன. பாரிஸ் கம்யூனுக்குப் பிறகு இத்தாலி, ஹாலந்து,

* ஜெர்மானியப் பெருங்கூட்டமைப்பு:(German Confederation)1870-ஆம் ஆண்டுவரை ஜெர்மனி ஒன்றுபட்ட தேசமாக இருக்கவில்லை. பல்வேறு இளவரசர்களாலும் முடிமன்னர்களாலும் ஆளப்பட்டு வந்த 39 தனித்தனிப் பிரதேசங்களாகவே அது இருந்தது. இவற்றில் சில நெகிழ்வான கூட்டமைப்புகளாக இருந்தன. தனியொரு அரசாக இருந்த பிரஷ்யாதான் ஜெர்மானியப் பிரதேசங்களில் மிக வலுவானதாகவும் மிகச் செல்வாக்குச் செலுத்தக்கூடியதாகவும் இருந்தது.

* பக்கூனின் : ரஷியப் புரட்சியாளரான பக்கூனின், 1848-இல் ஜெர்மானியப் புரட்சியில் (ஜெர்மானிய நகரமான ட்ரெஸ்டனில்) பங்கேற்றார். 1849-இல் கைது செய்யப்பட்டு ரஷிய அரசாங்கத்திடம் ஒப்படைக்கப்பட்டு, ஆயுள்கால சிறைத் தண்டனை விதிக்கப்பட்டார். ஜார் மன்னன் முதலாம் நிக்கோலஸ் இறந்த பிறகு, சைபீரியாவுக்கு அனுப்பப்பட்டார். 1891-இல் அங்கிருந்து தப்பி, இலண்டனுக்கு வந்து சேர்ந்தார். 'சமாதானத்துக்கும் சுதந்திரத்துக்குமான கழகம்' (League of Peace and Freedom) என்னும் அமைப்பில் உறுப்பினராக இருந்தார். அந்த அமைப்பின் பேராயம் ஸ்விட்ஸர்லாந்திலுள்ள பேர்ன் நகரத்தில் 1861-இல் நடந்தது. அந்தக் கழகத்தில் சிறுபான்மையினராக இருந்த பக்கூனினும் அவரது ஆதரவாளர்களும் அந்த அமைப்பிலிருந்து விலகி 'சர்வதேச சோசலிச ஜனநாயகக் கூட்டணி' (International Alliance of Socialist Democracy) என்னும் புதிய அமைப்பை நிறுவினர். அந்த அமைப்பு பின்னர் சர்வதேசத் தொழிலாளர் சங்கத்தில் (முதல் அகிலம்) இணைந்தது. முதல் அகிலத்தில் பக்கூனினும் அவரது ஆதரவாளர்களும் மார்க்ஸுக்கு எதிரான

டென்மார்க், போர்ச்சுகல் ஆகியவற்றில் அகிலத்தின் கிளைகள் தோன்றின. அகிலத்தின் வளர்ச்சி சமச்சீராக இருக்கவில்லை என்பதில் சந்தேகமில்லை. சில நாடுகளில் அது வளர்ச்சியடைந்து கொண்டிருக்க, வேறு இடங்களிலோ அதன் வளர்ச்சி கூடாமலோ குறையாமலோ இருந்தது அல்லது கடும் ஒடுக்குமுறைகளின் காரணமாக வளர்ச்சி குன்றியது. எனினும் ஒரு குறுகிய காலத்திற்கு மட்டுமே அகிலத்தில் சேர்ந்தவர்களிடையேயும்கூட, தாங்கள் அதைச் சேர்ந்தவர்கள் என்கிற உணர்வு வலுவானதாக இருந்தது.

நிலைப்பாடுகளைத் தொடர்ந்து மேற்கொண்டு வந்தனர், எந்த ஒரு அமைப்பிலும் தலைமை என்பதே கூடாது, எல்லா நாடுகளிலும் அரசு யந்திரம் தகர்க்கப்பட வேண்டும், அரசு இல்லாமலேயே சோசலிசத்தை உருவாக்க வேண்டும் என்று கூறிவந்த அவர்கள், அரசியல் நடவடிக்கைகள், தொழிற்சங்கச் செயல்பாடுகள் முதலியவற்றை எதிர்த்து வந்தனர், பாட்டாளிவர்க்க அரசும்கூட ஓர் ஒடுக்குமுறை அமைப்பாகவே இருக்கும் என்று கூறிவந்த அவர்கள், தங்கள் செயல்பாடுகளில் ஒளிவுமறைவற்ற தன்மையைக் கடைப்பிடிக்கவில்லை. எந்த ஓர் அமைப்பும் அரசும் அதிகாரம் சார்ந்ததாகவே இருக்கும் என்று கூறிவந்த அவர்கள், மேல்-கீழ் வரிசையிலான அமைப்பைக் கொண்டு இரகசிய நடவடிக்கைகளில் ஈடுபட்டு வந்தனர். முதல் அகிலத்தில் அவர்கள் தொடர்ந்து சீர்குலைவு நடவடிக்கைகளில் ஈடுபட்டு வந்ததால் அது பிளவுபட்டது. பக்கூனின், ஜெர்மன் கருத்துமுதல்வாதத் தத்துவவாதி மாக்ஸ் ஸ்டிர்னர், பிரெஞ்சுக் குட்டி-பூர்ஷ்வாத் தத்துவவாதி புரூதோன் ஆகியோரின் தத்துவக் கூட்டுக்கு எங்கெல்ஸ் 'ஆட்சி மறுப்பியம்' (anarchism) என்னும் பெயர் சூட்டினார். பக்கூனினிசத்தைப் பற்றி விரிவாகத் தெரிந்துகொள்ள, எங்கெல்ஸ் எழுதியுள்ள On Authority, மார்க்ஸ்-எங்கெல்ஸ் எழுதியுள்ள Fictitious Splits in the Intemational ஆகிய கட்டுரைகளைக் காண்க. இவை கீழ்க்காணும் நூலில் இடம் பெற்றுள்ளன. Karl Marx and Frederich Engels, Selected Works, Volume 2, Progress Publishers, Moscow, *Marxist Internet Archive.*

'Anarchism' என்பது ஒரு தேசத்திலோ,. சமுதாயத்திலோ அரசு மட்டுமல்ல, எந்த நிலையிலும் எவ்வகையான அதிகார வடிவமோ, அதிகார அமைப்போ இருக்கக்கூடாது; மேல்-கீழ் வரிசையிலான அமைப்புகள் இருக்கக்கூடாது என்று கூறும் சிந்தனைப் போக்கு ஆகும். இந்தச் சிந்தனைப்போக்கும் சோசலிசக் கண்ணோட்டமும் இணைந்திருந்த கோட்பாட்டினைக் கொண்டிருந்தவர்கள்தாம் பக்கூனினும் அவரது ஆதரவாளர்களும். 'Anarchism' என்னும் கருத்தாக்கம் 'அராஜகவாதம்' என்று தமிழாக்கம் செய்யப்பட்டு, நீண்டகாலமாகப் புழக்கத்தில் இருந்துவருவது மட்டுமல்ல, குழப்பம் விளைவிக்கும் செயல்கள்; ஒழுங்கீனமான சட்டவிரோத நடவடிக்கைகள், சமூகவிரோதச் செயல்பாடுகள் முதலியவற்றைக் குறிப்பதற்கும் 'அராஜகவாதம்' என்னும் சொல் பயன்படுத்தப்பட்டு வருகிறது. எனவே, புரூதோன், பக்கூனின் காலத்திலிருந்து இன்றுவரை பல்வேறு வடிவங்களில் தொடர்ந்து நீடிக்கும் ஓர் அரசியல், சமூக, பொருளாதார போக்கைக் குறிப்பதற்கு, அதனுடைய மையக் கருத்தைக் கருத்தில்கொண்டு, 'ஆட்சி மறுப்பியம்' என்னும் பதம் இந்தத் தமிழாக்க நூலில் பயன்படுத்தப்படுகின்றது.

அவர்கள் பங்கேற்ற போராட்டங்களின் சுழற்சி முடிவுக்கு வந்து, அதிலிருந்து விலகி நிற்கும்படி இன்னல்களும் தனிப்பட்ட துன்பதுயரங்களும் அவர்களை நிர்பந்தப்படுத்திய போதிலும், அவர்கள் வர்க்க ஒருமைப்பாட்டு உறவுகளைத் தக்கவைத்துக் கொண்டிருந்ததுடன், அவர்களுக்குத் தேவைப்பட்டபோது அவர்களைத் தாங்கிப்பிடித்து ஆதரவளித்து வந்த அமைப்பான அகிலத்தின் பெயரால், ஆர்ப்பாட்டமொன்றைச் செய்யுமாறு விடுக்கப்பட்ட அறைகூவலுக்கோ, சுவரொட்டியொன்றிலுள்ள சொற்களுக்கோ, போராட்டச் செங்கொடியைப் பறக்கவிடுவதற்கோ அவர்கள் செவிமடுத்து வரத்தான் செய்தனர்.[18]

எனினும், ஒட்டுமொத்தமான தொழிலாளர்களில் சிறு பகுதியினரே அகிலத்தின் உறுப்பினர்களாக இருந்தனர். பாரிஸில் அவர்களது எண்ணிக்கை ஒருபோதும் 10000த்தைத் தாண்டவில்லை; ரோம், வியென்னா, பெர்லின் போன்ற தலைநகரங்களில் அவர்கள் அரிதாகவே காணப்பட்டனர். அகிலத்தில் சேர்ந்த தொழிலாளர்களின் இன்னொரு அம்சம், அவர்களது தன்மை. அகிலம் கூலி-உழைப்பாளர்களின் (wage-workers) அமைப்பாக இருக்க வேண்டும் என்று கருதப்பட்டது. ஆனால், கூலி-உழைப்பாளர்களில் மிகச் சிலரே உண்மையில் அதன் உறுப்பினர்களாயினர். அகிலத்திற்குள் வந்து சேர்ந்த கூலித் தொழிலாளர்களில் முதன்மையானவர்கள் இங்கிலாந்திலிருந்த கட்டுமானத் தொழிலாளர்கள், பெல்ஜியத்திலிருந்த பஞ்சாலைத் தொழிலாளர்கள், பிரான்ஸிலும் ஸ்விட்ஸர்லாந்திலுமிருந்த பல்வேறு வகைக் கைவினைஞர்கள் ஆகியோராவர்.

பிரிட்டனில், உருக்கு உற்பத்தி செய்யும் தொழிலாளர்கள் என்னும் ஒரே விதிவிலக்கைத் தவிர, அகிலத்தில் தொழிற்துறைப் பாட்டாளிவர்க்கத்தைச் சேர்ந்தவர்கள் அங்கொன்றும் இங்கொன்றுமாக மிகச் சிறு எண்ணிக்கையிலேயே இருந்தனர்.'[19] அகிலம் செயல்பட்டுவந்த எந்த இடத்திலும் அந்த அமைப்பில்

---

18. See Julius Braunthal, *History of the International,* New York: Nelson, 1966, p.116

19. See Collins - Abramsky, op cit., p.70; Jacques D'Hondt, "Rapport de synthese", in Colloque International sur *La premiere Internationale, I'institute, I'implantation, le rayonnement,* Paris: Editons de Centre national cherche scientifique, 1968, p.475.

தொழிற்துறைப் பாட்டாளிவர்க்கம் ஒருபோதும் பெரும்பான்மையாக அமையவில்லை. தென் ஐரோப்பாவில் அகிலம் விரிவுபடுத்தப்பட்ட பிறகும்கூட இந்த நிலைதான் நீடித்தது. வினைத்திறனற்ற (unskilled) தொழிலாளர்களையும் சேர்ப்பதற்கான முயற்சிகள் அகிலத்தின் முதல் பேராயத்துக்கான ஆயத்தம் நடைபெற்று வந்த நாளிலிருந்து மேற்கொள்ளப்பட்டு வந்த போதிலும், அவர்களை அகிலத்திற்குள் கொண்டுவரத் தவறியது அகிலத்தின் இன்னொரு குறைபாடு ஆகும்.[20] வினைத்திறனற்ற உழைப்பாளிகள் அகிலத்திற்குள் கொண்டுவரப்பட வேண்டும் என்பதை தற்காலிகத் தலைமைக் குழுவிற்கான பிரதிநிதிகளுக்கான அறிவுரைகள். பல்வேறு பிரச்சினைகள் Instructions for Delegates of the Provisional General Council. The Different Questions என்னும் ஆவணம் தெளிவாகக் கூறியது:

> அவை (தொழிற்சங்கங்கள்) எந்த நோக்கங்களுக்காக முதன்முதலில் தொடங்கப்பட்டனவோ, அந்த நோக்கங்கள் தவிர, உழைக்கும் வர்க்கத்தின் முழு விடுதலை என்னும் பரந்த நலன் கருதி, அந்த வர்க்கத்தை ஒழுங்கமைக்கும் மையங்களாகத் திட்டமிட்டுச் செயல்பட இப்போது கற்றுக்கொண்டாக வேண்டும். உழைக்கும் வர்க்கத்தின் முழு விடுதலை என்னும் திசை நோக்கிச் செல்லும் ஒவ்வொரு சமூக, அரசியல் இயக்கத்திற்கும் அவை உதவி புரிய வேண்டும். ஒட்டுமொத்த உழைக்கும் வர்க்கத்தின் வீரமிக்க ஆதரவாளர்களாகவும் பிரதிநிதிகளாகவும் தம்மைக் கருதியும் அவ்வாறே செயல்பட்டும், சங்கங்களைச் சேராதவர்களையும் தமது அணிகளுக்குள் கொண்டு வர அவை தவறக்கூடாது. பாதகமான சூழ்நிலைமைகளின் காரணமாக சக்தியற்றவர்களாக்கப்பட்டுள்ள விவசாயத் தொழிலாளர்கள் போன்ற மிகக் குறைந்த ஊதியம் வழங்கப்படுகிறவர்களின் நலன்களை அவை கவனமாகப் பாதுகாக்க வேண்டும். தமது முயற்சிகள் குறுகியவையாகவும் சுயநலம் சார்ந்தவையாகவும் இருப்பதற்கு முற்றிலும் மாறாக, ஒடுக்கப்பட்ட இலட்சக்கணக்கான மக்களின் விடுதலையைக் குறிக்கோளாகக் கொண்டுள்ளன என்பதை உலகத்தினர் ஏற்றுக் கொள்ளும்படி செய்யவேண்டும்.[21]

---

20. See Collins - Abramsky, op. cit., p. 289.

21. From document 2, p.87.

ஆயினும், பிரிட்டனிலும்கூட, குழிதோண்டும் தொழிலாளர்களைத் தவிர, வினைத்திறனற்ற தொழிலாளிகள் யாரும் அகிலத்திற்குள் வரவில்லை. அகிலத்தின் பிரிட்டன் பிரிவில் இருந்த உறுப்பினர்களில் பெரும்பான்மையினராக இருந்தவர்கள் தையல் தொழிலாளிகள், ஆடை தயாரிப்புத் தொழிலாளிகள், காலணி செய்பவர்கள், மரப்பெட்டிகள், அலமாரிகள் போன்றவற்றைத் தயாரிப்பவர்கள் ஆகியோர்தாம். இவர்கள், மிகச்சிறப்பாக ஒழுங்கமைக்கப்பட்டிருந்த உழைக்கும் வர்க்கப் பிரிவுகளைச் சேர்ந்தவர்களும் மிக அதிக வர்க்க உணர்வு கொண்டிருந்தவர்களும் ஆவர். இறுதியில், அகிலம் வேலைக்கு அமர்த்தப்பட்ட தொழிலாளிகளின் அமைப்பாகவே இருந்ததேயன்றி, வேலையற்றோர் அதன் பகுதியாக ஒருபோதும் இருக்கவில்லை என்பதை அகிலத்தின் தலைவர்களாக இருந்தவர்களின் பின்னணியே பிரதிபலிக்கின்றது. அவர்களில் ஒரு சிலரைத் தவிர மற்ற எல்லோருமே கைவினைஞர் அல்லது மூளை உழைப்பாளர் பின்னணியைக் கொண்டிருந்தவர்கள்தாம்.

அகிலத்தின் உறுப்பினர்கள் எண்ணிக்கையைப் போலவே அதன் நிதியாதாரங்களும் சிக்கலான விஷயமே. கட்டுக்கதைகளில் சொல்லப்படுகின்ற அளவுக்கு அதனிடம் செல்வம் இருந்ததாக பேச்சு அடிபட்டுக் கொண்டிருந்தது.[22] ஆனால் உண்மை என்னவென்றால் அதனுடைய நிதி நிலைமை எப்போதுமே ஸ்திரமற்றதாகவே இருந்திருக்கிறது. தனிநபர்களுக்கான உறுப்பினர் கட்டணம் ஒரு ஷில்லிங்; தொழிற்சங்கங்கள் தத்தம் உறுப்பினர்கள் ஒவ்வொருவருக்கும் மூன்று பென்ஸ் தர வேண்டும் என்று சொல்லப்பட்டிருந்தது. ஆனால், பல நாடுகளில் உறுப்பினர் கட்டணம் செலுத்திய தனிநபர்கள் வெகுசிலரே; அவர்களும் அங்கொன்றும் இங்கொன்றுமாகவே இருந்தனர். சந்தா

---

22. தமது நாள்குறிப்பில் (*Tagebuchblatter sus dem Jahre 1869*, Liepzig; won Hirzel, 1901, vol. VIII, p.406) தளபதி ஃப்ரெடெரிக் ஃபான் பெர்ன்ஹார்டி (General Friedrich von Bernhardi), அகிலத்தின் பயன்பாட்டுக்காக 50,00,000 பவுண்டுகள் இலண்டனில் வைப்புத்தொகையாக வைக்கப்பட்டிருந்தது என்பது 'நம்பத்தகுந்த வட்டாரங்களி'லிருந்து தமக்குக் கிடைத்த தகவல் என்று குறிப்பிட்டிருந்தார். See Braunthal, op. cit., p.107.

செலுத்துவதைப் பொருத்தவரை, பிரிட்டனில் தொழிற்சங்கங்களின் பங்கு நம்பத்தகுந்ததாக இருக்கவில்லை. பலவேளை, அவை அந்தப் பங்கைக் குறைத்து வந்ததால், தலைமைக் குழு யதார்த்த நிலையை எதிர்கொண்டு, தொழிற்சங்கங்களால் எப்போது, எவ்வளவு தரமுடியுமோ அதைக் கொடுப்பதற்கு அவற்றுக்குச் சுதந்திரம் தந்துவிட்டது. சந்தாக்கள் மூலம் அகிலம் திரட்டிய தொகை ஆண்டுக்கு ஒரு சில பவுண்டுகளைத் தாண்டவில்லை.[23] வாரத்துக்கு நான்கு ஷில்லிங்குகள் அகிலத்தின் பொதுச்செயலாளருக்கு ஊதியமாகத் தருவதற்கும் அகிலத்தின் அலுவலகக் கட்டடத்துக்கான வாடகை தருவதற்கும்கூட அந்த வருமானம் போதுமானதாக இருக்கவில்லை, வாடகை பாக்கிக்காக அலுவலகக் கட்டடத்தைக் காலி செய்ய வேண்டும் என்னும் அச்சுறுத்தலை அது அடிக்கடி எதிர்கொண்டது.

அகிலத்தின் மிக முக்கியமான அரசியல் - அமைப்பு ஆவணங்களிலொன்றில் மார்க்ஸ், அதன் செயல்பாடுகளைப் பின்வருமாறு தொகுத்துக் கூறினார்: "உழைக்கும் வர்க்கங்களின் தன்னெழுச்சியான போராட்டங்களை ஒன்றிணைத்து அவை எல்லா இடங்களிலும் நடக்கச் செய்வதுதான் அகிலத்தின் வேலையேயன்றிக் கால இட சூழலைக் கருத்தில் கொள்ளாத கோட்பாட்டு அமைப்பு

---

23. See Braunthal, op. cit, p.108. 1901, தலைமைக்குழுவின் ஆண்டு வருமானம் பற்றிய முழு அறிக்கை ஏதும் அதனுடைய ஆவணங்களில் காணப்படவில்லை என்று உறுதியாகக் கூறுகிறார். ஆனால், அகிலத்தின் பொருளாளர் கொவெல் ஸ்டெப்னியின் (Cowell Stepney) அறிக்கையொன்று, முதல் ஆறு ஆண்டுகளுக்கு தனிநபர்கள் அகிலத்துக்குச் செலுத்திய சந்தாத் தொகை விவரங்களை உள்ளடக்கியுள்ளது, அவை பின்வருமாறு: 1865-23 பவுண்டு; 1866 - 9 பவுண்டு 13 ஷில்லிங்; 1867 - 5 பவுண்டு 17 ஷில்லிங்; 1868 - 14 பவுண்டு 14 ஷில்லிங்; 1869 - 30 பவுண்டு 12 ஷில்லிங்; 1870 - 14 பவுண்டு 14 ஷில்லிங். தி ஹேக் நகரத்தில் நடந்த அகிலத்தின் காங்கிரஸில் எங்கெல்ஸால் 1870-72ஆம் ஆண்டுகளுக்குச் சமர்ப்பிக்கப்பட்டதுதான் கடைசி நிதி அறிக்கை. அகிலத்தின் வரவு செலவுத் திட்டத்தில் 25 பவுண்டு பற்றாக்குறை இருந்தது என்பதையும் அது தலைமைக் குழு, தனது உறுப்பினர்களுக்கும் பிறருக்கும் திருப்பித் தரவேண்டிய கடன்தொகை என்பதையும் காட்டியது. அகிலத்தின் வரவுசெலவுக் கணக்குகளின் அறிக்கைகள் (balance sheets) காலின்ஸ் - ஆப்ராம்ஸ்கி எழுதியுள்ள நூலில் காணப்படுகின்றன (Collins - Abramsky, op. cit. pp. 80-81).

எதனையும் ஏற்றுக் கொள்ளுமாறு அவற்றுக்குக் கட்டளையிடுவதோ அதை அவற்றின் மீது திணிப்பதோ அல்ல".[24]

அகிலத்திலிருந்த கூட்டமைப்புகளுக்கும் கிளைகளுக்கும் கணிசமான சுயாதீனம் வழங்கப்பட்டிருந்த போதிலும், அகிலத்தின் தலைமைக் குழு எப்போதுமே அரசியல் தலைமையைத் தக்கவைத்துக் கொண்டிருந்தது. அகிலத்திலிருந்த பல்வேறு போக்குகளை ஒன்றிணைக்கும் கூட்டிணைவுக் கோட்பாட்டை (synthesis) வகுத்து, அகிலம் முழுவதும் பின்பற்ற வேண்டிய வழிகாட்டு நெறிகளைத் தந்தது. 1864 அக்டோபர் முதல் 1972 ஆகஸ்ட் வரை தலைமைக் குழு 385 முறை கூடியது. எப்போதுமே அது புதன் கிழமை மாலை நேரத்தில்தான் கூடும். புகையிலை புகை பிடிப்பதற்கான குழாய்களிலிருந்தும் சுருட்டுகளிலிருந்தும் வரும் புகை நிரம்பிய அறையில் நடக்கும் தலைமைக்குழுவின் அமர்வுகளில் வேலை நிலைமைகள், புதிய இயந்திரங்களால் ஏற்படும் விளைவு, வேலை நிறுத்தத்துக்கான ஆதரவு, தொழிற்சங்கங்களின் பாத்திரம், அவற்றின் முக்கியத்துவம், அயர்லாந்துப் பிரச்சினை, பல்வேறு வெளியுறவுக் கொள்கைப் பிரச்சினைகள், எதிர்கால சமுதாயத்தைக் கட்டுவது எவ்வாறு என்பன போன்ற பரந்து விரிந்த விஷயங்கள் விவாதிக்கப்படும். சுற்றறிக்கைகள், கடிதங்கள், நடப்புக்கால செயல்நோக்கங்களுக்கான தீர்மானங்கள் ஆகியவற்றை மட்டுமின்றி குறிப்பிட்ட சூழ்நிலைமைகளில் தேவைப்பட்ட சிறப்பு அறிக்கைகள், உரைகள், வேண்டுகோள்கள் ஆகியவற்றையும் வரையும் பொறுப்பு தலைமைக்குழுவிற்கு இருந்தது.[25]

---

24. From document 2, p.85. பால் லஃபார்க்குக்கு எழுதிய கடிதத்தில் மார்க்ஸ் கூறுகிறார். "தலைமைக் குழு, போப் (Pope) ஆக இருக்கவில்லை, எனவே அகிலத்தில் இருந்த ஒவ்வொரு கிளையும் யதார்த்தமான இயக்கம் ஒவ்வொன்றையும் பற்றிய தனது சொந்தத் தத்துவக் கண்ணோட்டத்தைக் கொண்டிருக்க அனுமதிக்கப்பட்டது - நமது விதிகளுக்கு நேர் எதிரான கோட்பாடுகள் ஏதும் முன்வைக்கப்படுவதில்லை என்று எப்போதும் அனுமானித்துக்கொண்டு" (See Karl Marx to Paul Lafargue, 19 April 1870, *MECW, vol.*43, p.491).

25. See, Georges Haupt, *L'Internazionale socialista dalla Comune a Lenin*, Torino: Einaudi, 1978, p.78.

4
அகிலத்தின் உருவாக்கம்

அகிலத்தின் முக்கியமான அமைப்புப் பணிகள் மேற்கொள்ளப்பட்ட நேரங்களும், அகிலம் இருந்த காலத்தில் ஏற்பட்ட முக்கியமான அரசியல் நிகழ்வுகளும் ஒரேகாலத்தவையாக இல்லாததால், அதனுடைய வரலாற்றைக் காலவரிசைப்படி மறுகட்டமைப்புச் செய்வது கடினம். அமைப்புப் பணிகளைப் பொருத்தவரை அதனுடைய முதன்மையான கட்டங்கள் பின்வருமாறு: *1.*அகிலம் நிறுவப்பட்டதிலிருந்து ஜெனிவாவில் *1866*இல் நடந்த அதன் முதல் பேராயம் வரையிலான அகிலத்தின் தோற்றம் *(1864-1866); 2.* அகிலம் விரிவாக்கம் பெற்ற காலகட்டம் *(1866-1870); 3.* புரட்சிகர எழுச்சியும் பாரிஸ் கம்யூனை அடுத்து நடந்த ஒடுக்குமுறையும் *(1871-1872); 4.* பிளவும் நெருக்கடியும் *(1872-1877)*. தத்துவரீதியான வளர்ச்சியைப் பொருத்தவரை, அகிலத்தின் முக்கிய கட்டங்கள் பின்வருமாறு: *1.*அகிலத்தின் பல்வேறு கூறுகளிடையே நடந்த தொடக்க கால விவாதங்களும் அகிலத்திற்கான அடிப்படைகள் இடப்படுதலும் *(1864-1865); 2.*அகிலத்தில் மேலாண்மை பெறுவதற்காக சமூகவுடைமைவாதிகளுக்கும் (collectivists) பரஸ்பரவாதிகளுக்கும் நடந்த போராட்டம் *(1866-1869);*

3. மையமுதன்மைவாதிகளுக்கும் (centralists)* சுயாதீனவாதி களுக்கும் (autonomists) நடந்த போராட்டம் *(1870-1877)*. பின்வரும் பத்திகளில் அமைப்பு தொடர்பான அம்சங்கள், தத்துவ அம்சங்கள் ஆகிய இரண்டும் விளக்கப்படுகின்றன.

அகிலத்தில் சேர்வதற்கான முதல் விண்ணப்பங்கள் பிரிட்டனிலிருந்து வந்தவையாகும். 4000 உறுப்பினர்களைக் கொண்ட கொத்தனார்கள் சங்கம் (bricklayers operative society) 1865 பிப்ரவரியில் அகிலத்தில் இணைந்தது; அதைத் தொடர்ந்து விரைவாக கட்டுமானத் தொழிலாளர்கள் சங்கமும் காலணி தயாரிக்கும் தொழிலாளர் சங்கமும் அகிலத்தில் சேர்ந்தன. தலைமைக் குழு தனது முதலாண்டில், அகிலத்தின் கொள்கைகளைப் பரவலாக அறிவிக்கும் முனைப்பான செயல்பாட்டை மேற்கொண்டது. இந்தச் செயல்பாடு, அகிலம் வெறும் பொருளாதாரப் பிரச்சினைகளுக்கு அப்பால் தனது அக்கறையின் எல்லைகளை விசாலமாக்கிக் கொள்ள உதவியது. இதை 1865 பிப்ரவரியில் நிறுவப்பட்ட (தேர்தல்) சீர்திருத்தக் கழகத்தைச் [Electoral Reform League] சேர்ந்த அமைப்புகளில் அகிலமும் ஒன்று என்னும் உண்மையிலிருந்து தெரிந்துகொள்ளலாம்.

பாரிஸில் அகிலத்தின் கிளை நிறுவப்பட்டதுடன், பிரான்ஸில் அகிலம் 1865ஆம் ஆண்டு ஜனவரி மாதம் வடிவம் கொள்ளத் தொடங்கியது. சிறிது காலத்திற்குள் அகிலத்தின் முக்கிய மையங்கள் லியோன் (Lyon), கான் (Caen) நகரங்களில் தோன்றின. ஆனால், பிரான்ஸில் அகிலத்தின் வலு மிகவும் வரம்புக்குட்பட்டிருந்தது. பிரெஞ்சுத் தலைநகரில் அதனால் தனது அடித்தளத்தை

---

* மையமுதன்மைவாதிகள்: அகிலத்தில் பல்வேறு போக்குகளைக் கொண்டிருந்தவர்கள் இருந்தாலும், அவர்கள் எல்லோரது கருத்துகளைக் கேட்டறிந்த பின்னர், எல்லோரும் பின்பற்ற வேண்டிய வழிகாட்டுதல்களையும் தீர்மானங்களையும் தலைமைக் குழு ஜனநாயகரீதியான விவாதத்தின் மூலம் உருவாக்கிய பிறகு, அவற்றை அகிலத்திலுள்ள அனைத்துப் பிரிவுகளும் கட்டளைகளாக மதித்து அவற்றை நடைமுறைப்படுத்த வேண்டும் என்றும், அவ்வாறு செய்தவன் மூலமே சர்வதேசப் பாட்டாளி வர்க்கம் அனைத்துக்கும் பொதுவான பொருளாதார அரசியல் குறிக்கோள்களை நிறைவேற்ற முடியும் என்றும் கருதியவர்கள்.

சுயாதீனவாதிகள்: மேற்சொன்ன நிலைப்பாட்டை ஏற்றுக்கொள்ளாமல், தத்தம் தத்துவ, அரசியல் கருத்துநிலைகளுக்கேற்ற செயல்பாடுகளை, தலைமைக் குழுவின் தலையீடில்லாமல் மேற்கொள்ள விரும்பியவர்கள்.

விரிவுபடுத்திக்கொள்ள முடியவில்லை. இதே காலகட்டத்தில் பிரான்ஸிலிருந்த பிற தொழிலாளர் அமைப்புகளில் இருந்த உறுப்பினர்களின் எண்ணிக்கை அகிலத்தின் உறுப்பினர்கள் அனைவரின் எண்ணிக்கையைவிடக் கூடுதலாக இருந்தது. அகிலத்திற்கு இங்கு கருத்துநிலைச் செல்வாக்கு ஏதும் இருக்கவில்லை. பிற தொழிலாளர் அமைப்புகளுக்கும் அகிலத்துக்கு மிடையிலான பலாபலம், அகிலத்திடம் அரசியல் உறுதிப்பாடு இல்லாமை ஆகியவற்றின் காரணமாக, தேசிய அளவில் தொழிலாளர் அமைப்புகளின் கூட்டமைப்பைக்கூட அதனால் நிறுவ முடியவில்லை. இருப்பினும், அகிலத்தின் பிரெஞ்சு ஆதரவாளர்கள் - அவர்கள் பெரும்பாலும் புரூதோனின் பரஸ்பரவாதத் தத்துவத்தைப் பின்பற்றியவர்கள் - அகிலத்தின் முதல் மாநாட்டில் (First Conference) இரண்டாவது பெரிய குழுவாகத் தங்களை நிறுவிக்கொண்டனர். 1865 செப்டம்பர் 25 முதல் 29 வரை இலண்டனில் நடைபெற்ற அந்த மாநாட்டில் இங்கிலாந்து, பிரான்ஸ், ஸ்விட்ஸர்லாந்து, பெல்ஜியம் ஆகிய நாடுகளைச் சேர்ந்த 30 பிரதிநிதிகளும் ஜெர்மனி, போலந்து, இத்தாலி ஆகியவற்றைச் சேர்ந்த சில பிரதிநிதிகளும் கலந்து கொண்டனர். இந்தப் பிரதிநிதிகள் ஒவ்வொருவரும் அகிலம் மேற்கொண்ட முதல் நடவடிக்கைகளைப் பற்றிய தகவல்களை - குறிப்பாக அமைப்பு மட்டத்தில் மேற்கொள்ளப்பட்ட நடவடிக்கைகள் தொடர்பான தகவல்களைத் - தந்தனர். இந்த மாநாடு, அடுத்த ஆண்டுக்கான முதல் பொதுப் பேராயத்தை (First General Congress) நடத்துவதற்கான அழைப்பு விடுக்க முடிவு செய்ததுடன், அந்தப் பேரவையில் விவாதிக்கப்பட வேண்டிய முக்கிய விஷயங்களின் பட்டியலையும் வகுத்தது.

அகிலத்தின் முதல் மாநாட்டுக்கும் முதல் பேராயத்துக்கும் இடைப்பட்ட காலகட்டத்தில் அகிலம் ஐரோப்பாவில் தொடர்ந்து விரிவாக்கம் பெற்று, பெல்ஜியத்திலும் ஸ்விட்ஸர்லாந்தில் பிரெஞ்சு மொழி பேசப்படும் பகுதியிலும் அங்கு பின்னர் உருவான தனது பிரிவுகளின் மையக்கருவாக அமைந்த குழுக்களை நிறுவியது. பிற நாடுகளிலிருந்த அமைப்புகளுடன் ஜெர்மானிய அரசியல் சங்கங்கள் முறைப்படித் தொடர்பு வைத்திருப்பதை, சங்கங்கள் பற்றிய பிரஷ்யச் சட்டங்கள் (The Prussian Combination Laws) தடை செய்திருந்ததால், அன்று ஜெர்மன் பெருங்கூட்டமைப்பு என்றழைக்கப்பட்டிருந்த பகுதிகளில் அகிலத்தால் தனது கிளைகளை

நிறுவ முடியவில்லை. வரலாற்றில் முதல் தொழிலாளர் கட்சியாகத் தோன்றிய ஜெர்மன் பொதுத் தொழிலாளர் சங்கம் (The General Association of German Workers)[26] - *1863*இல் நிறுவப்பட்டு ஃபெர்டினாண்ட் லஸ்ஸாலின் சீடரான யொஹான் பாப்டிஸ்ட் ஃபான் ஸ்வைட்ஸெரால் (Johann Baptist von Schweitzer: *1833-1875)* வழி நடத்தப்பட்டு வந்த அந்த அமைப்பு - அகிலத்தின் தொடக்க ஆண்டுகளில் அதன் மீது சொற்ப அக்கறையே காட்டியது அல்லது அக்கறை காட்டவேயில்லை; அந்த அமைப்பு ஓட்டோ ஃபான் பிஸ்மார்க்குடன்* (Otto von Bismarck :1815-1898) இரட்டை உறவுகளை (அவரைச் சிலவேளை எதிர்த்தல், சிலவேளை அவருடைய உதவியை நாடுதல் - எஸ்.வி.ஆர்.) வைத்திருந்தது. மார்க்ஸுடன் அரசியல்ரீதியாக நெருக்கமாக இருந்த வில்லெஹ்ம் லீப்னெஹ்ட்டும்கூட (Willhelm Libnecht: 1826-1890).♣ இந்த அக்கறையின்மையைப் பகிர்ந்து கொண்டார். ஸ்விட்ஸர்லாந்தில் அகிலத்தின் முக்கியத் தலைவர்களிலொருவராக இருந்த யொஹான் ஃபிலிப் பெக்கெர் (Johann Philipp Becker: 1809-1886), ஜெனிவாவைத் தளமாகக் கொண்டிருந்த "ஜெர்மன் மொழி பேசும் கிளைகளி"ன் மூலம் இந்தச் சிக்கல்களைத் தீர்ப்பதற்கு முயற்சி செய்தார். ஜெர்மன் பெருங்கூட்டமைப்பில் அகிலத்திற்குக் கிடைத்த தொடக்ககால

26. அப்போது அதற்கு ஏறத்தாழ 5000 உறுப்பினர்கள் இருந்தனர்.

* பிஸ்மார்க் : இளவரசர்களாலும் மன்னர்களாலும் ஆளப்பட்டுவந்த ஜெர்மன் பிரதேசங்களை ஒன்றிணைத்து, ஒன்றுபட்ட ஜெர்மனியை உருவாக்கியதில் முக்கியப் பாத்திரம் வகித்தவர்.

♣ வில்லெஹ்ம் லீப்னெஹ்ட்: ஜெர்மன் தொழிலாளர் இயக்கத் தலைவர்களிலொருவர். 1848ஆம் ஆண்டு ஜெர்மானியப் புரட்சியில் பங்கேற்ற அவர், அந்தப் புரட்சி தோல்வியடைந்த பின் முதலில் ஸ்விட்ஸர்லாந்துக்கும் பின்னர் இங்கிலாந்துக்கும் சென்றார். இங்கிலாந்தில் 'கம்யூனிஸ்ட் கழக'த்தில் சேர்ந்த அவர், 1862இல் ஜெர்மனிக்குத் திரும்பினார். ஜெர்மன் பொதுத் தொழிலாளர் சங்கத்தில் தீவிரமாகப் பங்கேற்றுச் செயல்பட்ட அவர், 1866இல் ஒகஸ்ட் பேபெலுடன் இணைந்து சாக்ஸன் மக்கள் கட்சியை நிறுவி அதன் தலைவராகச் செயல்பட்டார். வட ஜெர்மானிய நாடாளுமன்றத்துக்குத் தேர்ந்தெடுக்கப்பட்ட முதல் இடதுசாரி உறுப்பினராக விளங்கிய அவர், 1869இல் சோசலிச-ஜனநாயகத் தொழிலாளர் கட்சியை நிறுவியவர்களிலொருவராவார். ஜெர்மானிய நாடாளுமன்றத்தில் அக்கட்சியைச் சார்ந்த உறுப்பினராகவும் மூன்று சோசலிச ஏடுகளின் ஆசிரியராகவும் பணிபுரிந்தார். அவரது கருத்துகளை மார்க்ஸும் விமர்சித்து வந்த போதிலும், அவரை ஒரு நேர்மையான தொழிலாளர் இயக்கத் தலைவராகவே கருதினர்.

முக்கியக் குழுவின் ஒரே ஒரு அமைப்பாளராக நீண்டகாலம் செயல்பட்டவர் இவர்தாம்.

அகிலத்தின் கருத்துகளுடன் அனுதாபம் கொண்டிருந்த செய்தியேடுகளோ, அகிலத்தின் அதிகாரபூர்வமான செய்தியேடுகளோ பரவலாக இருந்தது அகிலத்தின் வளர்ச்சிக்குப் பேருதவியாக அமைந்தது. இந்த இருவகையான செய்தியேடுகளும் வர்க்க உணர்வு வளர்ச்சியடைவதற்கும் அகிலத்தின் செயல்பாடு பற்றிய செயதிகள் துரிதமாகப் பரவுவதற்கும் பங்களிப்புச் செய்தன.[27] அகிலத்தின் தொடக்க ஆண்டுகளில் தோன்றிய ஏடுகளில் மிகவும் குறிப்பிட்டுச் சொல்லப்பட வேண்டியவை, இலண்டனில் வெளியிடப்பட்டு வந்த வார ஏடுகளான *தி பீ ஹைவ்* (*The Bee Hive*), *தி மைனெர்ஸ் அன்ட் வொர்க்கெர்ஸ் அட்வொகேட்* (The Miners' and Workers' *Advocate*) [இது பின்னர் *தி வொர்க்கெர்ஸ் அட்வொகேட்* (*The Workers' Adovocate*) என்றும் அதற்கும் பின்னர் தி காமன்வெல்த் (*The Commonwealth*) என்றும் பெயர் மாற்றம் பெற்றது] ஆகியவையாகும். பிரெஞ்சு மொழி வார ஏடான *லெ கூரியெ அந்தர்னேஷனல்* (*Le Courrier International*) என்பதும் இலண்டனிலேயே வெளியிடப்பட்டது. பெல்ஜியத்தில் அகிலத்தின் அதிகாரபூர்வமான ஏடான *ல திரிபியூன் டியு பேப்புலு* (*La Tribune du People*) **1865** ஆகஸ்ட் மாதத்திலிருந்து வெளிவந்தது. ஸ்விட்ஸர்லாந்தில் பிரெஞ்சு மொழி பேசும் பகுதியிலிருந்த அகிலத்தின் கிளை, *ஜேனல் த லஸோஸியோன் அந்தர்னேஷனல் த்ரவாயர்*(*Journal de l'Association Internationale des Travailleur*) என்னும் அதிகாரபூர்வமான ஏட்டை வெளியிட்டு வந்தது. புருதோனிய வார ஏடான *ல கூரியெ ஃபிரான்ஸெ* (*La Courrier Franscais'*) பாரிஸிலிருந்து வெளியிடப்பட்டது. ஜெனீவாலிருந்து டெய்ர் ஃபோர்பட் (*Der Verbate*) என்னும் ஏட்டை பெக்கெர் நடத்தி வந்தார்.

இலண்டனிலிருந்த தலைமைக் குழுவின் செயல்பாடு, அகிலம் மேலும் வலுப்பெறுவதில் தீர்மானகரமான பாத்திரம்

---

27. அகிலம் நடத்தி வந்த அல்லது அதற்கு ஆதரவாக இருந்த பல ஏடுகளைப் பற்றிய மேலும் முழுமையான புரிதலைப் பெற Giuseppe Del Bo (ed.), *Repertorie internatiohnal des sources pour ;'etude des mouvement sociaux aux XIXe et Xxe siecles. La Premiere Internationale, vol. I: Periodiques 1864-1877*, Paries: Armand Colin, 1958.

வகித்தது. 1886ஆம் ஆண்டு வசந்தகாலத்தில் 'இலண்டன் ஒன்றிணைந்த தையல் தொழிலாளர்கள்' (Amalgamated Tailors of London) என்னும் அமைப்பு நடத்திய வேலைநிறுத்தப் போராட்டத்துக்கான ஆதரவு தந்ததன் மூலம் தொழிலாளர்களின் போராட்டத்தில் முதல் முறையாக அகிலம் செயலூக்கமிக்க பாத்திரம் வகித்தது. அந்த வேலைநிறுத்தப் போராட்டம் வெற்றியடைந்ததை அடுத்து, தையல் தொழிலாளர் சங்கங்கள் ஐந்து - இவை ஒவ்வொன்றிலும் ஏறத்தாழ 500 தொழிலாளர்கள் இருந்தனர் - அகிலத்துடன் இணையத் தீர்மானித்தன. இதர போராட்டங்களில் கிட்டிய ஆக்கபூர்வமான விளைவு ஏராளமான சிறு சங்கங்களை அகிலத்திற்குள் ஈர்த்தன. ஆக, அகிலத்தின் முதல் பேராயம் நடந்த சமயத்தில் 25000த்திற்கும் அதிகமான புதிய உறுப்பினர்களைக் கொண்ட 17 இணைப்புகள் நடந்திருந்தன. தொழிற்சங்கங்களைத் தனது அணிகளுக்குள் சேர்க்கும் கடினமான வேலையில் வெற்றி பெற்ற முதல் சங்கம் அகிலம்தான்.[28]

1866ஆம் ஆண்டு செப்டம்பர் 3 முதல் 8 வரை ஜெனிவா நகரம் அகிலத்தின் முதல் பேராயத்தை நடத்தியது. அதில் பிரிட்டன், பிரான்ஸ், ஜெர்மனி, ஸ்விட்ஸர்லாந்து ஆகியவற்றிலிருந்து 60 பிரதிநிதிகள் கலந்து கொண்டனர். தனது பதாகையின் கீழ் நூறுக்கும் மேற்பட்ட தொழிற்சங்கங்களையும் அரசியல் அமைப்புகளையும் திரட்டியிருந்த அகிலம், முதல் பேராயம் நடந்த சமயத்தில், அது நிறுவப்பட்டதிலிருந்து இரண்டாண்டுகளுக்கான வரவு-செலவுக் கணக்கில் சாதகமான நிலையைப் பெற்றிருந்தது. அந்தப் பேராயத்தில் கலந்து கொண்டவர்கள் இரண்டு அணிகளாக (Blocs) பிரிவுபட்டிருந்தனர். பிரிட்டிஷ் பிரதிநிதிகள், ஒரு சில ஜெர்மன் பிரதிநிதிகள், ஸ்விஸ் பிரதிநிதிகளில் பெரும்பான்மையினர் ஆகியோர் முதல் அணியில் இருந்தனர். அவர்கள் மார்க்ஸால் வகுக்கப்பட்ட தலைமைக் குழுவின் கட்டளைகளைப் பின்பற்றினர் (ஜெனிவா பேராயத்தில் மார்க்ஸ் கலந்துகொள்ளவில்லை). இரண்டாவது அணியில், பிரெஞ்சுப் பிரதிநிதிகள், பிரெஞ்சு மொழி பேசும் ஸ்விஸ் பகுதிப் பிரதிநிதிகளில் சிலர் ஆகியோர் இருந்தனர். இவர்கள் பரஸ்பரவாதத் தத்துவத்தைப் பின்பற்றியவர்கள். உண்மையில் அந்தச் சமயத்தில், அகிலத்திற்குள் மிதவாதசக்திகள் பரவலாக இருந்தனர். பாரிஸ்

---
28. Collins - Abramsky, op. cit., p.65.

நகரத்தைச் சேர்ந்த ஹான்ரி தொலென் (Henri Tolain :1828-1897) என்பவரின் தலைமையிலிருந்த பரஸ்பரவாதிகள், தொழிலாளி ஒரேசமயத்தில் உற்பத்தியாளராகவும், முதலாளியாகவும், நுகர்வோராகவும் இருக்கக்கூடிய ஓர் எதிர்கால சமுதாயத்தை உருவாக்குவது பற்றிச் சிந்தித்து வந்தனர். வட்டியில்லாத கடன் வழங்குவது சமுதாய மாற்றத்தில் தீர்மானகரமான பாத்திரம் வகிக்கும் என்று கருதினர். அறவியல் கண்ணோட்டம், சமூகத்தின் பார்வை ஆகிய இரண்டையும் கருத்தில் கொண்டால் பெண்களின் உழைப்பு வெறுக்கத்தக்கதாகும் என்றனர். தொழில் உறவுகளில் அரசு எவ்வகையிலும் தலையிடுவதை (வேலைநாளை எட்டு மணி நேரமாகக் குறைப்பதற்கான சட்டம் இயற்றுவதும்கூட அவர்களைப் பொருத்தவரை இந்த தலையீட்டில் அடங்கும்) எதிர்த்தனர். அரசின் தலையீடு, தொழிலாளர்களுக்கும் அவர்களை வேலையில் அமர்த்தியுள்ளவர்களுக்கும் உள்ள தனிப்பட்ட உறவுகளை அச்சுறுத்தி, தற்போது நிலவுகிற சமுதாய, அரசியல், பொருளாதார அமைப்பை வலுப்படுத்திவிடும் என்று கூறினர்.

மார்க்ஸ் தயாரித்திருந்த தீர்மானங்களை அடிப்படையாகக் கொண்ட தலைமைக் குழுவினர், அந்தப் பேராயத்தில், எண்ணிக்கை பலம் கொண்டிருந்த பரஸ்பரவாதிகளை ஓரங்கட்டுவதில் வெற்றி பெற்று, அரசுத் தலையீட்டுக்கு ஆதரவான வாக்குகளைப் பெற்றனர். தொழில் உறவுகளில் அரசுத் தலையீடு என்னும் பிரச்சினையைப் பொருத்தவரை, *தற்காலிகத் தலைமைக் குழுவின் பிரதிநிதிகளுக்கான அறிவுரைகளில்* (*Instructions for Delegates of the Provisional General Council*) "இரு பாலினத்தையும் சேர்ந்த சிறார் மற்றும் குழந்தைத் தொழிலாளர்கள்" தொடர்பான பிரிவில், மார்க்ஸ் தெளிவாகக் கூறினார்:

> சமூக அறிவை சமூக சக்தியாக மாற்றுவதன் மூலமே இதைச் செயலளவில் கொண்டு வர முடியும். ஆனால், இப்போதுள்ள நிலைமைகளில், அரசு அதிகாரத்தால் சட்டரீதியாக நடைமுறைப்படுத்தப்படக்கூடிய பொதுச் சட்டங்கள் வழியாக அன்றி இதைச் சாதிப்பதற்கான வேறு எந்த வழிமுறையும் இல்லை. இத்தகைய சட்டங்கள் நடைமுறைப்படுத்தப் படுவதனால் உழைக்கும் வர்க்கத்தினர் அரசாங்க அதிகாரத்தைப் பலப்படுத்துவதில்லை. மாறாக, இப்போது உழைக்கும் வர்க்கத்தினருக்கு எதிராகப் பயன்படுத்தப்படும் அந்த

அதிகாரத்தை அவர்கள் மாற்றத்தை உருவாக்குவதற்கான தங்களது சொந்தக் கருவியாக உருமாற்றுகிறார்கள். உதிரி உதிரியாகத் தனிமைப்பட்ட எண்ணற்ற நடவடிக்கைகள் மூலம் எதை நடைமுறைப்படுத்த அவர்கள் வீண் முயற்சி செய்கிறார்களோ, அதை ஒரு பொதுச்சட்டத்தின் மூலம் செய்கிறார்கள்.[29]

ஆக, (புரூதோனும் அவரது ஆதரவாளர்களும் தவறாகக் கருதியதற்கு மாறாக), இந்த சீர்திருத்தக் கோரிக்கைகள் உழைக்கும் வர்க்கத்தின் விடுதலைக்கான இன்றியமையாத தொடக்கப் புள்ளியாக இருந்தன.

மேலும், ஜெனிவாப் பேராயத்துக்காக மார்க்ஸ் எழுதிய "அறிவுரைகள்" தொழிற்சங்கங்களின் அடிப்படைச் செயல்பாட்டை வலியுறுத்திக் கூறின. ஆனால், இதற்கு எதிரான நிலைப்பாட்டை பரஸ்பரவாதிகள் மட்டுமின்றி பிரிட்டனின் இராபர்ட் ஓவெனின் (Robert Owen:1771-1858)* ஆதரவாளர்களும் ஜெர்மனியில் லஸ்ஸாலின்[30♣] ஆதரவாளர்களும் மேற்கொண்டனர். மார்க்ஸ் எழுதிய "அறிவுரைகள்" கூறின:

தொழிற்சங்கத்தின் செயல்பாடு சட்டரீதியானதும் நியாயப்படுத்தப்படக்கூடியதும் மட்டுமல்ல, அது அவசியமானதும்

---

29. From Document 2, p.84.

* ஆங்கிலேயக் கற்பனா சோசலிசவாதி. இவரைப் பற்றிய ஆக்கபூர்வமான விமர்சனப் பகுப்பாய்வை எங்கெல்ஸின் *'கற்பனா சோசலிசமும் விஞ்ஞான சோசலிசமும்'* என்னும் சிறு நூலில் காணலாம்.

30. ஃபெர்டினாண்ட் லஸ்ஸாலால் பரப்பப்பட்டு வந்த 'கூலி விகிதத்தின் இறுக்கமான விதி' என்னும் கருத்தின்படி கூலியை உயர்த்துவதற்காக மேற்கொள்ளப்படும் நடிவடிக்கைகள் எல்லாம் வீண் முயற்சிகளே; அவை அரசில் தொழிலாளர்கள் அரசியல் அதிகாரத்தை எடுத்துக்கொள்ள வேண்டும் என்னும் முதன்மையான கடமையிலிருந்து திசை திருப்புகின்றவை.

♣ தொழிலாளர்களின் உண்மை ஊதியம் எப்போதுமே நீண்டகாலப் போக்கில் அவர்கள் உயிர்பிழைத்திருக்க மட்டுமே போதுமான அளவுக்குக் குறைந்துவிடும் என்பதுதான் 'கூலி விகிதத்தின் இறுக்கமான விதி (Iron Law of Wages).

கூட. இப்போதுள்ள உற்பத்தி முறை நீடித்திருக்கும்வரை அதைக் கீழித்துக்கட்டிவிட முடியாது. மாறாக, எல்லா நாடுகளிலும் தொழிற்சங்கங்களை உருவாக்குவதன் மூலமும் அவற்றை இணைப்பதன் மூலமும் தொழிற்சங்கம் இருப்பதைப் பொது விதியாக்க வேண்டும். மறுபுறம், தொழிற்சங்கங்கள், உழைக்கும் வர்க்க ஒழுங்கமைப்பின் மையங்களை உருவாக்கி வருகின்றன - இப்படி செய்வதைப் பற்றிய சுய-உணர்வு அவர்களுக்கு இல்லை என்றாலும். இது மத்தியகாலத்தில் நகரமன்றங்களும் கம்யூன்களும்* பூர்ஷ்வா வர்க்கத்தின்* மையங்களை உருவாக்கி வந்தது போன்றதாகும். மூலதனத்துக்கும் உழைப்புக்குமிடையே கெரில்லாப் போர்களை நடத்துவதற்குத் தொழிற்சங்கங்கள் தேவைப்படுகின்றன என்றால், கூலி உழைப்பும் மூலதனமும் நிலவுகின்ற அமைப்பையே அகற்றுவதற்கான மாற்றத்தை ஏற்படுத்துகிற ஒழுங்கமைக்கப்பட்ட சக்தி என்னும் வகையில் அவை இன்னும் அதிக முக்கியத்துவம் வாய்ந்தவையாகின்றன.

இந்த ஆவணத்தில் மார்க்ஸ் அப்போது இருந்த தொழிற்சங்கங் களையும் விமர்சனத்துக்குட்படுத்தாமல் விட்டுவைக்கவில்லை:

இவை, மூலதனத்துக்கு எதிரான அந்தந்த இடம் சார்ந்த மற்றும் உடனடியான போராட்டங்கள் நடத்துவதில் மட்டுமே பிரத்யேகமான அக்கறை கொண்டுள்ளன; கூலி அடிமைமுறை அமைப்புக்கு எதிராகச் செயல்படுவதற்குத் தமக்குள்ள வலிமையை அவை முழுமையாகப் புரிந்துகொள்ளவில்லை. எனவே அவை பொதுவான சமூக, அரசியல் இயக்கங்களிலிருந்து மிகவும் ஒதுங்கி நிற்கின்றன.[31]

---

* கம்யூன்: "பிரான்சில் முழுவளர்ச்சி எய்தாத நகரங்கள், 'மூன்றாவது படிநிலைப் பிரிவு' என்னும் முறையில் (பூர்ஷ்வாக்கள்) தமக்கான சுயாட்சியையும் அரசியல் உரிமைகளையும் நிலப்பிரபுத்துவப் பிரபுக்களிடமிருந்தும் ஆண்டான்களிடமிருந்து வென்றெடுத்துக் கொள்வதற்கு முன்பே தமக்குச் சூட்டிக்கொண்ட பெயராகும்" (கம்யூனிஸ்ட் கட்சி அறிக்கையின் ஆங்கிலப் பதிப்பில் எங்கெல்ஸ் எழுதிய குறிப்பொன்றின் பகுதி இது. 'மூன்றாவது படிநிலைப் பிரிவு' (third Estate) நிலப்பிரபுத்துவ சமுதாயத்திற்குள் வளர்ந்து வந்த பூர்ஷ்வா வர்க்கத்தைக் குறிக்கின்றது.

✤ மார்க்ஸ் எழுதிய ஆவணத்தின் ஆங்கில மொழியாக்கத்தில் 'மத்தியதர வர்க்கம்' என்று சொல்லப்படுவது 'பூர்ஷ்வா வர்க்கம்' தான்.

31. From Document 2, p.86.

முற்றிலும் இதே போன்ற வாதத்தைத்தான் ஓராண்டுக்கு முன், ஜூன் 20, 27இல் நடந்த தலைமைக்குழுக் கூட்டத்தில் படிக்கப்படுவதற்காகத் தாம் எழுதிய உரையிலும் மார்க்ஸ் முன்வைத்திருந்தார். இந்த உரை அவரது மறைவுக்குப் பின் 'மதிப்பு, விலை, இலாபம்' என்னும் தலைப்பில் வெளியிடப்பட்டது:[*]

இந்த அன்றாடப் போராட்டங்களின் இறுதி விளைவுகளை உழைக்கும் வர்க்கம் தனக்குத் தானே மிகைப்படுத்திச் சொல்லிக் கொள்ளக்கூடாது. விளைவுகளை எதிர்த்துப் போராடுகிறோ மேயன்றி, அந்த விளைவுகளுக்கான காரணங்களை எதிர்த்து அல்ல என்பதையும்; தங்களது நிலைமையை மோசமாக்கும் போக்கைத் தடுத்து நிறுத்துகிறோமேயன்றி அந்தப் போக்கின் திசையை மாற்றுவதில்லை என்பதையும்; நோயின் கடுமையை அந்தந்த நேரத்துக்கு தணிக்கின்றவற்றைப் பயன்படுத்திக் கொள்கிறோமேயன்றி நோயைக் குணப்படுத்திக் கொள்வதில்லை என்பதையும் உழைக்கும் வர்க்கம் மறந்துவிடக்கூடாது. எனவே மூலதனத்தின் ஒருபோதும் ஓயாத ஆக்கிரமிப்பிலிருந்தோ, சந்தை நிலவரத்தில் ஏற்படும் மாற்றங்களிலிருந்தோ இடைவிடாது தோன்றிக் கொண்டிருக்கும் தவிர்க்க முடியாத கெரில்லாப் போர்களில் மட்டுமே அவர்கள் ஈர்த்துக் கொள்ளப்படக்கூடாது. இன்றுள்ள அமைப்பு முறை, அனைத்துத் துன்பதுயரங்களையும் அவர்கள் மீது திணிக்கும் அதேவேளை, சமுதாயத்தின் பொருளாதார மறுகட்டமைப்புக்கான பொருளாயத நிலைமைகளையும் சமூக வடிவங்களையும் உருவாக்குகின்றது என்பதையும் அவர்கள் புரிந்து கொள்ள வேண்டும். 'நியாயமான வேலைநாளுக்கு நியாயமான கூலி' என்னும் பழைமையான வாசகத்துக்குப் பதிலாக 'கூலி அமைப்பு முறை ஒழிக' என்னும்

---

[*] இது பின்னர் எங்கெல்ஸால் திருத்தங்கள் செய்யப்பட்டு அவரது அறிமுகவுரையுடன், 'கூலி, விலை, இலாபம்' என்னும் தலைப்பில் வெளியிடப்பட்டது.

புரட்சிகரமான முழக்கத்தைத் தொழிலாளர்கள் தங்கள் பதாகையில் பொறித்துக் கொள்ள வேண்டும்.[32]

---

32. See document p. 121, மறுபுறம், அரசியல் அமைப்பையும் தொழிற்சங்க அமைப்பையும் வேறுபடுத்திப் பார்க்கவேண்டும் என்பதில் மார்க்ஸ் எப்போதும் தெளிவாக இருந்தார். ஜெர்மன் தொழிற்சங்கவாதி யொஹான் ஹமான் என்பாருக்குக் கொடுத்த நேர்காணலில் (அது ஃபோல்க்ஸ்டாட் என்னும் ஏட்டின் 1869 நவம்பர் 27ஆம் தேதியிட்ட 17ஆம் இதழில் வெளியிடப்பட்டது) அவர் கூறினார்: "தொழிற்சங்கங்கள் எந்தக் குறிக்கோளுக்காக உருவாக்கப்பட்டனவோ, அந்தக் குறிக்கோள்கள் நிறைவேற்றப்படும்வரை, அவை ஒருபோதும் ஓர் அரசியல் சங்கத்தில் இணைக்கப்படவோ, அதைச் சார்ந்திருக்கவோ கூடாது. இப்படி நடக்குமானால் அது அவற்றின் மீது விழும் மரண அடியாகத்தான் இருக்கும். சோசலிசத்தைக் கற்பிப்பதற்கான பள்ளிகளே தொழிற்சங்கங்கள்"- Johann Heinrich Wilhelm Hamann, "bericht uber Unterredung von Metallgewerkschaften mit Karl Marx in Hannover am 30. September 1869", in *Marx-Engels-Gesamtausbage,* vol. 1/21, Berlin: Akademie, 2009, p.906.

5

வளர்ச்சியடைந்து வந்த வலிமை

1866ஆம் ஆண்டிலிருந்து ஐரோப்பா முழுவதிலும் வேலை நிறுத்தப் போராட்டங்கள் மிக வலுவாக நடைபெற்றன. பரந்துபட்ட உழைக்கும் மக்களால் ஒழுங்கமைக்கப்பட்ட இந்தப் போராட்டங்கள், அவர்களது நிலைமையைப் பற்றிய விழிப்புணர்வைத் தோற்றுவித்து, புதிய மற்றும் முக்கியமான போராட்ட அலைக்கான மையக்கருவாக அமைந்தன.

அன்றைய அரசாங்கங்கள் இந்த வேலை நிறுத்தப் போராட்டங்களுக்கு அகிலம்தான் காரணம் என்று அதன்மீது பழி சுமத்தின என்றாலும், இந்தப் போராட்டங்களில் பங்கேற்ற பெரும்பாலான தொழிலாளர்களுக்கு அகிலம் என்னும் ஓர் அமைப்பு இருந்ததே தெரியாது. மோசமான வேலை நிலைமைகள், வாழ்க்கை நிலைமைகள் ஆகியவற்றைத் தாங்கிக் கொள்ள வேண்டும் என்று அவர்கள் நிர்ப்பந்திக்கப்பட்டு வந்ததுதான் அவர்களது எதிர்ப்புப் போராட்டங்களுக்கான மூல காரணம். ஆயினும் இந்த வேலைநிறுத்தப் போராட்டங்களுக்காகத் தொழிலாளர்கள் அணிதிரட்டப் பட்டதானது, அகிலத்துடன் தொடர்பு கொள்ளவும் அதனோடு ஒருங்கிணைந்து செயல்படுவதுமான ஒரு காலகட்டத்திற்குள் அவர்களைக் கொண்டுவந்தது.

அகிலமும் அவர்களது போராட்டங்களை ஆதரித்து அறிக்கைகள் வெளியிடுதல், ஒருமைப்பாட்டுக்கான அறைகூவல் விடுத்தல், வேலைநிறுத்தப் போராட்டங்களுக்கு நிதி திரட்டுதல் ஆகியவற்றை மேற்கொண்டு, தொழிலாளர்களின் எதிர்ப்பை வலுக்குன்றச் செய்வதற்கு முதலாளிகள் செய்த முயற்சிகளை எதிர்த்துப் போராடத் தொழிலாளர்களுக்கு உதவி செய்தது.

இந்தக் காலகட்டத்தில் அகிலம் நடைமுறை சார்ந்த பாத்திரம் வகித்ததன் காரணமாக, அது தங்கள் நலன்களைப் பாதுகாக்கும் அமைப்பு என்று தொழிலாளர்கள் அதனை அங்கீகரித்ததுடன் சில வேளை அகிலத்துடன் தங்களை இணைத்துக் கொள்ளுமாறும் வேண்டுகோள் விடுத்தனர்.[33] அகிலத்தின் ஆதரவுடன் தொழிலாளர்கள் வெற்றிபெற்ற முதல் வேலைநிறுத்தப் போராட்டம், 1967 பிப்ரவரி - மார்ச்சில் பாரிஸில் வெண்கலம் செய்யும் தொழிலாளர்களின் போராட்டமாகும். அதன் பிறகு அகிலத்தின் உதவியுடன் நடந்த வெற்றிகரான வேலைநிறுத்தப் போராட்டங்கள் பின்வருமாறு: இரும்பினாலான பொருள்கள் தயாரிக்கும் தொழிலாளர்கள் 1867இல் மர்ஷியன் (Marchienne) நகரத்தில் நடத்திய போராட்டம்; 1867 ஏப்ரல் முதல் 1868 வரை ப்ரோவென்ஸால் (Provencal) தாதுப்பொருள் படுகையில் நடந்த நீண்டகாலத் தொழில்தகராறு; ஷர்ள்ருவா (Charleroi) சுரங்கத் தொழிலாளர் வேலைநிறுத்தப் போராட்டம்; 1868ஆம் ஆண்டு வசந்த காலத்தில் ஜெனிவாவில் கட்டடத் தொழிலாளர்கள் நடத்திய போராட்டம். இந்த நிகழ்வுகள் அனைத்திலும் காணப்பட்ட பொதுவான அம்சம் என்னவென்றால், இந்த வேலைநிறுத்தப் போராட்டங்களுக்குப் பிற நாட்டுத் தொழிலாளர்கள் நிதி திரட்டிக் கொடுத்ததும், வேலைநிறுத்தம் செய்த தொழிலாளர்களின் கோரிக்கைகள் பலவற்றுக்கு இணங்கிப் போகும்படி முதலாளிகளை நிர்பந்திப்பதற்காக அந்தப் பிற நாட்டுத் தொழிலாளர்கள், வேலைநிறுத்தம் செய்த தொழிலாளர்களின் இடத்தில் வேலைசெய்ய முன்வருகிற தொழிற்துறைக் கூலிப்படையினராக மாற மறுத்ததும் ஆகும். இந்தப் போராட்டங்கள் நடந்த மையங்களில் அகிலத்திற்கு நூற்றுக்கணக்கான புதிய உறுப்பினர்கள் சேர்க்கப்பட்டனர். தலைமைக் குழுவின் அறிக்கையொன்று பின்னாளில் கூறியதுபோல, "மக்களை வேலை நிறுத்தத்திற்குள் தள்ளிவிடுவது சர்வதேசத்

33. See Jacques Freymond, "Introduction", in Pl, I,p.XI.

தொழிலாளர் சங்கமல்ல; மாறாக, வேலை நிறுத்தங்கள்தாம் தொழிலாளர்களை சர்வதேசத் தொழிலாளர் சங்கத்தின் கரங்களுக்குள் தள்ளிவிடுகின்றது".[34]

ஆக, பல்வேறு தேசிய இனங்கள், மொழிகள், அரசியல் பண்பாடுகள் என்னும் பன்மைத்தன்மையுடன் சம்பந்தப்பட்ட சிக்கல்கள் பல இருந்தபோதிலும், பரந்த வகையான அமைப்புகளையும் தன்னெழுச்சியான போராட்டங்களையும் அகிலத்தால் ஒருங்கிணைக்க முடிந்தது. தொடக்ககாலக் குறிக்கோள்கள், மூலஉத்திகள் ஆகியவற்றின் பகுதித்தன்மையைத் தீர்மானகரமான முறையில் கடந்து சென்று, வர்க்க ஒருமைப்பாடு, சர்வதேசக் கூட்டுறவு ஆகியனவற்றின் முழுமுற்றான தேவையை மெய்ப்பித்துக் காட்டியதுதான் அகிலத்தின் மிகப் பெரும் சிறப்பு.

1867ஆம் ஆண்டிலிருந்து, இந்தக் குறிக்கோள்களை அடைவதில் பெற்ற வெற்றி, உறுப்பினர்களின் எண்ணிக்கையில் ஏற்பட்ட அதிகரிப்பு, அகிலம் முன்னைக் காட்டிலும் செயல்திறமையுள்ள அமைப்பாக மேம்பட்டமை ஆகியவற்றின் காரணமாக அது ஐரோப்பாக் கண்டப் பகுதியில் பெரும் முன்னேற்றங்களைக் கண்டது. குறிப்பாக, பிரான்ஸில் அது தடையகற்றி வளர்ச்சியடைந்த ஆண்டும் அதுதான். இங்கிலாந்தில் தையல் தொழிலாளர்களின் வேலை நிறுத்தப் போராட்டம் எவ்வாறு அகிலத்தின் உறுப்பினர்களின் எண்ணிக்கையை அடுத்தடுத்துப் பெருகச் செய்ததோ, அதேபோன்ற பாத்திரத்தை பாரிஸில் வெண்கல உற்பத்தித் தொழிலாளர்களின் வேலைநிறுத்தப் போராட்டம் வகித்தது. பாரிஸில் அகிலத்தின் உறுப்பினர்களின் எண்ணிக்கை கிட்டத்தட்ட ஓராயிரமாக இருந்தது. லியோன், வியென் (Vienne) நகரங்கள் ஒவ்வொன்றிலும் உறுப்பினர்களின் எண்ணிக்கை ஐநூறைத் தாண்டியது. அகிலத்தின் புதிய கிளைகள் பல நிறுவப்பட்டன. அவற்றில் மத்தியதரைக் கடலின் தெற்குக் கரைகளிலிருந்த அல்ஜியர்ஸில்* நிறுவப்பட்ட கிளையும் ஒன்று (எனினும், இந்தக் கிளையில் பிரெஞ்சுத் தொழிலாளர்கள் மட்டுமே இருந்தனர்). வேலைநிறுத்தப் போராட்டங்களை அடுத்து,

34. Various Authors, "Report of the (French) General Council". 1 September 1869, in Pl, ll, p.24.

* அன்று பிரெஞ்சுக் காலனியாக இருந்த அல்ஜீரியாவின் தலைநகர்.

பெல்ஜியத்திலும் அகிலத்தில் இணைந்து கொண்ட சங்கங்களின் எண்ணிக்கை உயர்ந்தது. ஸ்விட்ஸர்லாந்தில் தொழிலாளர் கழகங்கள், கூட்டுறவு அமைப்புகள், அரசியல் சங்கங்கள் ஆகியன அகிலத்தில் சேர்வதற்கு உற்சாகத்துடன் விண்ணப்பித்தன. தற்போது ஜெனிவாவில் மட்டும் அகிலத்திற்கு 25 கிளைகள் இருந்தன. அவற்றில் ஜெர்மன் மொழி பேசும் பகுதியிலிருந்த கிளையுமொன்று. ஜெர்மன் பெருங்கூட்டமைப்பிலிருந்த தொழிலாளர்களிடையே அகிலத்தின் கருத்துகளைப் பரப்புவதற்கு இந்தக் கிளை ஒரு தளப்பகுதியாக சேவை புரிந்தது.

ஆனால், மற்ற எல்லா நாடுகளைக் காட்டிலும் அகிலம் மிக வலுவாக இருந்த நாடு பிரிட்டன்தான். 1867ஆம் ஆண்டில், இன்னொரு டஜன் அமைப்புகள் அகிலத்தில் இணைந்து, உறுப்பினர்களின் எண்ணிக்கையை 50,000ஆக உயர்த்தின. இந்த வளர்ச்சி இரண்டே இரண்டு ஆண்டுகளில் நடந்தது என்பதையும், அன்று பிரிட்டனில் அமைப்புக்குள்ளாக்கப்பட்டிருந்த தொழிலாளர் களின் எண்ணிக்கை ஏறத்தாழ 8,00,000தான்[35] என்பதையும் கருத்தில் கொள்கையில் 50,000 என்பது மிகுந்த உற்சாகத்தைத் தூண்டக்கூடிய எண்ணிக்கையாக அமைந்திருந்தது. வேறு எந்த நாட்டிலும் அகிலத்தின் உறுப்பினர்களின் எண்ணிக்கை இந்த அளவை எட்டவில்லை (இங்கு ஒட்டுமொத்த உறுப்பினர்களின் எண்ணிக்கையைப் பற்றிக் கூறுகிறோமேயன்றி மக்கள் தொகையில் உறுப்பினர்களின் விகிதாசாரத்தை அல்ல). 1864-1867ஆம் ஆண்டுக் காலகட்ட வளர்ச்சிக்கு மாறாக, பிரிட்டனில் அடுத்து வந்த ஆண்டுகளில் உறுப்பினர்களின் எண்ணிக்கையில் தேக்கநிலையே காணப்பட்டது. அதற்குப் பல காரணங்கள் இருந்தன. அவற்றில் முதன்மையானது, நாம் ஏற்கெனவே பார்த்தது போல, ஆலைத் தொழில்களிலோ, வினைத்திறனற்ற தொழிலாளர்களிடையிலோ அகிலத்தால் தடையகற்றி வளர்ச்சியடைய முடியவில்லை என்பதுதான். வினைத்திறனற்ற தொழிலாளர்களில் விதிவிலக்காக அகிலத்தில் சேர்ந்த அமைப்பு 'ஐக்கியப்பட்ட குழிதோண்டுபவர்கள்' என்பது மட்டுமே. 1866இல் நடந்த வேலைநிறுத்தப் போராட்டத்திற்குப் பின் அந்த அமைப்பு அகிலத்தில் இணைந்தது.

---

35. See Henri Collins, "The International and the British Labour Movement: Origin of the International in England" in Colloque International sur La premiere Internationale, op. cit., p. 34.

பிரிட்டனின் வடக்கு மற்றும் மத்திய நிலப் பகுதிகளிலிருந்த பெரும் ஆலைகளைச் சேர்ந்த தொழிலாளர்களில், இரும்புத் தகடுகளைச் செய்யும் தொழிலாளர்கள் போன்ற வெகுசிலரே அகிலத்தில் அரிதாகச் சேர்ந்தனர். அகிலத்தின் குரல் நிலக்கரிச் சுரங்கத் தொழிலாளர்கள், பஞ்சாலைத் தொழிலாளர்கள் அல்லது பொறியியல் தொழிலாளர்கள் ஆகியோரைச் சென்றடையவில்லை (அவர்கள், தமக்கிருந்த தொழில்நுட்பத் திறனின் காரணமாக, வெளிநாட்டிலிருந்து வரும் போட்டி எதனாலும் அச்சுறுத்தலுக்குள்ளாகவில்லை). அகிலத்தில் மிகப் பெரும் எண்ணிக்கையில் சேர்ந்தவர்கள் கட்டுமானத் தொழிலாளர்களாவர். அகிலத்தின் தலைமைக் குழுவில் அங்கம் வகித்தவரும் மொத்த உறுப்பினர்களில் ஐந்திலொரு பகுதியினரைப் பிரதிநிதித்துவம் செய்தவருமான இராபர்ட் ஆப்பிள்கார்த்தை (1834-1924) *செயலாளராகக் கொண்டிருந்த ஒன்றிணைந்த தச்சர்கள் மற்றும் மரவேலைக்காரர்கள் சங்கத்தைச் (Amalgamated Society of Carpenters and Joiners) சேர்ந்த 9000 பேர் அகிலத்தில் உறுப்பினர்களாக இருந்தனர். எண்ணிக்கையில் அவர்களுக்கு அடுத்தபடியாக இருந்தவர்கள் தையல் தொழிலாளர்கள், காலணி செய்யும் தொழிலாளர்கள், அலமாரிகள் போன்ற பொருள்களைத் தயாரிக்கும் தொழிலாளர்கள், புத்தகங்களை பைண்ட் செய்யும் தொழிலாளர்கள், ரிப்பன்கள் செய்யும் நெசவாளர்கள், வலைகள் பின்னும் தொழிலாளர்கள், குதிரைச் சேணங்கள் தயாரிக்கும் தொழிலாளர்கள், சுருட்டுத் தயாரிக்கும் தொழிலாளிகள் ஆகியோராவர். தொழில் புரட்சியின் காரணமாக மாற்றமடையாத தொழில்களே இவை. 1867இல் இலண்டன் தொழிற்சங்கக் கவுன்சில் அகிலத்துடன் ஒத்துழைக்கத் தீர்மானித்ததேயன்றி, அதில் இணைவதற்கு எதிராக வாக்களித்தது. இந்த நிகழ்வு, அகிலம் அப்போது அதற்கு இருந்த செல்வாக்கு மண்டலத்துக்கு அப்பால் விரிவடைய இயலாததாக இருந்தது என்பதைத் தலைமைக் குழுவுக்கு உணர்த்தியது.

பிரிட்டனில் அகிலத்தின் உறுப்பினர் எண்ணிக்கையில் தேக்கநிலை உருவாகியதற்கு இன்னொரு காரணம், தொழிலாளர் இயக்கம் நிறுவனமயமாக்கப்படும் போக்கு அதிகரித்து வந்ததாகும். (தேர்தல்) சீர்திருத்தக் கழகம் முதலில் நடத்திய போராட்டத்தின்

---

* 'மரண தண்டனையை ஒழிப்பதற்கான தென் இலண்டன் தொழிலாளர் குழு' என்னும் அமைப்பை நிறுவியவர்.

விளைவாக பத்து இலட்சத்துக்கும் மேற்பட்ட தொழிலாளர்களுக்கு வாக்குரிமை விரிவுபடுத்தப்பட்டது. அதற்குப் பின்னர் தொழிற்சங்கங்கள் சட்டரீதியானவையாக்கப்பட்டதன் காரணமாக, தொழிலாளர்கள் ஒடுக்குமுறைக்கும் அடக்குமுறைக்கும் ஆளாகும் ஆபத்திலிருந்து விடுபட்டு சமுதாயத்தில் உண்மையான அங்கீகாரம் பெற்றனர். இதன் விளைவு என்னவென்றால் அந்த நாட்டில் தமக்குப் பயன்தருகிற நடைமுறைக் கொள்கையைக் கடைப்பிடித்து வந்த ஆட்சியாளர்கள், சீர்திருத்தப் பாதையில் தொடர்ந்து சென்றதும், அங்கிருந்த உழைக்கும் வர்க்கங்கள், பிரெஞ்சு உழைக்கும் வர்க்கங்களைப் போலல்லாது, தங்களது எதிர்காலத்துக்கு அமைதியான மாற்றத்தின் மீது மேலதிக நம்பிக்கை வைத்துத் தாங்களும் பிரிட்டிஷ் சமுதாயத்தைச் சேர்ந்தவர்கள்தாம் என்னும் உணர்வை வளர்த்துக் கொண்டதும் ஆகும்.[36] ஐரோப்பாக் கண்டத்திலிருந்த நிலைமையோ முற்றிலும் வேறு. ஜெர்மன் பெருங்கூட்டமைப்பில் கூலி உயர்வுக்கான கூட்டுப் பேரம் (collective bargain) என்பது இருக்கவில்லை; பெல்ஜியத்தில் வேலைநிறுத்தங்கள், போர்ச் செயல்களைப் போலக் கருதப்பட்டு, அரசாங்கத்தால் ஒடுக்கப்பட்டன; ஸ்விட்ஸர்லாந்திலோ, நிறுவப்பட்டுள்ள சமூக-அரசியல் அமைப்பால் சகித்துக்கொள்ள முடியாத முறைகேடான செயல்களாகவே வேலைநிறுத்தங்கள் கருதப்பட்டன. பிரான்ஸில் 1864ஆம் ஆண்டிலிருந்து வேலைநிறுத்தங்கள் சட்டரீதியானவையாக்கப்படும் என்று அறிவிக்கப்பட்டிருந்தாலும், முதன்முதலில் தோன்றிய தொழிற்சங்கங்களால் கடுமையான வரம்புகளுக்குள்தான் செயல்பட முடிந்தது.

இந்தப் பின்புலத்தோடும், தொடர்ந்து ஏற்பட்டுக் கொண்டிருந்த பரந்த அடிப்படையைக் கொண்ட விரிவாக்கத்துடனும், அகிலத்தின் பேராயம் 1867இல் கூடியது. செப்டம்பர் 2 முதல் 8 வரை நடந்த பேராயத்தின் நடவடிக்கைகளைக் கவனித்து செய்திகள் அனுப்புவதற்காக, தி டைம்ஸ் உள்ளிட்ட சில பூர்ஷ்வா செய்தியேடுகள் நிருபர்களை அனுப்பி வைத்தன. மீண்டும் ஒரு ஸ்விஸ் நகரில்தான், அதாவது லோஸான்னில் பேராயம் கூடியது.

---

36. See Collins - Abramsky, op. cit., pp. 290-1.

ஆறு நாடுகளைச் சேர்ந்த 64 பிரதிநிதிகள் (பெல்ஜியத்திலிருந்தும் இத்தாலியிலிருந்தும் ஒவ்வோர் பிரதிநிதி) வந்திருந்தனர்.[37] மூலதனம் நூலின் மெய்ப்புகளைப் பார்த்துத் திருத்தங்கள் செய்வதில் மார்க்ஸ் மும்முரமாக ஈடுபட்டிருந்ததால், பேராயத்துக்கான ஆயத்த அறிக்கைகள் தயாரித்துக் கொண்டிருந்த தலைமைக் குழுவுக்கும் அவர் வரவில்லை; பேராயத்திலும் கலந்து கொள்ளவில்லை.[38] அவர் வராமல் போனதன் விளைவுகள் நன்கு உணரப்பட்டன என்பதற்குச் சான்றாக இருந்தவை, அந்தப் பல்வேறு நாடுகளில் நிகழ்ந்த அமைப்பு வளர்ச்சி பற்றிய உப்புச்சப்பில்லாத அறிக்கைகள் அந்தப் பேராயத்தில் சமர்ப்பிக்கப்பட்டதும், அந்தப் பேராயத்தில் வலுவான பிரதிநிதித்துவம் பெற்றிருந்த பரஸ்பரவாதிகளுக்குப் பிரியமான புரூதோனியப் பேச்சுகள் (கூட்டுறவு இயக்கம், கடனைப் பயன்படுத்துவதற்கான மாற்று வழிகள் போன்றவை) நிகழ்த்தப்பட்டதும் ஆகும்.

சமாதானத்துக்கும் சுதந்திரத்துக்குமான கழகம் (League for Peace and Independence) என்னும் அமைப்பின் தொடக்கப் பேராயம், அகிலத்தின் பேராயம் நடந்து முடிந்த சில நாள்களுக்குள் நடக்கவிருந்தது. அந்தக் கழகத்தின் வேண்டுகோளின் பேரில் அந்தப் பேராயம் போர், இராணுவவாதம் ஆகியன பற்றிய விவாதத்தையும் நடத்தியது. இந்த விவாதத்தின் போது, ப்ரஸ்ஸெல்ஸிலிருந்து வந்திருந்த பிரதிநிதியும் அகிலத்தின் மிக செயலூக்கமுள்ள, திறமிக்க தத்துவவாதிகளிலொருவருமான செஸேர் த பாப் (Cesar de Paepe: 1841-1890), பின்னாளில் தொழிலாளர்கள் இயக்கம் மேற்கொண்ட செம்மையான நிலைப்பாடாக உருவான ஒரு கருத்தை முறைப்படுத்திக் கூறினார். முதலாளிய அமைப்பில் போர்கள் தவிர்க்க முடியாதவை என்பதுதான் அந்தக் கருத்து:

ஜெனிவா (சமாதான) மாநாட்டுக்கு எனது உளப்பாட்டைத் தெரிவிக்க வேண்டுமென்றால், இதைத்தான் நான் கூறுவேன்: சமாதானத்தை எந்த அளவுக்கு நீங்கள் விரும்புகிறீர்களோ, அந்த

---

37. 500 உறுப்பினர்களுக்கு ஒரு பிரதிநிதி என்ற விகிதத்தில் பேராயத்துக்குப் பிரதிநிதிகள் அனுப்பலாம் என்று அகிலத்தின் விதிகள் கூறினாலும், உண்மையான பிரதிநிதித்துவம், பேராயத்தில் கலந்துகொள்வதற்கு பிரதிநிதிகளுக்கு இருந்த ஆற்றலைச் சார்ந்திருந்தது.

38. அகிலத்துக்கு ஏற்பட்ட நெருக்கடியின்போது தி ஹேக் நகரில் நடந்த பேராயத்தைத் தவிர, மற்ற பேராயங்களில் மார்க்ஸ் தொடர்ந்து கலந்துகொள்ளாமலே இருந்தார்.

அளவுக்கு நாங்களும் விரும்புகிறோம். ஆனால், தேசிய இனங்கள் அல்லது நாட்டுப்பற்று பற்றிய கோட்பாடுகள் என்று நாங்கள் அழைப்பவை இருந்துவரும் வரை, போர் இருக்கும்; வேறுபாடுகள் கொண்ட வர்க்கங்கள் இருக்கும் வரை போர் இருக்கும்; போர் என்பது முடிமன்னனின் பேராசையின் விளை வு மட்டுமல்ல; போருக்கான உண்மையான காரணம், சில முதலாளிகளின் நலன்கள்தாம். பொருளாதார உலகிலும் அரசியல் உலகிலும் எதிரெதிர் சக்திகளிடையே சமநிலை இல்லாததன் விளைவுதான் போர்.[39]

இறுதியில் பெண்களின் விடுதலை பற்றிய விவாதமும் நடந்தது.[40] "மக்கள் போக்குவரத்து சாதனங்களும் சரக்குப் போக்குவரத்து சாதனங்களும் அரசுடைமையாக்கப்படுவதை நோக்கி தேசங்களின் முயற்சிகள் செல்ல வேண்டும்"[41] என்று கூறும் அறிக்கைக்கு ஆதரவாகப் பேராயம் வாக்களித்தது. அகிலத்தின் பேராயமொன்றால் ஒப்புதல் அளிக்கப்பட்ட முதல் சமூகவுடைமைவாதப் பிரகடனம் இதுதான். ஆயினும் பரஸ்பரவாதிகளோ நில உடைமையை சமூகமயமாக்குதல் என்பதை முழுமையாக எதிர்த்ததால், இந்தப் பிரச்சினை மீதான விவாதம் அடுத்த பேராயம் கூடும் வரை ஒத்திவைக்கப்பட்டது.

---

39. From piece 49, p.222. த பாப் மேற்கொண்ட நிலைப்பாடு பின்னர் போர் பற்றிய தொழிலாளர் வர்க்கத்தின் பொதுவான கருத்தாகியது.
40. See piece 6, pp. 101 - 102.
41. From document 32, p. 169.

6
பரஸ்பரவாதிகளின் தோல்வி

அகிலத்தின் மிகத் தொடக்க நாள்களிலிருந்தே, புரூதோனின் கருத்துகள் பிரான்ஸ், ஸ்விட்ஸர்லாந்தில் பிரெஞ்சு மொழி பேசும் பகுதி, வல்லோனியா*, ப்ரஸ்ஸெல்ஸ் நகரம் ஆகியவற்றில் மேலாண்மை செலுத்தின. அகிலத்தை நிறுவுவதற்காக 1864இல் நடந்த கூட்டம், 1865இல் இலண்டனில் நடந்த மாநாடு, ஜெனிவாவிலும் லோஸான்னிலும் நடந்த பேராயங்கள் ஆகியவற்றில் புரூதோனின் சீடர்கள் - குறிப்பாக தொலென், யர்னஸ்ட் எடுவார்ட் ஃப்ரைபூர்க் (Ernest Edouard Fribourg) ஆகியோர் - தங்கள் நிலைப்பாடுகளை வெளிப்படுத்தி அகிலத்தின் மீது தங்கள் தாக்கத்தை ஏற்படுத்தினார்கள்.

அகிலத்தில் பல ஆண்டுகள் மிகவும் மிதவாதத் தரப்பினராக இருந்தவர்கள் பரஸ்பரவாதிகள்தாம். அகிலத்தில் பெரும்பான்மையாக அமைந்திருந்த பிரிட்டிஷ் தொழிற்சங்கங்கள், மார்க்ஸின் முதலாளிய எதிர்ப்புவாதத்தை பகிர்ந்து கொள்ளவில்லை என்றாலும், அகிலத்தின் கொள்கைகள் மீது புரூதோனின் ஆதரவாளர்களைப் போல அவை செல்வாக்கு செலுத்தவில்லை.

---

* வல்லோனியா: பெல்ஜியத்தில் பிரெஞ்சு மொழி பேசுபவர்கள் மேலோங்கியிருந்த தென்பகுதி.

ஆட்சி மறுப்பியரான (Anarchist) புரூதோனின் கோட்பாடுகளை அடிப்படையாகக் கொண்டு, அவரது சீடர்கள் உற்பத்தியாளர்களின் கூட்டுறவுச் சங்கங்களையும் மத்திய மக்கள் வங்கியையும் நிறுவுவதன் மூலம் தொழிலாளர்களின் விடுதலையைச் சாதித்துவிட முடியும் என்றும் வாதிட்டனர். எந்தத் துறையிலும் அரசு தலையிடுவதை உறுதியாக எதிர்த்ததுடன், நிலமும் உற்பத்தி சாதனங்களும் சமூக உடைமை ஆக்கப்படுவதையும் வேலைநிறுத்தப் போராட்டம் என்னும் ஆயுதத்தைப் பயன்படுத்துவதையும் எதிர்த்தனர். எடுத்துக்காட்டாக, எதிர்மறையான, பொருளாதார-விரோத மதிப்புதான் வேலைநிறுத்தப் போராட்டத்திற்கு இருக்கிறது என்று கூறக்கூடிய பல கிளைகள் 1888ஆம் ஆண்டிலும்கூட அகிலத்தில் இருந்தன. வேலைநிறுத்தம் பற்றிய (அகிலத்தின்) லீயெஜ் (Liege) நகரக் கிளையின் அறிக்கை பரஸ்பரவாதிகளின் நிலைப்பாட்டுக்கான ஓர் எடுத்துக்காட்டு: "வேலைநிறுத்தம் ஒரு போராட்டம். இது மக்களுக்கும் பூர்ஷ்வாக்களுக்குமிடையே கொந்தளித்துக் கொண்டிருக்கிற வெறுப்பை அதிகரிக்கிறது; ஒன்றோடொன்று இணைந்து ஒன்றுபட வேண்டிய இரண்டு வர்க்கங்களையும் இன்னுமதிகமாகப் பிரித்துவிடுகிறது".[42]

அகிலத்தில் புரூதோனியர்களின் செல்வாக்கைக் குறைப்பதற்கு நடந்த நீண்டகாலப் போராட்டத்தில் மார்க்ஸ் முக்கியப் பங்கு வகித்தார் என்பதில் சந்தேகமில்லை. அகிலத்தின் தலைவர்களின் தத்துவார்த்த வளர்ச்சிக்கு அவரது கருத்துகள் அடிப்படையாக இருந்தன. அந்த அமைப்புக்குள் தோன்றிய ஒவ்வொரு முக்கிய முரண்பாட்டையும் கையாண்டு வெற்றி பெறுவதன் மூலம் தமது கருத்துகளை அறுதியிட்டுக் கொள்ளும் அசாதாரணமான ஆற்றலைக் காட்டினார். எடுத்துக்காட்டாக, கூட்டுறவுச் சங்கங்கள் என்னும் பிரச்சினை பற்றி 1866இல் அவர் எழுதிய *தற்காலிக மத்தியக் குழுவின் பிரதிநிதிகளுக்கான அறிவுரைகள். வேறு பிரச்சினை (Instructions for the Delegates of the Provisional General Council. The Different Question)* என்னும் ஆவணத்தில் அவர் ஏற்கெனவே அறிவித்திருந்தார்:

> சமூக உற்பத்தியைத் தடையற்ற, கூட்டுறவு உழைப்பு என்னும் பெரிய, ஒத்திசைவான அமைப்பாக மாற்றுவதற்குப் பொதுவான சமூக மாற்றங்கள் தேவைப்படுகின்றன. சமுதாயத்தின்

42. Cassian Marechal, "Report of the Liege Section", Pl. I: p. 268.

ஒழுங்கமைக்கப்பட்ட அதிகாரங்களை, அதாவது அரசியல் அதிகாரத்தை முதலாளிகள், நிலப்பிரபுக்கள் ஆகியோரிடமிருந்து உற்பத்தியாளர்களுக்கு மாற்றுவதன் மூலமே சமுதாயத்தின் பொது நிலைமைகளில் மாற்றங்களை ஏற்படுத்த முடியும், வேறு வழியிலல்ல.

"கூட்டுறவு விற்பனை நிலையங்களை விடுத்து, கூட்டுறவு உற்பத்தியில் இறங்குமாறு" தொழிலாளர்களுக்குப் பரிந்துரை செய்த அந்த ஆவணம், "கூட்டுறவு விற்பனை நிலையங்கள் இப்போதுள்ள பொருளாதார அமைப்பின் மேல்பரப்பை மட்டுமே தொடுகின்றன, கூட்டுறவு உழைப்போ அதன் அடித்தளத்தையே தாக்குகிறது" என்று கூறியது.[43]

எப்படியும் ஏற்கெனவே தொழிலாளர்களே புரூதோனியக் கோட்பாடுகளை ஓரங்கட்டிக் கொண்டிருந்தனர். எல்லாவற்றுக்கும் மேலாக, அதிகரித்துவந்த வேலைநிறுத்தப் போராட்டங்கள், தங்கள் கருத்துகள் தவறானவை என்பதைப் புரூதோனியர்களே ஏற்றுக் கொள்ளும்படி செய்திருந்தன. தொழிலாளர்கள் தமது நிலைமைகளை மேம்படுத்திக் கொள்வதற்கான உடனடி சாதனம் என்னும் வகையில் வேலைநிறுத்தம் அவசியமானது என்பதையும், அது எதிர்கால சமுதாயத்தைக் கட்டுவதற்கு இன்றியமையாத வர்க்க உணர்வை வலுப்படுத்துகின்றது என்பதையும் பாட்டாளிவர்க்கப் போராட்டங்கள் காட்டின. இரத்தமும் சதையுமான ஆண்களும் பெண்களும்தான், தங்கள் உரிமைகளையும் சமூக நீதியையும் கோரி, முதலாளிய உற்பத்தியைத் தடுத்து நிறுத்தினர். இவ்வாறு அவர்கள் வேலைநிறுத்தப் போராட்டத்தை நடத்தியதன் மூலம் அகிலத்திற்குள் இருந்த சக்திகளின் பலாபலத்தில் மாற்றத்தை ஏற்படுத்தினர். அதைவிட முக்கியமாக, சமுதாயத்திலிருந்த சக்திகளின் பலாபலத்திலும் மாற்றத்தை ஏற்படுத்தினர். பாரிஸில், வெண்கல உற்பத்தித் தொழிலாளர்களும், ரூவான் (Rouen), லியோன் நகரங்களைச் சேர்ந்த நெசவுத் தொழிலாளர்களும், ஸான் - எத்தியன் (Saint-Etienne) பகுதியைச் சேர்ந்த சுரங்கத் தொழிலாளர்களும் எந்தவொரு தத்துவார்த்த விவாதத்தைக் காட்டிலும் சக்திவாய்ந்த வகையில், நிலத்தையும் தொழில்களையும் சமூக உடைமையாக்குவதன் அவசியத்தை அகிலத்தின் தலைவர்கள்

---

[43]. From document 3, p.85.

ஏற்றுக்கொள்ளும்படி செய்தனர். சமூகப் பிரச்சினையை அரசியல் பிரச்சினையிலிருந்து பிரிப்பது சாத்தியமற்றது என்பதைத் தொழிலாளர் இயக்கம் மெய்ப்பித்துக் காட்டியது.[44]

பிரான்ஸ், பிரிட்டன், ஸ்விட்ஸர்லாந்து, ஜெர்மனி, ஸ்பெயின் (அங்கிருந்து ஒரே ஒரு பிரதிநிதி), பெல்ஜியம் (அங்கிருந்த வந்த பிரதிநிதிகள் 55)[45] ஆகியவற்றைச் சேர்ந்த 99 பிரதிநிதிகள் பங்கேற்றதும்* 1868 செப்டம்பர் 6 முதல் 13 வரை ப்ரஸ்ஸெல்ஸில் நடந்ததுமான பேராயம் புரூதோனியர்களின் பலத்தை உறுதியாக வெட்டிக் குறைத்தது. அந்தப் பேராயத்தில் பெறப்பட்ட மிகச் சிறந்த அனுபவம் என்னவென்றால், உற்பத்திச் சாதனங்கள் சமூகவுடைமையாக்கப்பட வேண்டும் என்ற த பாப்பின் முன்மொழிவுக்கு அந்தக் கூட்டம் ஒப்புதல் தந்ததாகும். சோசலிசத்தின் பொருளாதார அடிப்படை, குறிப்பிட்ட தனிமனிதர்களின் எழுத்துகளில் மட்டுமே வரையறை செய்யப்பட்டு வந்த நிலைக்கு மாறாக, நாட்டெல்லைகளைக் கடந்த ஒரு மாபெரும் அமைப்பின் (அகிலத்தின் - எஸ்.வி.ஆர்.) செயல்திட்டத்திலேயே வரையறை செய்யப்படும் தீர்மானகரமான

44. See Freymond, "Introduction", in, Pl, i,p. XIV.

45. நேபிள்ஸ் நகரத்திலிருந்த அகிலத்தின் கிளையொன்றின் பிரதிநிதியாக யூஜின் துபோன் (Dugene Dupont) வந்திருந்தார். லூயி ஒகஸ்ட் பிளாங்கி (Louis Auguste Blanqui: 1805-1881) பார்வையாளராக இந்தப் பேராயத்துக்கு வந்திருந்தார்.

* இந்தப் பேராயத்தில் பார்வையாளராகப் பங்கேற்ற லூயி ஒகஸ்ட் பிளாங்கி, பிரெஞ்சுப் பாட்டாளி வர்க்கத்தின் விடுதலைக்காகப் போராடிய பத்தொன்பதாம் நூற்றாண்டு பிரெஞ்சு சோசலிஸ்டுப் புரட்சியாளர். சிறு எண்ணிக்கையிலான புரட்சியாளர் குழுவின் தலைமறைவுப் புரட்சிகர ஆயுத எழுச்சியின் மூலம் பாட்டாளிவர்க்கத்தின் அரசியல் ஆட்சியை நிறுவி, சோசலிசத்தை உருவாக்க முடியும் என்று கருதினார் பிளாங்கி. அவரது 74 ஆண்டுக்கால வாழ்வில் 33 ஆண்டுகள் சிறைகளில் கழிந்தன. 1871ஆம் ஆண்டில் தோற்றுவிக்கப்பட்ட 'பாரிஸ் கம்யூனி'ன் தலைவராக அவர் தேர்ந்தெடுக்கப்பட்ட போதிலும், சிறையிலிருந்து விடுவிக்கப்படவில்லை. பாரிஸ் கம்யூனின் வீழ்ச்சிக்குப் பிறகு நடந்த பிரெஞ்சு நாடாளுமன்றத் தேர்தலில் பூர்தியோ என்னும் தொகுதியிலிருந்து தேர்ந்தெடுக்கப்பட்ட அவர் தொழிலாளர்களின் கிளர்ச்சியின் காரணமாக விடுதலை செய்யப்பட்டார். அவரது கருத்துகள் தவறானவையாகவும் நடைமுறைக்கு ஒவ்வாதவையாகவும் இருந்தபோதிலும், அவரை மாபெரும் புரட்சியாளராகவே மார்க்ஸும் எங்கெல்ஸும் கருதினர்.

முன்னேற்றம் அந்தப் பேராயத்தில் பெறப்பட்டது. சுரங்கங்கள், போக்குவரத்து ஆகியன பற்றி அந்தப் பேராயம் அறிவித்தது:

1. கற்சுரங்கங்கள், நிலக்கரிச் சுரங்கங்கள், இதர சுரங்கங்கள் ஆகியனவும் அதேபோல இரயில்வேக்களும், சமுதாயத்தின் இயல்பான நிலைமையொன்றில், அரசால் பிரதிநிதித்துவம் செய்யப்படும் பொதுமக்கள் குழுவிற்குச் (community) சொந்தமானதாக இருக்க வேண்டும். அரசும்கூட நீதியின் சட்டங்களுக்குக் கீழ்ப்பட்டதாக இருக்க வேண்டும்.

2. கற்சுரங்கங்கள், நிலக்கரிச் சுரங்கங்கள், இதர சுரங்கங்கள், இரயில்வேக்கள் ஆகியன, இப்போது இருப்பதைப் போல முதலாளிகளின் நிறுவனங்களுக்குக் குத்தகைக்கு விடப்படக் கூடாது. மாறாக, இரயில்வேக்கள் முதலியனவற்றை, அவற்றை நடத்துவதற்கான செலவுக்குக் கூடுமானவரை நிகராக உள்ள விலைக்குச் சமுதாயத்துக்குக் கிடைக்கும் வகையில் அறிவார்ந்த வகையிலும் அறிவியல் ரீதியாகவும் நடத்துவதாக உத்தரவாதமளிக்கும் ஒப்பந்தத்தைச் செய்துகொள்ளும் தொழிலாளர்களின் நிறுவனங் களுக்குக் குத்தகைக்கு விட வேண்டும். இதே ஒப்பந்தம், நிறுவனங்களின் கணக்குவழக்குகளைத் தணிக்கை செய்வதற்கும், அதன் மூலம் ஏகபோக நிறுவனங்கள் மீண்டும் உருவாக்கப்படும் சாத்தியப்பாட்டைத் தடுப்பதற்குமான உரிமையை அரசுக்கு ஒதுக்கி வைக்க வேண்டும். இரண்டாவது ஒப்பந்தமொன்றும் செய்து கொள்ளப்பட வேண்டும். அது, நிறுவனத்தின் உறுப்பினர் ஒவ்வொருவரும், தமது சகத் தொழிலாளரைப் பொருத்தவரை, பரஸ்பர உரிமை வழங்குவதை உத்தரவாதம் செய்யவேண்டும்.

நிலவுடைமையைப் பொருத்தவரை, பேராயம் பின்வருவனவற்றை ஏற்றுக் கொண்டது:

நவீன சமுதாயத்தின் பொருளாதார வளர்ச்சி, சாகுபடி செய்யப்படும் நிலத்தை சமுதாயத்தின் பொதுச் சொத்தாக மாற்றும் சமூகத் தேவையை உருவாக்கும்; சுரங்கங்கள், இரயில்வேக்கள் ஆகியவற்றைக் குத்தகைக்கு விடுவது தொடர்பாக என்ன நிபந்தனைகள் சொல்லப்பட்டுள்ளனவோ அவற்றை ஒத்த நிபந்தனைகளுடன் நிலம் அரசின் சார்பாக *வேளாண் நிறுவனங்களுக்குக்* குத்தகைக்கு விடப்பட வேண்டும்.

மேற்சொன்னவை நீர்வழிப்பாதைகள், சாலைகள், தந்தி சேவைகள் ஆகியவற்றுக்கும் பொருந்தும்:

சாலைகளுக்கும் இதர தொடர்பு சாதனங்களுக்கும் பொதுவான சமூக வழிகாட்டுதல் தேவைப்படுவதைக் கருத்தில் கொண்டு, அவை சமுதாயத்தின் பொதுச் சொத்தாக இருக்க வேண்டும் என்று பேராயம் கருதுகிறது.

இறுதியாக சுற்றுச்சூழல் பற்றிய சில முக்கியமான கருத்துகளும் சொல்லப்பட்டன:

நீரோடைகள் பேணிப்பாதுகாக்கப்படுவதற்கும், அதேபோல, மண்வளம், மக்களின் உடல் நலம், அவர்களது வாழ்க்கை ஆகியவற்றைப் பேணிப் பாதுகாப்பதற்கும் அவசியமான காடுகள், தனியாருக்கு விட்டுவைக்கப்படுவதன் காரணமாக அழிக்கப்படுவதால், அவை சமுதாயத்தின் சொத்தாக இருக்க வேண்டும் என்று பேராயம் கருதுகிறது.[46]

ஆக, ப்ரஸ்ஸெல்ஸ் பேராயத்தில்தான் அகிலம், அரசு அதிகாரத்தால் உற்பத்தி சாதனங்கள் சமூகவுடைமையாக்கப்பட வேண்டும் என்பதை முதல் முறையாக அழுத்தந்திருத்தமாகக் கூறியது.[47] இது தலைமைக்குழுவிற்குக் கிடைத்த முக்கியமான வெற்றியையும், பெரும் தொழிலாளர் அமைப்பொன்றின் அரசியல் வேலைத்திட்டத்தில் சோசலிசக் குறிக்கோள்கள் முதன்முதலாக இடம் பெற்றதையும் குறித்தது.

இத்துடன், பேராயம் போர் பற்றி மீண்டும் விவாதித்தது. பெக்கெரால் முன்மொழியப்பட்ட தீர்மானத்தை, பின்னர் வெளியிடப்பட்ட பேராயத்தின் தீர்மானங்களில் மார்க்ஸ் சுருக்கமாக எடுத்துரைத்தார்:

அனைத்துப் போர்களையும் - பொருளாதார, அரசியல் போர்கள், தனிநபர், சமுதாயப் போர்கள் அனைத்தையும் - இறுதியில் ஒழித்துக்கட்டுவதில் தொழிலாளர்களுக்கு மட்டுமே தெளிவான,

---

46. From document 3, pp. 91-2.

47. அகிலத்தின் பெல்ஜியக் கிளைகளால்தான் இது சாத்தியமாயிற்று. ஜூலை மாதம் நடந்த பெல்ஜியம் கிளைகளின் கூட்டமைப்பின் மாநாட்டுக்குப் பிறகுதான் அவை சமூகவுடைமைவாதத்திற்கு வந்து சேர்ந்தன.

தர்க்கரீதியான அக்கறை உள்ளது. ஏனெனில், போரிடும் தரப்பினர் வெற்றி பெற்றாலோ, தோல்வியடைந்தாலோ, அவர்கள் பரஸ்பரம் பழிவாங்கிக் கொள்ள இறுதியில் தொழிலாளர்கள்தாம் எப்போதுமே தங்கள் இரத்தத்தையும் உழைப்பையும் விலையாகத் தர வேண்டியுள்ளது.[48]

ஒவ்வொரு போரையும் 'உள்நாட்டுப் போரா'கப் பாவிக்கும்படி தொழிலாளர்களுக்குக் கோரிக்கை விடப்பட்டது.[49] பொது வேலைநிறுத்தம் செய்யலாம் என்று த பாப் ஆலோசனை கூறினார்.[50] இந்த ஆலோசனையை 'முட்டாள்தனம்' என்று மார்க்ஸ் நிராகரித்தார்.[51] ஆனால் உண்மையில் இந்த ஆலோசனை, தொழிலாளர்கள் வெறும் பொருளாதாரப் போராட்டங்களைத் தாண்டும் ஆற்றலுடைய வர்க்க உணர்வை வளர்க்கும் போக்கில் சென்றது.

அகிலத்தில் ஏற்பட்ட சமூகவுடைமைவாதத் திருப்பம் ப்ரஸ்ஸெல்ஸ் பேராயத்தில் நிகழ்ந்தது என்றால், அடுத்த ஆண்டு செப்டம்பர் 5 முதல் 12ஆம் தேதி வரை பாஸில் (Basel) நகரில் நடந்த பேராயம் சமூகவுடைமைவாதத்தை வலுப்படுத்திக் கொண்டு புரூதோனியத்தை அது பிறந்த நாடான பிரான்ஸிலும்கூட துடைத்தெறிந்தது. இம்முறை பிரான்ஸ், ஸ்விட்ஸர்லாந்து, ஜெர்மனி, பிரிட்டன், பெல்ஜியம் ஆகியவற்றை மட்டுமின்றி, (அகிலத்தின் விரிவாக்கத்தைத் தெளிவாகக் குறிக்கும் வகையில்) ஸ்பெயின், இத்தாலி, ஆஸ்திரியா ஆகிய நாடுகளையும் சேர்ந்த 78 பிரதிநிதிகளும் அமெரிக்காவிலிருந்த தேசியத் தொழிலாளர் சங்கத்தைச் சேர்ந்த ஒரு பிரதிநிதியும் கலந்துகொண்டனர். அமெரிக்காவிலிருந்து இந்தப் பிரதிநிதியும், ஒழுங்கமைக்கப்பட்ட முதல் உழைக்கும் வர்க்க அரசியல் சக்திகளில் ஒன்றான ஜெர்மனியின் சோசலிச ஜனநாயகத் தொழிலாளர் கட்சியின் (இது சில வாரங்களுக்கு முன் ஜெர்மன் நகரான ஐஸனாஹில் நிறுவப்பட்டது) சார்பில் வில்லெஹ்ம் லீப்னெஹ்ட்டும் வந்திருந்தது அந்தப் பேராயத்தை மேலும் பெருமிதம் கொள்ளச் செய்யவும்

48. Pl, l, pp. 402-3.

49. lbid, p.403.

50. See document 50.

51. See Karl Marx to Friedrich Engels, 16 September 1868, in MECW, vol. 43, p. 101.

அதற்கு நம்பிக்கை ஊட்டவும் உதவியது. மூலதனத்தின் ஆட்சியை எதிர்ப்பதற்கு அகிலத்தின் உறுப்பினர்கள் உள்ள பகுதிகள் விரிவடைந்திருந்தது கண்கூடாகத் தெரிந்தது. பேராயத்தின் நடவடிக்கைகள் பற்றிய பதிவுகளும், அதேபோல அகிலத்தின் செயல்பாடு பற்றி அந்தப் பேராயத்தில் நடந்த விவாதங்களும் அங்கு கூடியிருந்த தொழிலாளர்களின் உற்சாகத்தை வெளிப்படுத்தின. நிலவுடைமை பற்றி ப்ரஸ்ஸெல்ஸ் பேராயம் நிறைவேற்றிய தீர்மானம் இங்கு மீண்டும் உறுதி செய்யப்பட்டது. இதற்கு ஆதரவாக 54 வாக்குகளும் எதிராக 4 வாக்குகளும் கிடைத்தன. 13 பிரதிநிதிகள் வாக்கெடுப்பில் கலந்துகொள்ளவில்லை. பின்னாளில் பாரிஸ் கம்யூனில் முக்கிய நபராக இருந்த யூஜின் வர்லென் (Eugene Varlin :1838-1871) உள்ளிட்ட பிரெஞ்சுப் பிரதிநிதிகளில் பதினோரு பேர், நிலவுடைமை பற்றிய தீர்மானத்தின் புதிய வாசகங்களுக்கும்கூட ஒப்புதல் தந்தனர். புதிய வாசகங்களடங்கிய அந்தத் தீர்மானம் அறிவித்ததாவது: " நிலத்தில் தனிநபர் உடைமையை ஒழித்துக்கட்டி அதைப் பொதுமக்கள் குழுவின் பகுதியாக ஆக்குவது சமுதாயத்தின் உரிமையாகும்."[52] இந்தப் புதிய வாசகத்தின் மீதான வாக்கெடுப்பில் 14 பேர் கலந்து கொள்ளவில்லை; (தொலென் உள்ளிட்ட) 4 பேர் அதை எதிர்த்து வாக்களித்தனர். பாஸில் மாநாட்டுக்குப் பிறகு அகிலத்தின் பிரெஞ்சுக் கிளைகளில் பரஸ்பரவாதம் அடியோடு ஒழிந்தது.

பாஸில் நகரத்தில் நடந்த பேராயம் இன்னொரு வகையிலும் முக்கியத்துவம் கொண்டிருந்தது. அதற்குக் காரணம் மிகெய்ல் பக்கூனின் அந்த பேராயத்தின் நடவடிக்கைகளில் ஒரு பிரதிநிதியாகக் கலந்து கொண்டதுதான். 'சமாதானம் மற்றும் சுதந்திரத்துக்கான கழகம்' (League for Peace and Freedom) என்னும் அமைப்பின் தலைமைப் பொறுப்பை வென்றெடுப்பதில் தோல்வியடைந்த அவர், 'சர்வதேச சோசலிச ஜனநாயகக் கூட்டணி' (International Alliance for Socialist Democracy) என்னும் அமைப்பை ஜெனிவாவில் செப்டம்பர் 1868இல் நிறுவினார். டிசம்பர் மாதம் அகிலத்தில் சேர்வதற்கு விண்ணப்பித்தார். அகிலத்தின் தலைமைக் குழு முதலில் பக்கூனினின் வேண்டுகோளை நிராகரித்தது. அதற்குக் காரணம், 'சர்வதேச சோசலிச ஜனநாயகக் கூட்டணி' அகிலத்திற்கு இணையான இன்னொரு சர்வதேசக் கட்டமைப்பைக் கொண்டிருந்ததும், வர்க்கங்களை ஒழித்துக் கட்டுதல் என்னும்

52. Pl, ll, p. 74.

அகிலத்தின் மைய இலட்சியத்துக்கு மாறாக, 'வர்க்கங்களை சரிசமமாக்குதல்'[53] என்னும் இலட்சியத்தைக் கொண்டிருந்ததும் ஆகும். ஆயினும் சிறிது காலத்திற்குள் இந்தக் 'கூட்டணி', தனது செயல்திட்டத்தில் மாற்றத்தை ஏற்படுத்திக் கொண்டு, தனது கிளைகளின் வலைப்பின்னலைக் கலைத்துவிடுவதாக ஒப்புக் கொண்டது. அந்தக் கிளைகளில் பெரும்பாலானவை பக்கூனினின் கற்பனையில் இருந்தவையேன்றி யதார்த்தத்தில் இருந்தவையல்ல.[54] ஆகவே, *1869* ஜூலை *28*ஆம் நாளன்று *104* உறுப்பினர்கள் கொண்ட 'கூட்டணி'யின் கிளை அகிலத்துடன் இணைக்கப்பட்டது.[55] மார்க்ஸ் பக்கூனினை நன்றாகவே அறிந்து வைத்திருந்தார் என்றாலும்,

---

53. Mikhail Bakunin, "Programme of the Alliance (International Alliance of Socialist Democracy)" Arthur Lehning (ed.), Michael Bakumin: Selected Writings, London: Jonathan Cape, 1973, p.174. இந்த நூலில் பக்கூனினின் கூற்றுகள் துல்லியமற்ற முறையிலும் தவறான பொருள் தரும் வகையிலும் மொழியாக்கம் செய்யப்பட்டுள்ளன, 'அகிலத்தில் கற்பனையான பிளவுகள்' (Fictitious Splits in the International) என்னும் கட்டுரையில் மார்க்ஸும் எங்கெல்ஸும் பக்கூனினின் மூல ஆவணத்திலிருந்தே அவரது கூற்றுகளை மேற்கோளாகக் காட்டியுள்ளனர், பக்கூனினின் மூல ஆவணம்: "l'egalisation politique, economique et sociale des classes", see document 75, p. 287.

54. See Edward Hallett Carr, Michael Bakunin. New York: Vintage, 1961

55. மேற்சொன்ன நூலில் (ப.374) கார் கூறுகிறார்: ட்ரோய் நகரக் கோட்டைக்குள் மரக்குதிரை நுழைந்தது:" (பண்டைய கிரேக்கப் புனைகதைகளின்படி, கிரேக்க மன்னனொருவனின் மனைவி ஹெலெனை ட்ரோய் நகர மன்னன் பாரிஸ் கடத்திச் சென்று விற்கிறான். அதற்குப் பழிவாங்கவும் ஹெலெனை மீட்டுக்கொண்டு வரவும் கிரேக்கப் படைகள் ட்ரோய் நகரத்துக்குச் செல்கின்றன. பல ஆண்டுக்கால முற்றுகைக்குப் பிறகும் அவர்களால் ட்ரோய் நகரக் கோட்டைக்குள் நுழைய முடியவில்லை. எனவே அவர்கள் ஒரு சூழ்ச்சி செய்கின்றனர். மரத்தாலான பிரமாண்டமான குதிரையொன்றை உருவாக்குகின்றனர். அந்த மரக் குதிரைக்குள் நூற்றுக்கணக்கான ஆயுதமேந்திய கிரேக்கப் படைவீரர்கள் ஒளிந்துகொண்டதும் படைவீரர்கள் தொலைதூரத்துக்குச் சென்றுவிடுகின்றனர். பல்லாண்டுக்கால முற்றுகையில் சோர்ந்துபோன கிரேக்கப் படைவீரர்கள் தங்கள் நாட்டுக்குத் திரும்பிச் செல்ல முடிவெடுத்துக் கப்பல்களுக்குச் சென்றுவிட்டனர் என்று கருதும் ட்ரோய் நகரவாசிகள், அந்தப் படைவீரர்கள் விட்டுச் சென்ற பிரமாண்டமான மரக்குதிரையைக் கண்டு வியப்படைந்து, அதைக் கோட்டைக்குள் இழுத்து வந்துவிடுகின்றனர். அங்கு வந்ததுமே, அதற்குள் ஒளிந்திருந்த கிரேக்கப் படைவீரர்கள் வெளியே வந்து மக்களையும் மன்னனையும் கொன்று குவித்துவிட்டு, ட்ரோய் நகரத்தை எரித்துச் சாம்பலாக்குவதுடன், ட்ரோய் நகர அரசி உள்ளிட்ட நூற்றுக்கணக்கான பெண்களை அடிமைகளாகத் தங்கள் நாட்டுக்குக் கொண்டு செல்கின்றனர். -எஸ்.வி.ஆர்.)

பக்கூனினின் அமைப்பை அகிலத்தில் இணைத்துக் கொள்வதால் ஏற்படும் பின்விளைவுகளைக் குறைத்து மதிப்பிட்டிருந்தார். அகிலத்தில் இணைக்கப்பட்டதன் காரணமாக அந்தப் புகழ்பெற்ற ரஷியப் புரட்சியாளரின் செல்வாக்கு அகிலத்தின் ஸ்விட்ஸர்லாந்து, ஸ்பெயின், பிரெஞ்சுக் கிளைகள் பலவற்றுக்கு வேகமாகப் பரவிற்று. பாரிஸ் கம்யூனுக்குப் பிறகு சில இத்தாலியக் கிளைகளுக்கும் பரவிற்று. பாஸில் நகரத்தில் நடைபெற்ற பேராயத்தில் கலந்து கொண்ட அவருக்கிருந்த கவர்ச்சி, வலுவான பேச்சாற்றல் ஆகியவற்றின் காரணமாக, அந்தப் பேராயத்தின் விவாதங்களுக்குப் பிறகு ஏற்பட்ட முடிவுகள் மீது அவரால் ஏற்கெனவே தமது தாக்கத்தை ஏற்படுத்த முடிந்திருந்தது. எடுத்துக்காட்டாக, சொத்து சுவீகார உரிமை தொடர்பான வாக்கெடுப்பில், தலைமைக் குழுவின் முன்மொழிவைப் பிரதிநிதிகள் நிராகரித்தனர்*. அகிலத்தின் பேராயத்தில், தலைமைக் குழுவின் முன்மொழிவொன்று நிராகரிக்கப்பட்டது அதுதான் முதல் முறையாகும்.[56] பரஸ்பரவாதிகளை இறுதியாக முறியடித்து புரூதோனின் ஆவியை

---

* பாரம்பரிய (சொத்து) வாரிசு உரிமை பற்றி பக்கூனினும் மார்க்ஸும் மேற்கொண்ட வேறுவேறு நிலைப்பாடுகள் பற்றி ஹால் ட்ரேப்பர் *Adventures of the Communist Manifesto*, Center for Social History, Almeda, CA, USA, 2004 என்னும் நூலின் பக்கம் 275இல் கூறுவதாவது: 1848ஆம் ஆண்டு மார்ச் மாதம் கம்யூனிஸ்ட் கழகம் வெளியிட்ட 'கோரிக்கைகளி'ல் "பாரம்பரிய வாரிசாக சொத்து பெறும் உரிமை வெட்டிக் குறுக்கப்பட வேண்டும்" என்று கோரிக்கை எண் 14 கூறியது. ஆக, *அறிக்கை* எழுதப்பட்ட பிறகு மார்க்ஸ், பாரம்பரிய வாரிசாக சொத்து பெறும் உரிமை ஒழிக்கப்பட வேண்டும் என்று பொதுப்படையாகத் தொடர்ந்து கூறி வரவில்லை என்பது தெளிவு. பின்னாளில், (கற்பனா சோசலிசவாதியான) ஸேன் - ஸிமொனின் ஆதரவாளர்களைப் போலவே, அராஜகவாதியான பக்கூனின், மூலதனத்தின் மீது தாக்குதல் தொடுப்பதற்குப் பதிலாக பாரம்பரிய வாரிசாக சொத்து பெறும் உரிமையின் மீது தாக்குதல் தொடுப்பதையே-அதிலும் குறிப்பாக அவர் சர்வதேசத் தொழிலாளர் சங்கத்தில் நுழைந்ததற்குப் பின்னர் - தமது வேலைத் திட்டத்தின் முதன்மை அம்சமாக்கினார். ஆனால் மார்க்ஸ், பாரம்பரிய வாரிசாக சொத்து பெறும் உரிமை பெறுவது ஒழிக்கப்பட வேண்டும் என்னும் கோரிக்கையை எழுப்ப மறுத்தார். அதற்கான காரணங்களையும் ஒரு தீர்மானத்தின் மூலம் விளக்கினார். முதலாளிய சொத்து உறவுகளை ஒழிப்பது பாரம்பரிய வாரிசாக சொத்தைப் பெறும் உரிமையின் மீது பாதிப்புகளை ஏற்படுத்தும் என்பதை வலியுறுத்தி, அந்த உரிமையை வரம்புக்குட்படுத்துவதற்கு மட்டும் ஆதரவு தெரிவித்தார்.

56. From document 31, p.163.

அமைதியாக உறங்கச் செய்திருந்த மார்க்ஸ், இப்போது புருதானைவிடக் கடுமையான, சமூகவுடைமை-ஆட்சிமறுப்பியம் (collectivist-anarchism) என்னும் புதிய போக்கை இப்போது உருவாக்கி அகிலத்தைத் தமது கட்டுப்பாட்டுக்குள் கொண்டுவர முனைந்த ஒரு போட்டியாளரை எதிர்கொள்ள வேண்டியிருந்தது.

7

ஐரோப்பா நெடுக ஏற்பட்ட வளர்ச்சியும் பிரெஞ்சு-ஆஸ்திரியப் போருக்கு எதிர்ப்பும்

1860களின் பிந்தைய ஆண்டுகளும் 1870களின் தொடக்க ஆண்டுகளும் ஏராளமான சமூகப் போராட்டங்கள் நிறைந்த காலகட்டமாகும். அகிலத்தின் புகழ் தொடர்ந்து பரவிக்கொண்டிருந்தது. எதிர்ப்பு நடவடிக்கைகளில் பங்கேற்றத் தொழிலாளர்கள் அகிலத்துடன் தொடர்புகொள்ள முடிவு செய்தனர். அகிலத்திடம் இருந்த வசதி வாய்ப்புகள் மிகவும் வரம்புக்குட்பட்டவையாக இருந்தபோதிலும், அந்தத் தொழிலாளர் போராட்டங்களுக்கு ஆதரவு தரும்படியும் அவற்றுக்கு நிதிதிரட்டிக் கொடுப்பதை ஒழுங்கமைக்கும்படியும் அகிலம் தனது ஐரோப்பியக் கிளைகளுக்கு வேண்டுகோள்கள் விடுப்பதில் ஒருபோதும் தவறவில்லை. இதற்கு எடுத்துக்காட்டாக இருப்பது, பாஸில் நகரத்தில் பட்டுநூலுக்கு சாயமேற்றும் 8000 தொழிலாளிகள், ரிப்பன் செய்யும் நெசவாளர்கள் ஆகியோர் தங்கள் வேலைநிறுத்தப் போராட்டத்துக்கு ஆதரவு அளிக்குமாறு அகிலத்தை அணுகிய நிகழ்ச்சியாகும். தலைமைக் குழுவால் தனது

நிதியிலிருந்து நான்கு பவுண்டுகளுக்கு மேல் தரமுடியவில்லை. ஆனால், அது அனுப்பிய சுற்றறிக்கையின் விளைவாக பல்வேறு நாடுகளைச் சேர்ந்த தொழிலாளர் குழுக்கள், மேலும் 500 பவுண்டுகளைத் திரட்டித் தந்தன. இதைவிட முக்கியத்துவம் வாய்ந்த நிகழ்ச்சி என்னவென்றால், இங்கிலாந்திலுள்ள நியூகேஸிலைச் (New Castle) சேர்ந்த பொறியியல் தொழிலாளர்கள், வேலைநாளை 9 மணி நேரமாகக் குறைக்க வேண்டுமென்ற போராட்டத்தை நடத்தியபோது, அகிலத்தின் தலைமைக் குழுவின் சார்பாக அனுப்பப்பட்ட ஜேம்ஸ் கோஹ்ன் (கோஹென்), பெக்கெர் ஆகிய இரு தூதுவர்கள், ஐரோப்பாக் கண்டத்திலிருந்து கருங்காலித் தொழிலாளர்களைக் கொண்டுவர முதலாளிகள் செய்த முயற்சியை முறியடிப்பதில் முக்கியப் பாத்திரம் வகித்தனர். அந்தப் போராட்டத்தின் வெற்றி, நாடு முழுவதிலும் பொதுமக்களின் கவனத்தை ஈர்த்தது. அதன் காரணமாக, ஐரோப்பாக் கண்டத்திலிருந்து தொழிலாளர்களைக் கொண்டுவருவதை அப்போதிருந்தே ஆங்கிலேய முதலாளிகள் நிறுத்திக்கொண்டனர்.[57]

1869ஆம் ஆண்டில் அகிலம் ஐரோப்பா முழுவதிலும் முக்கியத்துவம் வாய்ந்த விரிவாக்கத்தைக் கண்டது. எனினும், இதற்கு விதிவிலக்காக இருந்தது பிரிட்டன் மட்டுமே. ஆகஸ்ட் மாதம் பர்மிங்ஹாமில் நடந்த கூட்டத்தில் தொழிற்சங்கப் பேராயம் (Trades Union Congress), தனது அமைப்பில் உறுப்பியம் வகிக்கும் அமைப்புகள் அகிலத்தின் பகுதியாகச் சேர்ந்து கொள்ள வேண்டும் என்று பரிந்துரைத்தது. ஆனால், அந்தப் பரிந்துரை செவிமடுக்கப்படவில்லை. எனவே அகிலத்துடன் இணைந்திருந்த தொழிற்சங்கங்களின் எண்ணிக்கை 1867இல் இருந்ததைப் போலக் கிட்டத்தட்ட அதே அளவிலேயே இருந்தது. பரஸ்பரவாதிகளுக்கு எதிரான போராட்டத்தில் பிரிட்டிஷ் தொழிற்சங்கத் தலைவர்கள் மார்க்ஸுக்கு முழுமையான ஆதரவு தந்த போதிலும், தத்துவப் பிரச்சினைகளில் அவர்கள் ஆர்வம் காட்டவில்லை.[58] எனவே அவர்களிடம் புரட்சிகர உணர்ச்சி ஒளிரவுமில்லை. இந்தக் காரணத்தினால்தான் மார்க்ஸ், தலைமைக் குழுவிலிருந்து சுயேச்சையாக இயங்கக்கூடிய, பிரிட்டிஷ் கூட்டமைப்பொன்று நிறுவப்படுவதை நீண்டகாலம் எதிர்த்து வந்தார்.

57. See Braunthal, op. cit., p.173.

58. See Freymond, "Introduction", in Pl, l, p.XlX.

அகிலம் கணிசமான வலுவுடன் இருந்த ஒவ்வொரு ஐரோப்பிய நாட்டிலும், அதனுடைய உறுப்பினர்கள், ஏற்கெனவே இருந்த அமைப்புகளிலிருந்து முற்றிலும் சுயாதீனமாக உள்ள புதிய அமைப்புகளை உருவாக்கினர். அதாவது, அவர்கள் அந்தந்த இடங்களில் அகிலத்தின் கிளைகளையும், அவற்றின் எண்ணிக்கை தேசியக் கூட்டமைப்புகளை உருவாக்க வேண்டிய தேவையை உருவாக்கியபோது அத்தகைய கூட்டமைப்புகளையும் நிறுவினர். ஆயினும், பிரிட்டனில் அகிலத்தின் முதன்மையான சக்தியாக இருந்த தொழிற்சங்கங்கள், தமது சொந்தக் கட்டமைப்புகளைக் கலைக்கவில்லை. தவிரவும், இலண்டனில் இயங்கி வந்த தலைமைக் குழு இரண்டு பணிகளை ஏககாலத்தில் மேற்கொள்ள வேண்டியிருந்தது. அதாவது, உலகம் முழுவதற்குமான தலைமையகமாக செயல்பட்ட அதேவேளை, அகிலத்தில் இணைந்திருந்த பிரிட்டிஷ் தொழிற்சங்கங்களுக்குத் தலைமை வழங்கவும் வேண்டியிருந்தது. எப்படியிருப்பினும், அகிலம் ஐரோப்பாக் கண்டம் நெடுகிலும் முன்னேற்றம் கண்டிருந்தபோது, அகிலத்தில் இணைந்திருந்த பிரிட்டிஷ் தொழிற்சங்கங்கள் ஏறத்தாழ 50000 தொழிலாளர்களை அதனுடைய செல்வாக்கு மண்டலத்தில் வைத்திருந்தன.

பிரான்ஸில் இரண்டாம் பேரரசு* மேற்கொண்ட ஒடுக்குமுறை நடவடிக்கைகளின் காரணமாக, 1868இல் அகிலம் கடும் நெருக்கடிக்குள்ளாகியது. ரோம் நகரத்திலிருந்த ஒரே ஒரு கிளையைத் தவிர அகிலத்தின் கிளைகள் அனைத்தும் மறைந்தொழிந்தன. அடுத்த ஆண்டு, அகிலம் ஓரளவுக்கு புதுப்பித்தலைக் கண்டது. பாஸில் பேராயத்தின் பின்விளைவாக, தொலென் பிரான்ஸில் அகிலத்தின் பெயரளவுக்கான தலைவராக இருந்த நிலையும்கூட முடிவுக்கு வந்தது; பரஸ்பரவாத நிலைப்பாடுகளைக் கைவிட்ட வார்லென் போன்றவர்கள் முன்னிலைக்கு வந்தனர். அகிலத்தின் விரிவாக்கம் 1870இல் உச்சக்கட்டத்தை அடைந்தது. ஆனால் அதன் உறுப்பினர்களின் உண்மையான எண்ணிக்கை, அதைப்பற்றி எழுதி,

---

* இரண்டாம் பேரரசு: தேர்தல் மூலம் பிரெஞ்சுக் குடியரசுத் தலைவர் பதவிக்கு வந்த லூயி போனபார்ட் (நெப்போலியன் போனபார்ட்டின் சகோதரர் மகன்) தன்னைத்தானே முடிமன்னனாக அறிவித்துக்கொண்டு பிரான்ஸின் இரண்டாவது குடியரசைக் கலைத்துவிட்டு, அதனை இரண்டாம் பேரரசாக ஆக்கினார். அந்தப் பேரரசு 1852 முதல் 1870 வரை நீடித்தது.

மக்களிடையே பரப்பி வந்தவர்களின் அதிகற்பனையில் உதித்த எண்ணிக்கையைவிட மிக மிகக் குறைவாக இருந்தது. பிரான்ஸில் அகிலம் கணிசமான வளர்ச்சியை அடைந்திருந்த அந்தக் கட்டத்திலும்கூட, அந்த நாட்டின் 90 நிர்வாக அலகுகளில்* 38இல் மட்டுமே அது இருந்தது. பாரிஸில் அகிலத்தின் உறுப்பினர்களின் எண்ணிக்கை 10,000ஆக இருந்திருப்பது சாத்தியமாயிருக்கலாம்; இந்த 10,000த்தில் பெரும்பகுதியினர் கூட்டுறவு சங்கங்கள், தொழிற்சங்கங்கள் ஆகியன அகிலத்தில் இணைந்ததன் காரணமாக அதற்குள் வந்தவர்கள். கறாரான மதிப்பீடுகள் ரூவென், லியோன் நகரங்கள் ஒவ்வொன்றிலும் 3000 உறுப்பினர்கள் இருந்ததைச் சுட்டிக் காட்டுகின்றன. (லியோன் நகரில் ஏற்பட்ட எழுச்சி, அங்கு ஒரு மக்கள் கம்யூன் 1870 செப்டம்பரில் உருவாவதற்கு இட்டுச் சென்றது. ஆனால் அந்தக் கம்யூன் இரத்த வெள்ளத்தில் மூழ்கடிக்கப்பட்டது). மார்ஸெ (Marseilles) நகரில் இருந்த உறுப்பினர்களின் எண்ணிக்கை 4000த்தைவிடச் சற்று அதிகம். பிரெஞ்சு தேசம் முழுவதிலுமிருந்த உறுப்பினர்களின் எண்ணிக்கை 30,000.[59] அங்கு அகிலம் ஓர் உண்மையான வெகுமக்கள் அமைப்பாக ஆகாவிட்டாலும், மதிக்கத்தக்க அளவை எட்டிய அதனுடைய வளர்ச்சி, அதன் மீது பரவலான ஆர்வத்தை ஏற்படுத்தியது. இதற்கு எடுத்துக்காட்டாக இருப்பது, பாரிஸ் நகரத்தைச் சேர்ந்த நேர்க்காட்சிவாதப் பாட்டாளிகள்* அகிலத்தில் தங்களைச் சேர்த்துக் கொள்ளுமாறு மத்தியக் குழுவுக்கு அனுப்பிய

---

* நிர்வாக அலகுகள் (department): மாகாணங்கள், மாவட்டங்கள் போல பிரான்ஸில் இருந்த, இப்போதும் இருக்கிற நிர்வாக அலகுகள் 'departments' என்று அழைக்கப்படுகின்றன.

59. See Jacques Rougerie, "Les sections francaise de l'Association Internationale des Travailleurs", in Colloque International sur La premiere Internationale, op. p. 111, இந்த நூலில் அவர், "சில டஜன் ஆயிரம் தொழிலாளர்கள்" சேர்ந்ததாகக் கூறுகிறார்.

* நேர்காட்சிவாதப் பாட்டாளிகள் (Postivist Proletarians) : பிரெஞ்சுத் தத்தவவாதியான ஒகஸ்ட் கொம்தேவின் நேர்க்கட்சிவாதத்தை (Positivism) ஏற்றுக்கொண்ட தொழிலாளர்கள். அறிவாளிகளால் வழிநடத்தப்பட்டவர்கள். நேர்க்காட்சிவாதத்தின் முக்கியக் கருத்துகள் கீழ்வருமாறு: நம்பகத்தன்மை வாய்ந்த, துல்லியமான அறிவுக்கான ஒரே ஊற்றுக்கண், புலனறிவைத் தர்க்கரீதியாகவும் கணிதரீதியாகவும் பாவித்து, அதன் மூலம் வகுக்கப்படும், உய்த்துணரப்படும்

விண்ணப்பமாகும்.[60] 1870ஆம் ஆண்டிலிருந்து, பிளாங்கியின் சீடர்களும்கூட, தொழிலாளர்களுக்கு அகிலத்தின் மீதிருந்த உற்சாகத்தைக் கண்டு, புரூதோனியர்களின் மிதவாதத் தாக்கம் பெற்றிருந்த ஓர் அமைப்பின் மீது தங்களுக்கிருந்த தயக்கங்களைக் கைவிட்டு அதில் சேரத் தொடங்கினர். உண்மையில் 1865ஆம் ஆண்டிலிருந்து பிரான்ஸில் பெரும் மாற்றங்கள் ஏற்பட்டிருந்தன.

அறிவொன்றைத் தவிர வேறு அறிவு ஏதும் இல்லை. உள்ளுணர்வு மூலம் பெறப்படுவதாகச் சொல்லப்படும் அறிவு, உண்மையான அறிவு அல்ல. புலனறிவை தர்க்கத்திற்கும் கணித ஆய்வுக்கும் உட்படுத்திப் பெறப்படுபவை பட்டறிவுச் சான்று ஆகும். புவிஈர்ப்பு விசைக்குக் கட்டுப்பட்டு இயங்கும் பௌதீக உலகைப் போலவே, சமுதாயமும் சில பொதுவான விதிகளின்படியே இயங்குகிறது. இங்கிலாந்திலிருந்த கல்லூரிப் பேராசிரியரும் மார்க்ஸின் நெருக்கமான நண்பர்களிலொருவருமான எட்வர்ட் ஸ்பென்ஸெர் பீஸ்லி (Edward Spencer Beesly: 1831 - 1915) நேர்க்காட்சிவாதச் சிந்தனையாளர்களிலொருவர். சர்வதேச உணர்வு கொண்டிருந்த பீஸ்லி, அமெரிக்க உள்நாட்டுப் போரில் ஆப்ரஹாம் லிங்கனின் தலைமையிலிருந்த சக்திகளுக்கு ஆதரவாக இலண்டன் தொழிலாளி வர்க்கம் பேரணி நடத்துவதற்குப் பெரும் உதவி செய்தவர். அகிலம் உருவாவதற்குக் காரணமான புனித மார்ட்டின் மண்டபக் கூட்டத்திற்கு (28 செப்டம்பர் 1864) தலைமை வகித்தவர். *பீ ஹைவ்* போன்ற தொழிலாளி வர்க்க ஏடுகளுடன் நெருக்கமாகப் பிணைக்கப்பட்டிருந்தவர்.

60 See GC III, p. 218. குறிப்பிட்டதொரு அரசியல் போக்கால் வரையறை செய்யப்பட்ட, அடையாளப்படுத்தப்பட்ட குழுக்கள் அகிலத்தில் சேர்க்கப்படக் கூடாது என்று அகிலம் முடிவு செய்திருந்ததால் இந்த விண்ணப்பம் ஏற்றுக்கொள்ளப்படவில்லை. அகிலத்தின் இந்த நிலைப்பாடு 1871இல் இலண்டனில் நடந்த அகிலத்தின் மாநாட்டில் பிரதிநிதிகளால் ஒப்புதல் தரப்பட்டது. அந்தத் தீர்மானம் கூறியதாவது: சர்வதேசத் தொழிலாளர் சங்கத்தில் தற்போது உறுப்பியம் வகிக்கும் அமைப்புகள், இப்போதிலிருந்து, அச்சங்கத்தின் விதிமுறைகளின் எழுத்துக்கும் உணர்வுக்கும் உகந்த வகையில், சர்வதேசத் தொழிலாளர் சங்கத்தின் கிளைகள், பிரிவுகள் என்று மட்டுமே இனி அறியப்படவும் அமைக்கப்படவும் வேண்டும். இந்தக் கிளைகள், பிரிவுகள் முதலியன தமது பெயர்களுடன் அவை எந்த இடங்களில் இயங்குகின்றனவோ அந்த இடங்களைத் தமது கிளைகள், பிரிவுகள் முதலியவற்றின் பெயர்களுடன் இணைத்துக்கொள்ளலாம். சர்வதேசத் தொழிலாளர் சங்கத்தில் தற்போது உறுப்பியம் வகிக்கும் அமைப்புகள் தம்மை பரஸ்பரவாதிகள், நேர்க்காட்சிவாதிகள், சமூகவுடைமைவாதிகள், கம்யூனிஸ்ட் குழுக்கள் முதலிய அரசியல் குறுங்குழுப் பெயர்களால் அழைத்துக்கொள்வது தடைசெய்யப்படுகின்றது". in Pl, ll, p.238.

அகிலத்தின் கிளைகளாக தொலென், ஃப்ரைபூர்க்[61] ஆகியோரால் நிறுவப்பட்டிருந்தவை மிகைப்படுத்தப்பட்ட 'ஆய்வு வட்டங்கள்' என்பதற்கு மேல் ஏதொன்றாகவும் இல்லாமல் போயிருந்தன.[62] பிரான்ஸில், அகிலத்தின் வழிகாட்டு நெறிகள் சமுதாயப் போராட்டத்தை ஊக்குவித்தல், அரசியல் நடவடிக்கைகளை மேற்கொள்தல் என்பனவற்றின் மீது கவனம் குவித்தன.

பெல்ஜியத்தைப் பொருத்தவரை, 1868ஆம் ஆண்டில் ப்ரஸ்ஸெல்ஸில் அகிலத்தின் பேராயம் நடைபெற்றதற்குப் பிந்தைய காலகட்டம் பெருங்கூட்டமைப்பியம் (syndicalism)* தோன்றிய, அடுத்தடுத்த வெற்றிகரமான வேலைநிறுத்தப் போராட்டங்கள்

---

61. See Jacques Rougerie, "L'A.I.T. et le mouvement ouvrier a Paris pendant les evenements de 1870-1871", in *International Review of Social History*, vol. ZVI (1972), n.i:11-12. தொலேன். ஃப்ரைபூர்க் ஆகிய இருவரும் பின்னர் அகிலத்தையும் அதன் கருத்துகளையும் கைவிட்டுவிட்டனர். தொலென் அகிலத்திலிருந்து நீக்கப்பட்டார். see piece 25, footnote 23.

62. Emest Edouard Fribourg, L'Association intemationale des travailleurs, Paris: 1871/ p.26.

* பெருங்கூட்டமைப்பியம் : முதலாளியப் பொருளாதார அமைப்பை ஒழித்துக்கட்டிவிட்டு, ஒரு சோசலிசப் பொருளாதார அமைப்பை உருவாக்குவதை நோக்கமாகக் கொண்டிருந்த ஓர் அரசியல், பொருளாதாரக் கோட்பாடே பெருங்கூட்டமைப்பியம் (Syndicalism). இந்தக் கோட்பாட்டின்படி, பொருளுற்பத்தித் தொழில்கள் ஒவ்வொன்றும், தொழிலாளர்களின் உடைமையிலுள்ள பெருங்கூட்டமைப்புகளாக (confederations or syndicates) ஒழுங்கமைக்கப்பட்டுத் தொழிலாளர்களின் பிரதிநிதிகளாலும் அந்தந்தத் தொழிலுற்பத்தியைச் சேர்ந்த வல்லுநர்களாலும் நிர்வகிக்கப்பட வேண்டும். ஒவ்வொரு இடத்திலுமுள்ள பெருங்கூட்டமைப்புகள், நாட்டின் பிற பகுதிகளிலுள்ள பெருங்கூட்டமைப்புகளுடன், உழைப்புப் பரிவர்த்தனை அமைப்பு மூலம் தொடர்புகொள்ள வேண்டும். உழைப்புப் பரிவர்த்தனை அமைப்புதான் கூட்டுறவு அடிப்படையில் பண்டங்கள் விநியோகிக்கப்படுவதைத் தீர்மானிக்கும். பெருங்கூட்டமைப்புகளுக்கிடையிலான பரஸ்பர உதவி தொழிற்சங்க ஜனநாயகம், தொழிலுற்பத்தியை நிர்வகிக்கத் தொழிலாளர்களைப் பயிற்றுவித்தல் ஆகியன பெருங்கூட்டமைப்பியத்தின் முக்கிய அம்சங்களாகும். பெருங்கூட்டமைப்பிய அரசியலின் நீட்சிதான் பின்னாளில் ஆட்சிமறுப்பிய பெருங்கூட்டமைப்பியம் (anarcho-syndicalism) என அழைக்கப்பட்டு வந்த, அழைக்கப்படுகின்ற சோசலிச அரசியல் போக்காகும். முதலாளிய உடைமை முறையைத் தூக்கியெறிந்து, சமுதாயத்தின் எந்த மட்டத்திலும் அதிகாரமோ, ஆட்சியோ இல்லாத முறையில் தொழிலாளர்கள் ஜனநாயக அடிப்படையில்

நடந்த, ஏராளமான தொழிலாளர் சங்கங்கள் அகிலத்துடன் இணைக்கப்பட்ட காலகட்டமாகும். 1870களின் தொடக்கத்தில் பெல்ஜியத்தில் அகிலத்தின் உறுப்பினர்களின் எண்ணிக்கை அதிகபட்சத்தை எட்டியது. பல்லாயிரக்கணக்கான தொழிலாளர்கள் அகிலத்தில் சேர்ந்தனர். இந்த எண்ணிக்கை பிரான்ஸில் அகிலத்திலிருந்த உறுப்பினர்களின் ஒட்டுமொத்த எண்ணிக்கையை விடக் கூடுதலாக இருந்திருக்கக்கூடும். மற்ற எந்தவொரு நாட்டையும் பார்க்க, அகிலத்தின் உறுப்பினர்களின் எண்ணிக்கை, மொத்த மக்கள் தொகையில் மிக அதிக அடர்த்தி கொண்டதாகவும், சமுதாயத்தில் மிகப் பெரும் செல்வாக்கு செலுத்துவதாகவும் இருந்த நாடு பெல்ஜியம்தான்.

இந்தக் காலகட்டத்தில் ஸ்விட்ஸர்லாந்திலும்கூட இந்த ஆக்கபூர்வமான வளர்ச்சி இருந்தது. 1870இல் இங்கு அகிலத்தின் உறுப்பினர்களின் எண்ணிக்கை 6000த்தை எட்டியது (அந்த நாட்டிலிருந்த மொத்தத் தொழிலாளர் எண்ணிக்கை 7,00,000). இந்த 6000 பேரில் ஜெனிவாக் கிளைகளில் இருந்த 2000 பேரும் ஜூரா பிரதேசத்தில் (Jura Region) இருந்த 800 பேரும் அடங்குவர். ஆயினும் விரைவிலேயே பக்கூனினின் செயல்பாடு, ஸ்விட்ஸர்லாந்தில் அகிலம் சமஅளவிலான இரண்டு குழுக்களாகப் பிளவுபட வைத்தது. ரோமாந்த் (Romande) பகுதிக் கிளைகளின் கூட்டமைப்பின் பேராயம் 1870 ஏப்ரலில் நடந்த போது, பக்கூனினின் 'சர்வதேச சோசலிச ஜனநாயகக் கூட்டணி'யை அந்தக் கூட்டமைப்பில் இணைத்துக் கொள்வதா, கூடாதா என்ற பிரச்சினையில் இரு குழுக்களும் மோதிக்கொண்டன.[63] இரு நிலைப்பாடுகளையும் ஒன்றோடொன்று ஒத்திசைய வைக்க முடியாமல் போனதால், ஒன்றுக்கொன்று போட்டியாக இரண்டு பேராயங்கள் நடந்தன. அகிலத்தின் தலைமைக் குழுவின் தலையீட்டுக்குப் பின்னர்தான், இரு குழுக்களுக்குமிடையே சமாதான ஒப்பந்தம் ஏற்பட்டது. அந்த இரண்டு குழுக்களில்

தங்களைத் தாங்களே நிர்வகித்துக்கொள்கிற சோசலிச சமுதாயத்தை உருவாக்குவதற்கான மிக வலிமையான ஆயுதம் பொதுவேலை நிறுத்தமே என்று ஆட்சி மறுப்பிய-பெருங்கூட்டமைப்புக் கோட்பாடு கூறுகிறது.

63. See Jacques Freymond (ed.), *Etudes at documents sur la Premiere Internationale en Suisse*, Geneve: Droz, 1964, p. 295.

அகிலத்தின் தலைமைக்குழுவுடன் இணைந்து செயல்பட்ட குழு, மற்ற குழுவைக் காட்டிலும் சற்று சிறியதாக இருந்தது. எனினும் அது ரோமாந்த் கூட்டமைப்பு என்னும் பெயரைத் தக்கவைத்துக் கொண்டது. பக்கூனினுடன் தொடர்பு கொண்டிருந்த குழு, அகிலத்தினுடனான அதன் இணைப்பு மீண்டும் அங்கீகரிக்கப்பட்டிருந்த போதிலும், ஜூரா கூட்டமைப்பு என்னும் பெயரைச் சூட்டிக் கொண்டது.

ரோமாந்த் கூட்டமைப்பில் மிகவும் செல்வாக்குப் பெற்றிருந்தவர்கள் அகிலத்தின் முதல் ரஷியக் கிளையை ஜெனிவாவில் நிறுவியவரான நிக்கோலாய் யூதின் *(1845-1883)*,[64] யொஹான் ஃபிலிப் பெக்கெர் ஆகியோராவர். *1868*ஆம் ஆண்டுக் கோடைகாலத்திலிருந்து *1869*ஆம் ஆண்டு பிப்ரவரி வரை பெக்கெர், பக்கூனினுடன் ஒத்துழைத்து வந்திருந்த போதிலும், அகிலத்தின் ஸ்விஸ் கிளை பக்கூனினின் கைக்குப் போய்ச் சேர்வதைத் தடுத்து வைத்திருந்தார். எப்படியிருப்பினும், ஜூரா கூட்டமைப்பு வலுப்பெற்றதானது, அகிலத்திற்குள்ளாகவே ஆட்சிமறுப்பிய-சமூகவுடைமைப் போக்கைக் (anarcho-collectivism) கட்டியெழுப்புவதில் ஒரு முக்கியமான கட்டமாக அமைந்தது. அந்தக் கூட்டமைப்பில் தலையாயவராக இருந்தவர் ஜேம்ஸ் கியோம் (James Guillaume : 1844-1916) என்னும் இளைஞர். தலைமைக் குழுவுடன் ஜூரா கூட்டமைப்பு மேற்கொண்ட மோதலில் முக்கியப் பாத்திரம் வகித்தவர் அவர்தாம்.

இந்தக் காலகட்டத்தில் பக்கூனினின் கருத்துகள் பல நகரங்களுக்கு, குறிப்பாக தென் ஐரோப்பாவுக்கு - பரவத் தொடங்கின. ஆனால், ஸ்பெயினில்தான் அந்தக் கருத்துகள் மிக விரைவில் தமது வலுவான பிடிப்பை ஏற்படுத்திக்கொண்டன. உண்மையில் நேபிள்ஸ் நகரத்தைச் சேர்ந்த ஆட்சிமறுப்பியரான ஜியுஸெப் ஃபானெல்லி (Giuseppe Fanelli) என்பவரின் செயல்பாட்டின் ஊடாகத்தான் அகிலம் ஐபீரியத் தீபகற்பத்தில்* முதலில் வளர்ச்சியடைந்தது. பக்கூனினின் வேண்டுகோளின் பேரில் ஃபானெல்லி, பார்ஸெலோனா நகரத்துக்கும் மாட்ரிட்

---

64. See Woodford McLellan, Revolutionary Exiles, London: Frank Cass, 1979, pp.83-107.

* இந்தப் தீபகற்பத்தில்தான் ஸ்பெயின், போர்ச்சுகல் ஆகிய நாடுகள் இருக்கின்றன.

நகரத்துக்குமிடையே பயணம் செய்து அகிலத்தின் முதல் கிளைகளும் அவர் உறுப்பினராக இருந்த சர்வதேச சோசலிச ஜனநாயகக் கூட்டணிக் குழுக்களும் உருவாவதற்கு உதவினார். அவரது பயணம் இந்த நோக்கத்தை நிறைவேற்றியது என்றாலும், அவர் இரண்டு சர்வதேச அமைப்புகளினதும் ஆவணங்களை விநியோகித்தது, அதுவும் அதே நபர்களுக்கே விநியோகித்தது பக்கூனினியக் குழப்பத்துக்கும் அந்தக் காலத்திய தத்துவார்த்தக் கதம்பவாதத்திற்குமான முக்கிய எடுத்துக்காட்டாக அமைந்தது. சர்வதேச சோசலிச ஜனநாயகக் கூட்டணியின் கோட்பாடுகளைக் கொண்டுதான் ஸ்பானியத் தொழிலாளர்கள் அகிலத்தின் கிளையை நிறுவினர். ஆயினும், அன்செல்மோ லோரென்ஸோ (Anselmo Lorenzo:1841-1914) போன்ற முக்கியமான ஊழியர்களை ஃபானெல்லி வென்றெடுத்திருந்தார். அன்ஸெல்மோ முன்பு புரூதோனின் எழுத்துகளைப் படித்திருந்தார். அவற்றை ஸ்பானிய மொழியாக்கம் செய்தவர் பின்னாளில் ஸ்பெயின் குடியரசுத் தலைவராக விளங்கிய ஃப்ரான்ஸிஸ்கோ மார்கால் (Francisco Pi y Margall: *1824-1901)* என்பவராவர். அகிலத்தின் கருத்துகள் பல்வேறு வகையில் கலப்படமான வடிவங்களில் அங்கு வந்து சேர்ந்த போதிலும், தன்னை ஒழுங்கமைத்துக் கொண்டு போராட்டத்தில் ஈடுபடுவதில் ஆர்வம் கொண்டிருந்ததும் புதிதாக சிறகு முளைத்துக் கொண்டிருந்ததுமான தொழிலாளர் இயக்கத்திற்குள் அவை ஊடுருவின. பாஸில் நகரத்தில் நடந்த அகிலத்தின் பேராயத்தில் கலந்துகொண்ட ஸ்பானியப் பிரதிநிதி ரஃபாயில் ஃபார்கா பெல்லிசெர் (Rafael Farga Pellicer: 1840-1890), தமது நாட்டில் அகிலத்திற்கு பல டஜன் கிளைகள் ஏற்பட்டிருந்ததை ஏற்கெனவே சுட்டிக்காட்டியிருந்தார்.

வடஜெர்மன் பெருங்கூட்டமைப்பு நாடுகளில் (North German Confederation) தொழிலாளர் இயக்கத்தின் இரண்டு அரசியல் அமைப்புகள் - லஸ்ஸாலினிய ஜெர்மன் பொதுத் தொழிலாளர் சங்கம், மார்க்ஸிய சோசலிச ஜனநாயகத் தொழிலாளர் கட்சி ஆகியன - இருந்த போதிலும், அகிலத்தில் சேர்வதற்கான உற்சாகமோ, அதில் இணைத்துக் கொள்ளும்படி கேட்கும் விண்ணப்பமோ ஏதும் இருக்கவில்லை. அகிலத்தின் முதல் மூன்றாண்டுகளின் போது, ஆட்சியாளர்களின் ஒடுக்குமுறைக்கு அஞ்சி, ஜெர்மானியப் போராளிகள் அதன் இருப்பையே பொருட்படுத்தவில்லை. ஆனால்

*1868*க்குப் பிறகு, ஐரோப்பா முழுக்க அகிலத்தின் புகழும் வெற்றிகளும் பன்மடங்கு அதிகரித்து வந்ததால், நிலைமை மாறத் தொடங்கியது. அப்போதிருந்து, ஒன்றுக்கொன்று எதிரெதிராக இருந்த இரு கட்சிகளும் அகிலத்தின் ஜெர்மன் கிளையைப் பிரதிநிதித்துவம் செய்வதில் ஆர்வம் கொண்டன. யொஹான் பாப்டிஸ்ட் ஃபான் ஷ்வைட்ஸெரின் (Johann Baptist von Schweitzer : 1883-1875) (அகிலத்தில் சேர்வதற்கு இவர் ஒருபோதும் விண்ணப்பிப்பதில்லை) தலைமையில் இருந்த லஸ்ஸானியர்களுக்கு எதிரான போராட்டத்தில், வில்லெஹ்ம் லீப்னெஹ்ட் தமது அமைப்பான சோசலிச ஜனநாயகத் தொழிலாளர் கட்சி மார்க்ஸின் நிலைப்பாடுகளுக்கு நெருக்கமாக இருப்பதைப் பயன்படுத்தி அந்த அமைப்பை அகிலத்துடன் இணைக்க முயன்றார். ஆனால், அந்த இணைப்பு பெயரளவுக்குத்தான் இருந்ததேயன்றி உண்மையான இணைப்பாக இருக்கவில்லை (எங்கெல்ஸ் கூறியதுபோல, அது வெறும் மானசீகமான இணைப்புதான்).[65] அகிலத்தின் கொள்கைகளை நடைமுறைப்படுத்துவதில் அந்தக் கட்சி மிகக் குறைவான பொருளாயத, கருத்துநிலைப் பொறுப்புகளைக் கொண்டிருக்கும் வகையிலேயே அந்த இணைப்பு இருந்தது. அந்தக் கட்சி நிறுவப்பட்டதிலிருந்து ஓராண்டுக் காலத்தில் உறுப்பினர்களாகப் பதிவு செய்யப்பட்டிருந்த 10000 பேரில், ஒரு சில நூறு பேரே தனிநபர் அடிப்படையில் அகிலத்தில் சேர்ந்தனர் (சங்கங்கள் பற்றிய பிரஷ்யச் சட்டம் இதை அனுமதித்திருந்தது).[66] ஆக, ஜெர்மானியர்களின் சர்வதேசியத்தின் பலவீனம், சட்டரீதியான தடங்கல்களின் கனதியைக் கொண்டிருந்தது. ஜெர்மன் தொழிலாளர் இயக்கம் இன்னும் கூடுதலாக உள்நாட்டு விவகாரங்களிலேயே மூழ்கியிருந்ததால், அந்த பலகீனமான

65. Friedrich Engels to Theodor Cuno, 7-8 May 1872, in MECW, vol. 44, p. 371.

66. See Roger Morgan, *The German Social Democrals and the First International, 1864-1872*, New York: Cambridge University Press, 1965, p. 180, ஃபோர்போட் ஏட்டின் கடைசி இதழில், 1871ஆம் ஆண்டு இறுதியில் பெக்கெர் அறுதியிட்டுக் கூறியதை மேற்கோளாகக் காட்டுகிறார் ரோஜெர் மார்கன்: அகிலத்தின் 58 ஜெர்மன் பேசும் கிளைகள் (இவற்றில் பாதி ஜெர்மனியிலும், இன்னொரு பாதி முதன்மையாக ஸ்விட்ஸர்லாந்திலும் நிறுவப்பட்டுள்ளன. பத்து சங்கங்கள் அகிலத்தின் உறுப்பினர்களாக இணைக்கப்பட்டன. 385 தனிநபர்கள் உறுப்பினர்களாக சந்தா செலுத்திக்கொண்டிருந்தனர்,"

சர்வதேசிய உனர்வும்கூட 1870களின் இரண்டாம் பகுதியில் மேலும் சரிவடைந்தது.

ஜெர்மனியில் இருந்த வரம்புகளை ஈடுகட்டும் வகையில் இரண்டு நல்ல விஷயங்கள் நடந்தன. 1869 மே மாதம் அகிலத்தின் முதல் நெதெர்லாந்துக் கிளைகள் நிறுவப்பட்டன. ஆம்ஸ்டெர்டாம், ஃப்ரைஸ்லாண்ட் ஆகிய நகரங்களில் இந்தக் கிளைகள் மெல்ல வளரத் தொடங்கின. மிக விரைவில், இத்தாலியிலும் அகிலம் வளர்ச்சி பெறத் தொடங்கியது. அதற்கு முன் அகிலம் இத்தாலியில் ஒரு சில இடங்களிலேயே, ஒன்றுக்கொன்று தொடர்பு இல்லாத வகையில் இருந்தது.

இன்னும் கூடுதலான முக்கியத்துவம் வாய்ந்த வகையில், குறைந்தது குறியீட்டளவிலேனும், அதேவேளை நம்பிக்கையைத் தட்டியெழுப்பும் வகையிலும் அட்லாண்டிக் கடலின் மறுபக்கத்தில், அண்மைக்காலத்தில் புலம்பெயர்ந்து சென்றவர்களால் அகிலத்தின் முதல் அமெரிக்கக் கிளைகள் தோற்றுவிக்கப்பட்டன. ஆயினும் அந்தக் கிளைகளுக்கு, அவை பிறக்கும் போதே இரு தடங்கல்கள் இருந்தன. அந்தத் தடங்கல்களை அவற்றால் ஒருபோதும் கடந்துவர முடியவில்லை. இலண்டனிலிருந்த தலைமைக் குழு திரும்பத் திரும்ப வலியுறுத்திக் கூறிக் கொண்டிருந்த போதிலும், அகிலத்தின் இணைந்த பல்வேறு அமெரிக்கக் கிளைகளால் தமது தேசியத்தன்மையைக் கடந்த அமைப்புகளாக அமையவோ, அமெரிக்காவில் பிறந்த தொழிலாளர்களைத் தமது உறுப்பினர்களாகச் சேர்த்துக் கொள்ளவோ இயலவில்லை. அமெரிக்காவிலிருந்த ஜெர்மன், பிரெஞ்சு, செக் கிளைகள் அகிலத்தின் வட அமெரிக்க மத்தியக் குழுவை (central committee) 1870 ஆம் ஆண்டு டிசம்பரில் அமைத்தன. அது ‘வெளிநாட்டில் பிறந்த’ உறுப்பினர்களை (அதாவது, வெளிநாடுகளிலிருந்து அமெரிக்காவுக்குப் புலம்பெயர்ந்தவர்கள் - எஸ்.வி.ஆர்.) மட்டுமே கொண்டிருந்தது என்னும் வகையில் அகிலத்தின் வரலாற்றில் அலாதியானதொரு நிகழ்வாக அமைந்தது. அமெரிக்காவில் அகிலத்திற்கிருந்த குறைபாட்டின் இன்னொரு மிக முக்கிய அம்சம், அதனால் ஒரு ஆங்கில மொழி ஏட்டினை ஒரு போதும் நிறுவ முடியவில்லை என்பதாகும்.

அகிலத்தில் தெளிவாகத் தெரிந்த முரண்பாடுகளும், அதன் வளர்ச்சி எல்லா நாடுகளிலும் வெவ்வேறு அளவுகளில் இருந்த சமச்சீரற்ற நிலையும் காணப்பட்ட இந்தப் பொதுவான

பின்னணியில்தான் 1870 செப்டம்பர் மாதம் ஐந்தாவது பேராயத்தை நடத்த அகிலம் ஏற்பாடுகள் செய்தது. அதை பாரிஸில் நடத்துவது என்று முதலில் முடிவு செய்யப்பட்டிருந்தது. ஆனால் பிரெஞ்சு அரசாங்கத்தின் ஒடுக்குமுறை நடவடிக்கைகளின் காரணமாக, அகிலம் பாரிஸுக்குப் பதிலாக மைன்ஸ் (Mainz) நகரத்தைத் தேர்ந்தெடுத்தது. மார்க்ஸின் நிலைப்பாடுகளுக்கு நெருக்கமாக உள்ள ஜெர்மன் பிரதிநிதிகள் முன்னைக் காட்டிலும் பெரிய எண்ணிக்கையில் வருவார்கள், பக்கூனினியர்களின் வளர்ச்சியைத் தடுத்து நிறுத்த அவர்கள் உதவுவார்கள் என்று மார்க்ஸ் கருதியதும்கூட மைன்ஸ் (Mainz)* நகரத்தைத் தெரிவு செய்ததற்கான காரணமாக இருக்கலாம். ஆனால் 1870 ஜூலை 19ஆம் நாள் பிரான்ஸுக்கும் பிரஷ்யாவுக்குமான போர் தொடங்கிவிட்டதால், பேராயத்தை இரத்து செய்வதைத் தவிர வேறு வழியில்லாமல் போய்விட்டது.

இந்தப் போர் ஐரோப்பாவின் மையப்பகுதியிலேயே நடந்ததால், அந்தக் காலத்திய தேசியவாத வாய்வீச்சிலிருந்து மிகவும் விடுபட்ட, ஒரு சுயேச்சையான நிலைப்பாட்டைத் தொழிலாளர் இயக்கம் வெளிப்படுத்துவதற்கு உதவுவதுதான் மிகுந்த முன்னுரிமை கொடுக்கப்பட வேண்டிய விஷயமாயிற்று. *பிரெஞ்சு-பிரஷ்யப் போர் பற்றிய முதல் அறிக்கையில்* (First Address on the Franco-Prussian War), லூயி போனபார்ட்டை (1808 - 1873) விரட்டியடிக்குமாறும், பதினெட்டு ஆண்டுகளுக்கு முன் அவர் நிறுவிய பேரரசைத் துடைத்தெறியுமாறும் பிரெஞ்சுத் தொழிலாளர்களுக்கு வேண்டுகோள் விடுத்த அதேவேளை மார்க்ஸ், ஜெர்மானியத் தொழிலாளர்கள் தங்கள் பங்குக்கு போனபார்ட்டின் தோல்வி, பிரெஞ்சு மக்கள் மீதான தாக்குதல்களாக மாற்றப்படுவதைத் தடுத்து நிறுத்த வேண்டும் என்றும் கூறினார்:

> பொருளாதாரத் துன்ப துயரங்கள், அரசியல் வெறிப்போக்கு ஆகியன உள்ள பழைய சமுதாயத்துக்கு நேர்மாறான புதிய சமுதாயமொன்று உதித்துக் கொண்டிருக்கிறது. சமாதானம் என்பதுதான் உலகம் முழுவதற்குமான அதன் விதியாக இருக்கும். அதற்குக் காரணம், எல்லா இடங்களிலும் அந்த சமுதாயத்திற்குத் தலைமை தாங்குவதாக இருக்கப் போவது ஒன்றுதான் - அதாவது

* ஜெர்மனியிலுள்ள நகரம்.

உழைப்புதான். அந்தப் புதிய சமுதாயத்திற்கான பாதையை அமைத்துக் கொண்டிருப்பது சர்வதேசத் தொழிலாளர் சங்கமாகும்.[67]

30000 பிரதிகள் (ஜெர்மனி, பிரான்ஸ் ஆகிய ஒவ்வொன்றுக்கும் 15000 பிரதிகள்) அச்சடிக்கப்பட்ட இந்த அறிக்கைதான் அகிலத்தின் முதல் முக்கிய வெளியுறவுக் கொள்கைப் பிரகடனமாகும். இந்த அறிக்கையை உற்சாகத்துடன் ஆதரித்துப் பேசிய பலரில் ஜான் ஸ்டூவர்ட் மில்லும் (John Stuart Mill : 1806-1873)* ஒருவர். "இருக்கக்கூடாத ஒரு வார்த்தைகூட அதில் இல்லை" என்றும் "இதைவிடக் குறைவான வார்த்தைகளைக் கொண்டு அதை எழுதியிருக்க முடியாது" என்றும் அவர் எழுதினார்.[68]

வடஜெர்மன் பெருங்கூட்டமைப்பின் நாடாளுமன்றத்தில், போருக்கான சிறப்பு வரவு செலவுத் திட்டத்தை எதிர்த்து வாக்களித்தவர்கள் சோசலிச ஜனநாயகத் தொழிலாளர் கட்சித் தலைவர்களான வில்லெஹ்ம் லீப்னெஹ்ட், ஒகஸ்ட் பேபெல்*

---

67. From document 54, p. 239.

* ஆங்கிலேயத் தர்க்கவியல் வல்லுநர், தத்துவ, பொருளாதார அறிஞர். மார்க்ஸின் கருத்துகளுக்கும் மில்ஸின் கருத்துகளுக்கும் பெரும் இடைவெளி இருந்தன. தமது தந்தையின் மறைவுக்குப் பிறகு கிழக்கிந்தியக் கம்பெனிக்கும் இந்தியாவிலிருந்த பல்வேறு அரசுகளுக்குமிடையிலான உறவுகளுக்குப் பொறுப்பேற்றிருந்த அவர், அந்தக் கம்பெனி கலைக்கப்பட்ட பின் அவரைத் தேடி வந்த இங்கிலாந்து நாடாளுமன்ற உறுப்பினர் பதவியை நிராகரித்தார். பெண்களுக்கு வாக்குரிமை தரப்பட வேண்டும் என்று உறுதியாகப் போராடியவர்களில் மில் குறிப்பிடத்தக்கவர்.

68. John Stuart Mill, *The Collected Works of Jhon Stuart Mill*, Vol. XXXIl. Toronto: University of Toronto Press, 1991, p. 244.

* ஒகஸ்ட் பேபெல் (Bebel, August : 1840-1913) : தச்சுத் தொழிலாளியான பேபெல், 1869இல் வில்லேஹ்யம் லீப்னெஹ்ட்டுடன் இணைந்து செயல்பட்டவர். 1881-1883ஆம் ஆண்டுக்கால இடைவெளி தவிர, தொடர்ந்து அவர் ஜெர்மன் நாடாளுமன்ற உறுப்பினராக இருந்து வந்தார். அவரும் லீப்னெஹ்ட்டும் ஜெர்மானிய-ஆஸ்திரியப் போரை எதிர்த்ததன் காரணமாக 1872இல் 'தேசத் துரோகக் குற்றம்' சாட்டப்பட்டு இரண்டாண்டுக் கால சிறைதண்டனை விதிக்கப்பட்டனர். 1875இல் கோத்தா என்னுமிடத்தில், அவரது ஜெர்மன் சோசலிச ஜனநாயகத் தொழிலாளர் கட்சியும் லஸ்ஸாலியர்களின் ஜெர்மன் பொதுத் தொழிலாளர் சங்கமும் இணைந்து ஒரே கட்சியாக செயல்பட முடிவு செய்த பின், ஐக்கியப்பட்ட கட்சியின் ஒப்பிலாத் தலைவராக விளங்கினார். 1868 முதல் அவர் முதலில் வட ஜெர்மன் நாடாளுமன்றத்திலும்

ஆகிய இருவர் மட்டுமே.[69] பிரான்ஸிலிருந்த அகிலத்தின் கிளைகளும் ஜெர்மன் தொழிலாளர்களுக்குத் தமது நட்பையும் ஒருமைப்பாட்டையும் தெரிவிக்கும் செய்திகளை அனுப்பினர். ஆயினும், பிரான்ஸுக்கு ஏற்பட்ட தோல்வி, புதிய மற்றும் மேலதிக வலுவுடைய தேச-அரசுகளும், அவற்றோடு இணைந்த தேசவெறியும் தோன்றுவதை உறுதிசெய்தன.

பின்னர் பொது நாடாளுமன்றத்திலும் தொடர்ச்சியாக உறுப்பியம் வகித்தார். பெண்கள் பிரச்சினையில் மிகுந்த அக்கறை காட்டிய சோசலிஸ்டாக விளங்கினார்.

69. லஸ்ஸானிய ஜெர்மன் பொதுத்தொழிலாளர் சங்கத்தைச் சேர்ந்த நாடாளுமன்றப் பிரதிநிதிகள் போர்ச் செலவுக்கான திட்டத்திற்கு ஆதரவாக வாக்களித்தனர்.

8

அகிலமும் பாரிஸ் கம்யூனும்

செதானில் (Sedan)* ஜெர்மனி வெற்றி பெற்று லூயி போனபார்ட் சிறை பிடிக்கப்பட்ட பிறகு, 1870 ஆம் ஆண்டு செப்டம்பர் 4 அன்று பிரான்ஸில் 'மூன்றாவது குடியரசு' பிரகடனப்படுத்தப்பட்டது. நான்கு மாதங்கள் பாரிஸ் நகரம் பிரஷ்யத் துருப்புகளால் முற்றுகையிடப்பட்டிருந்தன. 1871ஆம் ஆண்டு ஜனவரியில் பிரெஞ்சு அரசாங்கம் பிஸ்மார்க்கின் நிபந்தனைகளை ஏற்றுக் கொண்டதால், அந்த முற்றுகை முடிவுக்கு வந்தது. அதன் பிறகு ஏற்பட்ட போர் நிறுத்த ஒப்பந்தம், பிரான்ஸில் தேர்தல் நடத்துவதற்கும், நாடாளுமன்றத்தில் மிகப் பெரும்பான்மையினராக இருந்த லெஜிடிமிஸ்ட், ஆர்லியனிஸ்ட் கட்சி உறுப்பினர்களின் ஆதரவுடன் அடால்ஃப் தியெ (Adolphe Thiers : 1797-1877) குடியரசுத் தலைவராக நியமிக்கப்படுவதற்கும் அனுமதியளித்தது. ஆயினும் தலைநகரான பாரிஸில் முற்போக்கு - குடியரசுவாதச் சக்திகள் முழுவெற்றி கண்டிருந்தன. மக்களின் அதிருப்தியும் பரவலாக

. * செதான்: 1870ஆம் ஆண்டு செப்டம்பர் 1இல் பிரெஞ்சுத் துருப்புகளுக்கும் பிரஷ்யத் துருப்புகளுக்கும் நடந்த தீர்மானகரமான போர் நடந்த நகரம். இந்தப் போரில் பிரெஞ்சுத் துருப்புகள் தோற்கடிக்கப்பட்டு, லூயி நெப்போலியன் போர்க் கைதியாக பிரஷ்யத் துருப்புகளால் கைது செய்யப்பட்டார்.

இருந்தது. நகரத்திலிருந்தவர்களை நிராயுதபாணிகளாக்கி எந்தவொரு சமூக சீர்திருத்தமும் ஏற்படுவதைத் தடுக்கும் ஓர் அரசாங்கம் உருவாகும் சாத்தியப்பாட்டை எதிர்கொண்ட பாரிஸ் மக்கள், தியெவுக்கு எதிராகக் கிளர்ந்தெழுந்து தொழிலாளர் இயக்க வாழ்வில் முதல் மாபெரும் நிகழ்வைத் தொடக்கிவைத்தனர்: அதாவது பாரிஸ் கம்யூனைத் தோற்றுவித்தனர்.

தேசப்பற்றின் பெயரால் நடந்த போரைப் புரட்சிகரமான போராக மாற்றும்படி பக்கூனின் தொழிலாளர்களை வற்புறுத்தி வந்த போதிலும்,[70] இலண்டனிலிருந்த அகிலத்தின் தலைமைக் குழுவோ மௌனம் சாதிப்பதைத் தெரிவு செய்தது. அகிலத்தின் பெயரால் ஓர் அறிக்கையைத் தயாரிக்கும் பொறுப்பை தலைமைக் குழு மார்க்ஸிடம் ஒப்படைத்திருந்தது. ஆனால், மிகச் சிக்கலான காரணங்களாலும், அவர் மனதில் ஆழமாகப் படிந்திருந்த காரணங்களாலும் அவர் அதைப் பிரசுரிப்பதைத் தாமதப்படுத்தினார். களத்திலிருந்த சக்திகளின் உண்மையான பலாபலம், கம்யூனின் பலகீனம் ஆகியவற்றை நன்கு உணர்ந்திருந்த அவர், கம்யூன் கட்டாயம் தோல்வியில்தான் முடியும் என்பதை அறிந்திருந்தார். அவரது *பிரெஞ்சு-ஆஸ்திரியப் போர் பற்றிய இரண்டாவது அறிக்கையில்* (Second Address on the Franco-Austrian War), பிரெஞ்சுத் தொழிலாளர்களை எச்சரிக்கவும் முயன்றார்:

> எதிரி பாரிஸ் நகரத்தின் கதவைத் தட்டுகின்ற அளவுக்குக் கிட்டத்தட்ட வந்துள்ள வேளையில், இன்றைய நெருக்கடி நிலைமையில் புதிய அரசாங்கத்தைக் கவிழ்க்க மேற்கொள்ளும் முயற்சியனைத்தும் மிகவும் ஆபத்தான தவறாகவே இருக்கும். பிரெஞ்சுத் தொழிலாளர்கள், வெறும் நினைவுச் சின்னங்களாக மாறிவிட்ட *1792 ஆம் ஆண்டுத் தேசிய நிகழ்வுகள்*[*] தங்களை ஏமாற்ற அனுமதிக்கக்கூடாது. [...]. அவர்கள் செய்ய

---

70. See Arthur Lehning, "Introduction", in idem, (Bakunin - Archiv, vol. VI: Michel Bakounine sur la Guerre Franco-Allemande et la Revolution Sociale en France (1870-1871), Leiden: Brill, 1977, p.xvi.

[*] 1792 ஆகஸ்ட் மாதம் பிரான்ஸில் வெடித்த புரட்சியின்போது அரசு மாளிகை கைப்பற்றப்பட்டது. அரசன் பதவியைத் துறக்கவேண்டும் என்னும் ஆணையைப் பிறப்பிக்க வேண்டிய நிர்பந்தத்துக்குள்ளானது சட்டமன்றம். தற்காலிக நிர்வாகக் குழு அமைக்கப்பட்டது. தேசிய அவைக்கான தேர்தலை நடத்தியது சட்டமன்றம். தேசிய அவை. செப்டம்பர் 21ஆம் தேதியன்று பிரெஞ்சு நாட்டைக் குடியரசாக அறிவித்தது. ஜனவரி 1க்குப் பதிலாக இனி செப்டம்பர் 22தான் ஆண்டுப் பிறப்பாக இருக்கும் என்றும் அறிவிக்கப்பட்டது.

வேண்டியது கடந்தகாலத்தைத் தொகுத்துக்கூறுவதல்ல; மாறாக எதிர்காலத்தைக் கட்டியெழுப்புவதுதான். குடியரசால் வழங்கப்பட்டுள்ள சுதந்திரம் ஏற்படுத்தியுள்ள வாய்ப்புகளை அவர்கள் தமது சொந்த வர்க்க அமைப்பின் பணிகளுக்காக நிதானமாகவும் உறுதியாகவும் மேம்படுத்துவதுதான். அப்படிச் செய்வது, பிரான்ஸின் புத்துயிர்ப்புக்கும் தொழிலாளர்களின் விடுதலை என்னும் நமது பொதுக் கடமைக்கும் புதிய இராட்சத பலத்தை அவர்களுக்குக் கொடையாகத் தரும். அவர்களது ஆற்றல்களையும் விவேகத்தையும் பொருத்தே குடியரசின் எதிர்காலம் அமைந்துள்ளது".[71]

கம்யூனின் வெற்றியை வரவேற்று வெளியிடப்படும் ஓர் உணர்ச்சிகரமான அறிக்கை ஐரோப்பா முழுவதிலும் தொழிலாளர்களிடையே ஒரு பொய்யான எதிர்பார்ப்பை உண்டாக்கி, நாளடைவில் அவர்களது உளஉரம் குன்றுவதற்கும் அவர்களிடையே அவநம்பிக்கை ஏற்படுத்துவதற்குமான ஊற்றுக்கண்ணாகி விடும் அபாயத்தை உள்ளடக்கியிருக்கும். எனவே மார்க்ஸ், அந்த அறிக்கையை வெளியிடுவதைத் தாமதப்படுத்தி, பல வாரங்கள் தலைமைக் குழுக் கூட்டங்களுக்கு வராமலேயே இருந்தார். கண்டிப்பு நிறைந்த அவரது முன்னெச்சரிக்கைக்கு சரியான அடிப்படைகள் இருந்தன என்பது விரைவில் மெய்ப்பிக்கப்பட்டது. பாரிஸ் கம்யூன் தோற்றுவிக்கப்பட்டுள்ளதாக அறிவிக்கப்பட்டு இரண்டு மாதங்களுக்கு மேல் சில நாள்களே முடிவடைந்திருந்த நிலையில், மே 28 அன்று அது இரத்தத்தில் மூழ்கடிக்கப்பட்டது. இரண்டு நாள்களுக்குப் பிறகு அவர் *பிரான்ஸில் உள்நாட்டுப் போர்* (Civil War in France) என்னும் தலைப்பிடப்பட்ட கையெழுத்துப் பிரதியுடன் தலைமைக் குழுவுக்கு மீண்டும் வந்தார். அங்கு படிக்கப்பட்ட அந்த ஆவணம் தலைமைக் குழுவால் ஒருமனதாக ஏற்றுக்கொள்ளப்பட்டுப் பிறகு அக்குழுவின் அனைத்து உறுப்பினர்களின் பெயர்களுடன் வெளியிடப்பட்டது. அடுத்த சில வாரங்களில் அது பெரும் தாக்கத்தை ஏற்படுத்தியது. பத்தொன்பதாம் நூற்றாண்டில் தொழிலாளர் இயக்கத்தின் வேறு எந்த ஆவணமும் ஏற்படுத்திய தாக்கத்தை விடப் பெரியதாக இருந்தது இந்த ஆவணம் ஏற்படுத்திய தாக்கம். துரிதமாக அடுத்தடுத்து வெளிவந்த ஆங்கிலப் பதிப்புகள் தொழிலாளர்களிடையே பாராட்டைப் பெற்ற

---

71. From document 57, p. 241.

அதேவேளை பூர்ஷ்வா வட்டாரங்களில் பெருங்கூச்சல் எழ வைத்தன. அது முழுமையாகவோ, பகுதியாகவோ ஒரு டஜன் ஐரோப்பிய மொழிகளில் மொழிபெயர்க்கப்பட்டு, பல்வேறு ஐரோப்பிய நாடுகளிலும் அமெரிக்காவிலும் செய்தியேடுகள், சஞ்சிகைகள், குறுநூல்கள் ஆகியவற்றில் வெளியிடப்பட்டது.

மார்க்ஸ், கம்யூனை உணர்ச்சிகரமாக ஆதரித்துப் பேசினார் என்றபோதிலும், பிற்போக்கு எதிர்ப்பாளர்களும் அகிலத்தை மிகையாகப் புகழ்வதில் ஆர்வம் கொண்டிருந்த வறட்டுவாத மார்க்ஸியவாதிகளும் கம்யூனின் தோற்றத்துக்கு அகிலம்தான் காரணம் என்று கூறிவந்த போதிலும்,[72] பாரிஸ் கிளர்ச்சியை உந்தித்தள்ளியது தலைமைக்குழு அல்ல என்பதில் கேள்விக்கிடமில்லை. அகிலத்தின் முக்கியப் புள்ளிகள் கம்யூனில் ஒரு பாத்திரம் வகித்த போதிலும் - எடுத்துக்காட்டாக பிறப்பால் ஹங்கேரியரான லியோ ஃப்ராங்கெலிடம் (Leo Frankel: 1844-1966) வேலை, தொழில், வணிகம் ஆகியவற்றுக்கான பொறுப்பு ஒப்படைக்கப்பட்டிருந்தது - பாரிஸ் கம்யூனின் தலைமை கம்யூனின் தீவிர ஜேகோபின் பிரிவிடம்தான்* இருந்தது. மார்ச் 26ஆம் தேதி

---

72. See Georges Haupt, Aspect of International Socialism 1871-1914, Cambridge: Cambridge University Press, 1986, p.25. "கருத்துநிலையால் உருமாற்றப்பட்ட ஒரு படிமத்துக்குப் பொருந்தும் வகையில் கம்யூனின் யதார்த்த நிலையை மறுவடிவமைப்பு செய்யும் போக்குக்கு எதிராக எச்சரிக்கை செய்கிறார் ஜியோர்ஜெஸ் ஹாப்ட் இந்த நூலில்".

* ஜேகோபின்கள்: பாரிஸிலும் பிற பிரெஞ்சு நகரங்களிலும் 1789-1790ஆம் ஆண்டுகளில் ஏராளமான புரட்சிகர மன்றங்கள் (Revolutionary Clubs) தோன்றின. அந்த மன்றங்கள்தாம் அரசியல் கட்சிகள் வகிக்கப் போகும் பாத்திரங்களைத் தீர்மானித்தன. அவற்றில் செல்வாக்கு மிகுந்த மன்றங்களிலொன்றாகத் திகழ்ந்தது ஜேகோபின் மன்றம் (Jacobin Club) ஆகும். புனித ஜேகோபின் கான்வென்டில் அந்த மன்றம் இயங்கியதால் அதற்கு அப்பெயர் உண்டாயிற்று. பிரெஞ்சு நாடெங்கிலும் அதற்கு நூற்றுக்கணக்கான கிளைகள் தோன்றின. அந்த மன்றத்தில் தொடக்கத்தில் முதன்மைப் பாத்திரம் வகித்தவர்கள் அரசியல் சட்டத்துக்குக் கீழ்ப்படிந்த முடியாட்சி முறையை ஆதரித்த மிராபோ (Mirabeu), பார்னவ் (Barnave) போன்றவர்கள். பின்னர் அறிவொளிச் சிந்தனையாளர் ரூஸோவை வழிகாட்டியாகக் கொண்டிருந்த மாக்ஸ்மிலியன் ரோப்ஸ்பியரின் (Maxmillian Robespeare) பூர்ஷ்வா ஜனநாயகப் போக்கு அந்த மன்றங்களில் மேலோங்கத் தொடங்கியது. இந்தப் போக்கைப் பின்பற்றியவர்கள்தாம் பொதுவாக 'ஜேகோபின்கள்' என்றழைக்கப்பட்டனர். ஜேகோபின் மரபுக்கு உரிமை கொண்டாடியவர்கள்தாம் பாரிஸ் கம்யூனில் மிகவும் செல்வாக்குச் செலுத்தினர்.

நகராட்சி மன்றத்துக்கு நடந்த தேர்தலில் வெற்றி பெற்றவர்களில்[73] 15பேர் மிதவாதிகள் ('மேயர்களின் கட்சி' என்று சொல்லப்பட்டவர்கள்.*

♣ மூன்றாம் நெப்போலியன் சிறைபிடிக்கப்பட்ட இரண்டு நாள்களுக்குப் பிறகு, அதாவது 1870 செப்டம்பர் 4இல், இரண்டாவது பிரெஞ்சுப் பேரரசைக் கலைத்து பிரான்ஸைக் குடியரசு நாடாக அறிவிப்பதில் பாரிஸ் நகரப் பாட்டாளிவர்க்கம் முதன்மைப் பாத்திரம் வகித்த போதிலும் அரசியல் அதிகாரம் பூர்ஷ்வா வர்க்கத்திடம் சேர்ந்துவிட்டது. ஆனால், பாரிஸ் நகர பூர்ஷ்வா வர்க்கமோ, பாட்டாளி வர்க்கம் அரசியல் அதிகாரத்தைக் கைப்பற்றுவதைத் தடுக்கும் பொருட்டு எத்தகைய பிற்போக்குச் சக்திகளிடமும் கூட்டுச் சேரத் தயாராக இருந்தது. மறுபுறம், மூன்றாம் நெப்போலியனின் ஆட்சியின் கீழ் இருந்த நாடாளுமன்றத்தில் பாரிஸ் நகரப் பிரதிநிதிகளாக இருந்தவர்கள், தொடர்ந்து பிரஷ்ய இராணுவத்தின் முற்றுகையின் கீழ் இருந்த பாரிஸைப் பாதுகாப்பதற்கு என்று ஓர் அரசாங்கத்தை உருவாக்க ஒப்புதல் தந்தனர். இராணுவம் போன்ற அமைப்பான 'தேசியக் காவலர்கள்' (National Guards) என்னும் படையில் ஆயுதம் ஏந்தும் ஆற்றலுள்ள அனைவரும் சேரலாம் என்று அறிவித்தனர். பாரிஸ் நகர மக்களில் மிகப் பெரும்பாலானோர் உழைக்கும் மக்களாதலால், அந்தப் படையில் சேர்ந்தவர்களில் பெரும்பாலானோர் அவர்களாகத்தான் இருந்தனர். எனவே, ஆயுதமேந்திய தொழிலாளர்களுக்கும் புதிதாக உருவாக்கப்பட்ட பூர்ஷ்வா அரசாங்கத்துக்குமிடையே பகிரங்கமான மோதல் ஏற்படுவது தவிர்க்க முடியாததாகியது. தோல்வியைத் தழுவும் நிலைக்குத் தள்ளப்பட்ட பூர்ஷ்வா வர்க்கம், பிரஷ்ய இராணுவம் பிரான்ஸுடன் நடத்தி வந்த போருக்கு முற்றுப்புள்ளி வைத்துவிட்டு, 'சட்டம் ஒழுங்கை' நிலைநாட்டப் பிரஷ்யத்துருப்புகள் தனக்கு உதவ வேண்டும் என விரும்பியது. ஆக, பூர்ஷ்வா வர்க்கம் உருவாக்கிய ;தேசியப் பாதுகாப்புக்கான அரசாங்கம்' 1871 ஜனவரி 28 அன்று பிரஷ்யர்களிடம் சரணடைந்ததுடன் பாரிஸ் நகரையும் அவர்களிடம் ஒப்படைக்க முடிவு செய்தது. ஆனால், பாட்டாளி வர்க்கம் ஆயுதமேந்தியிருந்ததால் அந்த விருப்பம் நிறைவேறவில்லை. ஆயுதமேந்திய பாரிஸ் தொழிலாளர்களை சமாளிப்பது லூயி போனபார்ட்டின் இராணுவத்தைத் தோற்கடித்ததைவிட மிகக் கடினமானது என்பதை உணர்ந்த பிரஷ்யர்கள், 'தேசியக் காவலர்'களுடன் தனியாக ஒரு போர் நிறுத்த ஒப்பந்தத்தைச் செய்துகொண்டனர். அவர்கள் வசம் பாரிஸ் நகரத்தின் சிறு பகுதி மட்டுமே-இரண்டு பூங்காக்கள் மட்டுமே.- விட்டுவைக்கப்பட்டது; அதுவும் சில நாள்களுக்குத்தான்.

எனவே பூர்ஷ்வா வர்க்கம், பாரிஸ் நகரத் தொழிலாளிகளின் செல்வாக்கை ஒழிப்பதற்காகப் போட்டி அதிகார மையமொன்றை உருவாக்க முடிவு செய்து, வெர்ஸே நகரைக் கைப்பற்றி, 1789ஆம் ஆண்டுப் பிரெஞ்சுப் புரட்சியால் தூக்கியெறியப்பட்ட பதினாலாம் லூயி மன்னனும் பிற பிரெஞ்சு அரசர்களும் ஆட்சி புரிந்து வந்த கோட்டைக்கு பிரெஞ்சு நாடாளுமன்றத்தைக் கொண்டு சென்று, அதில் மாற்றங்கள் செய்தது. பூர்ஷ்வா வர்க்கத்தின் அந்த நடவடிக்கைக்குத் தலைமை தாங்கிய அடால்ஃப் தியெ (Adolphe Thiers) பிரெஞ்சு முடியாட்சியை ஆதரித்த

அதாவது நகராட்சிப் பிரிவுகளின் முன்னாள் மேயர்களடங்கிய குழு) 4 பேர் 'தீவிரவாதிகள்' (Radicals); இவர்கள் தேர்ந்தெடுக்கப் பட்டவுடனேயே பதவி விலகியவர்கள்; கம்யூன் (நகராட்சிக்) கவுன்சிலின் (Council of Commune) பகுதியாக ஒருபோதும்

பூர்ஷ்வாக்களின் ஆர்லியனிஸ்ட் பிரிவின் தலைவராவார். பாட்டாளிவர்க்கத்தின் மீது தியெ நடத்திய மிக மூர்க்கத்தனமான தாக்குதல்களை மார்க்ஸ் எடுத்துக் கூறினார். பாரிஸ் நகரத் தொழிலாளிகளைப் பெரும்பான்மையினராகக் கொண்ட 'தேசியக் காவலர்க'ளை நிராயுதபாணியாக்குவதுதான் வெர்ஸேவிலிருந்த பூர்ஷ்வா அரசாங்கத்தின் முதல் நடவடிக்கை. பாரிஸ் நகரிலுள்ள மோன்மோர்த் என்னுமிடத்தில் தேசியக் காவலர்கள் வைத்திருந்த பீரங்கியைத் திருடிக்கொண்டு வருமாறு தியெ தனது ஆட்களை அனுப்பினார். ஆனால், பாரிஸ் நகர வெகுமக்கள், தேசியக் காவலர்கள், பூர்ஷ்வா அரசாங்கத்தின் இராணுவத்திலிருந்து வெளியேறி பாரிஸ் தேசியக் காவலர்களுடன் சேர்ந்துகொண்ட படைவீரர்கள் ஆகியோரின் கூட்டு முயற்சியால் தியெவின் திட்டம் தகர்க்கப்பட்டது. பாரிஸ் கம்யூனில் பங்கேற்றவரும் அதன் வரலாற்றை எழுதியவருமான லிஸ்ஸகரே (Lissagaray) (அவர் பிரெஞ்சு மொழியில் எழுதிய நூல், மார்க்ஸின் மகள் எலியனார் மார்க்ஸால் ஆங்கில மொழியாக்கம் செய்யப்பட்டது. அதன் இந்தியப் பதிப்பொன்று பல ஆண்டுகளுக்கு முன் பி.டி.ரணதிவேயின் அறிமுகவுரையுடன் வெளியானது), தியெ அனுப்பிய படைவீரர்களை முற்றுகையிட்டவர்களின் முன்னணியில் நின்றவர்கள் பெண்கள் என்று. கூறுகிறார், அந்தப் படைவீரர்களுக்குத் தலைமை தாங்கிய லெகோம்தெ, க்ளெமெண்ட் தாமஸ் ஆகியோர் புரட்சிகரத் தொழிலாளிகளால் உடனடியாகச் சுட்டுக் கொல்லப்பட்டனர். (இது போன்று, பாரிஸ் நகரத் தொழிலாளிகள் சிறிதும் தயக்கம் காட்டாமல் எதிரிகளை ஒழித்துக்கட்டிய நிகழ்ச்சிகள் மிக அரிதாகவே நடந்தன. அதற்கு மாறாக, தியெவின் படைவீரர்களோ ஆயுதமேந்தியவர்கள், ஆயுதமேந்தாதவர்கள், ஆண்கள், பெண்கள், குழந்தைகள் என கண்ணில் பட்டவர்களையெல்லாம் கொன்று தீர்த்தனர்).

பாரிஸ் 'தேசியக் காவலர்க'ளை நிராயுதபாணிகளாக்கச் செய்யப்பட்ட முயற்சி முறியடிக்கப்பட்டதும், அவர்களது மத்தியக் குழு அரசியல் அதிகாரத்தைத் தனது கையில் எடுத்துக்கொண்டு, 1871 மார்ச் 26ஆம் தேதி கம்யூனுக்கான தேர்தலை நடத்தி 28ஆம் தேதி, தேர்ந்தெடுக்கப்பட்ட பிரதிநிதிகளிடம் அதிகாரத்தை ஒப்படைத்தது. வயது வந்த ஆண்கள் அனைவருக்கும் வாக்குரிமை என்னும் அடிப்படையில் நடந்த முதல் தேர்தல் அதுதான். பொருளாதாரத் தகுதி, சமூகத் தகுதி என்னும் அடிப்படையில் மட்டுமே வாக்குரிமை வழங்கப்பட்டு வந்த அந்த நாட்டில் அது மிகவும் முற்போக்கான நடவடிக்கைதான் என்றாலும், பெண்களுக்கு வாக்குரிமை தரப்படாதது பெருங்குறை-சமூக, பொருளாதார, பண்பாட்டுத் துறைகள் அனைத்திலும் பெண்களுக்கு சம உரிமை வழங்கப்பட்டிருந்தபோதிலும்.

இருக்காதவர்கள். எஞ்சியிருந்த 66 பேரில் 11 பேர் புரட்சியாளர்களாக இருந்த போதிலும் தெளிவான அரசியல் போக்கு ஏதும் இல்லாதவர்கள்; 14 பேர் தேசியக் காவலர் குழுவிலிருந்து வந்தவர்கள்; 15 பேர் தீவிர-குடியரசுவாதிகளும் சோசலிஸ்டு களுமாவர்; 9 பேர் பிளாங்கியவாதிகள்; 17 பேர் அகிலத்தின் உறுப்பினர்கள்.[74] அகிலத்தின் உறுப்பினர்களில் நகராட்சி மன்ற உறுப்பினர்களாகத் தேர்ந்தெடுக்கப்பட்டவர்களில் எதுவார் வையான் (Edouard Vaillant: 1840-1915), *பெனுவா மலோன்* (Benoit Malon: 1841-1893), *ஒகஸ்த் ஸெர்ராய்யெ* (Auguste Serrailler: 1840-1872), *ழான் - லூயி பின்டி* (Jean-Louis Pindy : 1840-1917), *அல்பேர் தெஸ்* (Albert Theisz 1839-1881), *ஷார்ல் லாங்குவெ* (Charles Longuet 1839-1903)

பாரிஸ் கம்யூன் என்பது கிட்டத்தட்ட இலண்டன், மும்பை, சென்னை போன்ற பெருநகரங்களிலுள்ள நகராட்சி அமைப்பு போன்றதாகும். அச்சமயம் பாரிஸ் நகரம் இருபது மாவட்டங்களாக (districts or arrondisements) பிரிக்கப்பட்டிருந்தது. அவைதான் தேர்தல் தொகுதிகள். பாரிஸ் கம்யூன் பற்றிய தமது நூலில் லிஸ்ஸகரெ கூறுகிறார்: பிரஷ்ய-பிரெஞ்சுப் போருக்குப் பிறகு பாரிஸ் பூர்ஷ்வா வர்க்கமும்கூட பாரிஸ் கம்யூனுக்குத் தேர்தல் நடத்த முடிவு செய்திருந்தது. அதனுடைய திட்டத்தின்படி ஒவ்வொரு மாவட்டமும் மூன்று உறுப்பினர்களை (கவுன்சிலர்கள்) தேர்ந்தெடுக்க வேண்டும். அதாவது பாரிஸ் கம்யூனுக்கு மொத்தம் 60 உறுப்பினர்கள் தேர்ந்தெடுக்கப்பட வேண்டும். ஆனால், பூர்ஷ்வா வர்க்கத்தின் திட்டப்படி, ஒவ்வொரு தொகுதியிலும் உள்ள மக்கள் தொகையைக் கணக்கிலெடுத்துக் கொள்ளாமல் ஒவ்வொரு தொகுதிக்கும் ஒரே சீராக மூன்று உறுப்பினர்கள் என்று வைத்துக்கொள்வது அந்த வர்க்கத்துக்குத்தான் இலாபம். ஏனெனில், பாரிஸின் 11ஆவது தொகுதியில் இருந்த மக்களின் எண்ணிக்கை 45,000 மட்டுமே. எனவே இரண்டு தொகுதிகளுக்கும் தலா மூன்று உறுப்பினர்கள் என்பது உண்மையான மக்கள் பிரதிநிதித்துவம் ஆகாது என்பதால் 'தேசியக் காவலர்க'ளின் மத்தியக் குழு பாரிஸ் நகரில் ஒவ்வொரு இருபதாயிரம் பேருக்கும் ஒரு பிரதிநிதி என்று கணக்கு வைத்துத் தேர்தலை நடத்தியது. அந்த அடிப்படையில் மொத்தம் 90 உறுப்பினர்கள் தேர்ந்தெடுக்கப்பட்டனர்.

தமது அண்மைக்கால ஆய்வுகளின் அடிப்படையில் மார்ஸெல்லொ முஸ்டோ கூறும் விவரங்களை அடிக்குறிப்பு எண் 73இல் காணலாம்.

நகராட்சி மன்றக் கவுன்ஸிலுக்கான மொத்த இடங்கள் 92. ஆனால் சில தனிநபர்கள் ஒன்றுக்கும் மேற்பட்ட தொகுதிகளிலிருந்து தேர்ந்தெடுக்கப்பட்டிருந்தனர். எனவே தேர்ந்தெடுக்கப்பட்ட உறுப்பினர்களின் எண்ணிக்கை 85 என்றே கணக்கிடப்பட்டது.

. See Jacques Rougerie, *Paris libre 1871*, Paris: Seuil, 1971, p.146; Pierre Milza, L'annee terrible, Paris: Perrin 2009, p.78.

ஆகியோரும் முன்பு குறிப்பிடப்பட்ட வர்லென், ஃப்ராங்கெல் ஆகியோரும் அடங்குவர். ஆயினும் அவர்கள் வெவ்வேறு அரசியல் பின்னணிகளையும் பண்பாடுகளையும் கொண்டவர்களாக இருந்ததால், அவர்களால் ஒரேபடித்தான குழுவாக அமையமுடியவில்லை; பல சமயங்களில் அவர்கள் குறிப்பிட்ட பிரச்சினைகளில் வாக்களித்த விதம் வெவ்வேறானதாக இருந்தது. இதுவும்கூட ஜேகோபினிய தீவிர-குடியரசுவாத நோக்குநிலையின் மேலாண்மைக்கு சாதகமாகவே இருந்தது. இந்தக் கருத்துநிலை மேலாண்மை, 'பொதுப்பாதுகாப்புக் குழு' (Committee of Public Safety) ஒன்றை உருவாக்கும் தீர்மானத்தில், மலைவாசிகளால்* உள்உந்துதல் தரப்பட்டு, மே மாதம் நிறைவேற்றப்பட்ட தீர்மானத்தில் பிரதிபலித்தது. மார்க்ஸுமே, "கம்யூனின் பெரும்பான்மையினராக இருந்தவர்கள் எந்த அர்த்தத்திலும் சோசலிஸ்டுகள் அல்லர், அப்படி இருந்திருக்கவும் முடியாது"[75] என்று குறிப்பிட்டிருந்தார்.

வெர்ஸே துருப்புகள் பாரிஸுக்குள் நுழைந்ததையடுத்த 'இரத்தக் களரி வாரத்'தில் (மே 21-28), பல்லாயிரக்கணக்கான கம்யூனார்டுகள், அவர்களுக்கும் அந்தத் துருப்புகளுக்கும் நடந்த சண்டைகளில் கொல்லப்பட்டனர் அல்லது சட்டரீதியான எந்த விசாரணையுமின்றி சுட்டுக் கொல்லப்பட்டனர். பிரெஞ்சு வரலாற்றில் மிகக் கொடூரமான படுகொலை அதுதான். 43000 அல்லது அதற்கும் அதிகமானவர்கள் சிறைபிடிக்கப்பட்டனர்; அவர்களில் 13,500 பேர் பின்னர் மரண தண்டனைக்கோ, சிறைவாசத்திற்கோ, கட்டாய உழைப்புக்கோ, நாடு கடத்தப்படுதலுக்கோ (மிகத் தொலைவிலுள்ள நியூ காடலோனியாவுக்கும்கூட சிலர் அனுப்பப்பட்டனர்) உட்படுத்தப்பட்டனர். 7000 பேர் எப்படியோ தப்பி இங்கிலாந்து, பெல்ஜியம் அல்லது ஸ்விட்ஸர்லாந்தில் புகலிடம் தேடிக்கொண்டனர். பயங்கரமான குற்றங்களைச் செய்ததாகக் கம்யூனார்டுகள் மீது குற்றம் சுமத்தியும், 'திமிர் பிடித்த' தொழிலாளர்களின் கிளர்ச்சியைத்

---

* 1792ஆம் ஆண்டில் பிரான்ஸைக் குடியரசு நாடாக அறிவித்த தேசிய அவையின் இடது கோடியில் ஜேகோபின்கள் வீற்றிருந்தனர். அவையில் மிக உயர்ந்த வரிசையில் உட்கார்ந்திருந்தவர்கள் ஜேகோபின்களில் மிகவும் புரட்சிகரமான பிரிவினராக இருந்த 'மலைவாசிகள்' (Montagnards) என்றழைக்கப்பட்டவர்களாவர். உயரத்தில் உட்கார்ந்திருந்ததால் அவர்கள் 'மலைவாசிகள்' என அழைக்கப்பட்டனர்.

75. Karl Marx to Domela Nieuwenhuis, 22 February 1881, NECW, vol.46, p.66.

தோற்கடித்து 'நாகரிகம்' வெற்றி பெற்றுள்ளதாக எக்காள முழக்கமிட்டும், தியெவின் படைவீரர்கள் தொடங்கிய வேலையை, ஐரோப்பாவின் பழைமைவாத, தாராளவாதப் பத்திரிகைகள் முடித்து வைத்தன. இப்போதிருந்து அகிலம்தான் புயலின் மையமாகியது. நிறுவனமயமாக்கப்பட்ட சமூக அமைப்புக்கு எதிராகச் செய்யப்படும் ஒவ்வொரு செயலுக்கும் அகிலத்தின் மீது பழி சுமத்தப்பட்டது. கசப்புணர்வுடனும் முரண்நகையுடனும் மார்க்ஸ் கூறினார் : "சிக்காகோவில் பெருந் தீ விபத்து ஏற்பட்ட போது, உலகம் முழுவதிலுமுள்ள தந்தித் துறை, அது அகிலத்தின் நரக வேலை என்று அறிவித்தது; மேற்கிந்தியத் தீவுகளைப் பேரழிவுக்குள்ளாக்கிக் கொண்டிருக்கிற சூறாவளிக்கான காரணத்தை இந்தப் பேய்த்தனமான அமைப்புக்கு ஏற்றிச் சொல்லாமலிருப்பது உண்மையிலே அதிசயம்தான்".[76]

அகிலத்தைப் பற்றியும் தம்மைப் பற்றியும் அவதூறு செய்து கொண்டிருந்த பத்திரிகைகளுக்குப் பதில் சொல்வதில் பல நாள்களைச் செலவிட்டார் மார்க்ஸ். "இந்தத் தருணத்தில், இலண்டனில் மிகவும் அவதூறுக்குள்ளாக்கப்படுகிற, மிகவும் அச்சுறுத்தப்படுகிற மனிதன் நான்தான்" என்று எழுதினார்.[77] இதற்கிடையே ஐரோப்பா முழுவதிலுமிருந்த அரசாங்கங்கள், பாரிஸ் கிளர்ச்சியை அடுத்து வேறு கிளர்ச்சிகள் உருவாகும் என்று அஞ்சி, தங்களது ஒடுக்குமுறைக் கருவிகளைக் கூர்மைப்படுத்தின. உடனடியாக அகிலத்தைச் சட்டவிரோதமானதாக்கிய தியெ, தமது நடவடிக்கையைப் பின்பற்றுமாறு பிரிட்டிஷ் பிரதமர் வில்லியம் எவர்ட் க்ளாட்ஸ்டோனைக் (William Ewart Gladstone *:1809-1898)* கேட்டுக் கொண்டார். தொழிலாளர் அமைப்பொன்று பற்றி இரு அரசுகளுக்கிடையே நடந்த முதல் இராஜதந்திரப் பேச்சுவார்த்தை இதுதான். இதே போன்ற நிர்ப்பந்தத்தை ஸ்விஸ் அரசாங்கத்தின் மீது கொண்டு வந்த போப் ஒன்பதாம் பயஸ் (Pope Pius IX : *1792-1878),* "அகிலம் என்னும் குழு பாரிஸை எப்படி நடத்தியதோ, அதேபோலத்தான் ஐரோப்பா முழுவதையும் நடத்த விரும்பும். அந்தக் கனவான்களைக் கண்டு நாம் அச்சமடைய வேண்டும்.

76. Karl Marx, Report of the General Council to the Fifth Annual Congress of the International, in GC, C, p. 461.

77. Karl Marx to Ludwig Kugelmann, 18 June 1871, in MECW, (77) vol. 44, p. 157.

ஏனெனில் அவர்கள் கடவுள், மனிதகுலம் ஆகியவற்றின் எதிரிகள்" என்று கூறினார்.[78] இப்படிப்பட்ட கூற்றுகளின் காரணமாக பைரென் மலைத் தொடர்ச்சிகளுக்கு இருபுறமும் உள்ள பிரான்ஸும் ஸ்பெயினும் அகதிகளைத் தத்தம் நாடுகளுக்குத் திருப்பி அனுப்பும் ஒப்பந்தத்தைச் செய்து கொண்டதுடன், பெல்ஜியத்திலும் டென்மார்க்கிலும் அகிலத்தின் மீது ஒடுக்குமுறை பாய்ந்தது. தஞ்சம் கொடுப்பது பற்றிய தனது கொள்கைகளை மாற்றிக் கொள்ள விரும்பாமல் பிரிட்டன் தயக்கம் காட்டி வருகையில், ஜெர்மன், ஆஸ்திரிய-ஹங்கேரிப் பிரதிநிதிகள் *1893* நவம்பரில் பெர்லினில் கூடி "சோசலிசப் பிரச்சினை" பற்றிய கூட்டறிக்கையை விடுத்தன:

1. அகிலத்திலுள்ள போக்குகள் பூர்ஷ்வா சமுதாயத்தின் கொள்கைகளுக்கு முற்றிலும் மாறானவையாகவும் அவற்றுக்குப் பகையானவையாகவும் உள்ளன; மிகுந்த வலுவுடன் அவை தடுத்து நிறுத்தப்பட வேண்டும்.

2. கூட்டம் கூடும் சுதந்திரத்தை அபாயகரமான முறையில் தவறாகப் பயன்படுத்தும் அமைப்பே அகிலம். அதனுடைய சொந்த நடைமுறையையும் கொள்கையையும் கருத்தில் கொண்டு மேற்கொள்ளப்பட வேண்டிய நடவடிக்கையானது அனைத்து தேசங்களையும் உள்ளடக்குவதாக இருக்க வேண்டும். இது அனைத்து அரசாங்கங்களின் ஒருமைப்பாட்டை அடிப்படையாகக் கொண்டிருக்க வேண்டும்.

3. (அகிலத்திற்கு எதிராக) பிரான்ஸைப் போல ஒரு சிறப்புச் சட்டத்தை இயற்றும் நோக்கம் சில அரசாங்கங்களுக்கு இல்லையென்றால், சர்வதேசத் தொழிலாளர் சங்கமும், அதனுடைய நடவடிக்கைகளும் இருப்பதற்கு எந்த முகாந்திரமும் இல்லாமல் செய்ய வேண்டும்.[79]

இத்தாலியிலும்கூட இத்தகைய தாக்குதல் நடந்தது. அகிலத்தை நம்பிக்கையுடன் ஒரு காலத்தில் பார்த்து வந்த மாஜினி, அகிலத்தின் கொள்கைகள் 'கடவுளையும், [...] தாய்நாட்டையும்,

78. GC, V, p. 460.

79. See Braunthal, op. cit., pp. 160 எ 1

[...] தனிச்சொத்து அனைத்தையும் மறுக்கும் கொள்கைகளாக மாறிவிட்டன" என்று கூறினார்.[80]

அகிலத்தைப் பற்றிய விமர்சனம் தொழிலாளர் இயக்கத்தின் சில பிரிவுகளுக்கும்கூடப் பரவியது. *பிரான்ஸில் உள்நாட்டுப் போர்* என்னும் ஆவணம் வெளியிடப்பட்டதை அடுத்து, பிரிட்டிஷ் தொழிற்சங்கத் தலைவர் ஜார்ஜ் ஓட்கெர், பழைய சாசனவாதி பெஞ்சமின் லுக்ராஃப்ட்* (Benjamin Lucraft : *1809-1897)* ஆகிய இருவரும், பகை கக்கும் பத்திரிகைகளின் பிரசாரம் ஏற்படுத்திய நிர்பந்தத்திற்கு வளைந்து கொடுத்து, அகிலத்திலிருந்து விலகினர். ஆயினும் ஒரு தொழிற்சங்கம்கூட அகிலத்திற்குத் தந்து வந்த ஆதரவை விலக்கிக் கொள்ளவில்லை. இங்கிலாந்தில் அகிலம் வளர்ச்சியடையத் தவறியதற்கு முக்கியக் காரணம் அங்கிருந்த உழைக்கும் வர்க்கம் அரசியலில் அக்கறையற்று இருந்ததுதான் என்பதையே இது மீண்டும் காட்டியது.[81]

---

80. Giuseppe Mazzini, *L'Internazionale,* in Gian Mario Bravo, La *Prima Internazionale,* vol. II. Roma: Editori Riuniti, 1978, pp. 499 எ 501.

* சாசனவாதிகள் (Chartists): பிரிட்டனில் 1830களிலும் 1840களிலும் இருந்த பாட்டாளிவர்க்கத்தின் முதல் வெகுமக்கள் இயக்கத்தைச் சேர்ந்தவர்கள். நாடு முழுவதிலும் பல இலட்சக்கணக்கான தொழிலாளிகளும் குட்டி-பூர்ஷ்வாக்களும் பங்கேற்ற பொதுக்கூட்டங்கள், பேரணிகள் ஆகியவற்றை நடத்திய அந்த இயக்கம் இலட்சக்கணக்கானோரின் (12,80,000 முதல் 30,00,000 வரை) கையெழுத்துகளைக் கொண்ட சாசனங்களை (கோரிக்கை மனுக்கள்) பிரிட்டிஷ் நாடாளுமன்றத்துக்கு அனுப்பிக் கொண்டிருந்தது. அந்தக் கோரிக்கைகளாவன: 1. வயது வந்த ஆண்கள் அனைவருக்கும் வாக்குரிமை; 2. இரகசிய வாக்கெடுப்பு முறை; 3. நாடாளுமன்ற உறுப்பினர்களுக்கு சொத்துத் தகுதி நிர்ணயிக்கப்பட்டிருப்பது நீக்கப்பட வேண்டும்; 4. நாடாளுமன்ற உறுப்பினர்களுக்கு ஊதியம் வழங்கப்பட வேண்டும்; ஒவ்வொரு தேர்தல் தொகுதியிலும் ஒரே எண்ணிக்கையிலான வாக்காளர்கள் இருக்க வேண்டும்; 6. ஒவ்வோர் ஆண்டும் நாடாளுமன்றத் தேர்தல் நடத்தப்பட வேண்டும். பிரிட்டிஷ் நாடாளுமன்றம் இந்தக் கோரிக்கை சாசனங்கள் எதையும் ஏற்றுக்கொள்ளவில்லை. பிரிட்டிஷ் அரசு, கடுமையான ஒடுக்குமுறைகள் பிரித்தாளும் சூழ்ச்சி ஆகியவற்றின் மூலம் அந்த இயக்கத்தை நசுக்கியது. எஞ்சியிருந்த சாசனவாதிகள் இருவகையான சீர்திருத்தவாதப் போக்குகளை மேற்கொண்டனர். தொழிலாளரின் போராட்டக் குணத்தை மழுங்கடிப்பதற்காக பிரிட்டிஷ் நாடாளுமன்றம் 1872இல் சுரங்கத் தொழில் சட்டத்தை இயற்றியது; 1847இல் தொழிற்சாலை வேலை நேரம் பத்து மணியாகக் குறைக்கப்பட்டது.

81. See Collins and Abramsky, op. cit. p. 222.

பாரிஸில் அகிலம் இரத்தம் படிந்த முடிவுக்குக் கொண்டு வரப்பட்டு, ஐரோப்பாவின் இதர பகுதிகளில் அலையலையாக வந்த அவதூறுகளுக்கும் அரசாங்க ஒடுக்குமுறைக்கும் உட்பட்டது என்றாலும், கம்யூன் தோன்றிய பிறகு அது மேலும் வலுவானதாகவும் மேலும் பரந்து விரிந்ததாகவும் ஆயிற்று. முதலாளிகளும் குட்டி முதலாளிகளும் பாரிஸ் கம்யூனை, நிறுவப்பட்டுள்ள சமூக அமைப்புக்கான அச்சுறுத்தல் என்று கருதினர். ஆனால் தொழிலாளர்களுக்கோ அது சுரண்டலும் அநீதியும் இல்லாத ஓர் உலகத்தைப் பற்றிய நம்பிக்கையை ஊட்டியது.[82] புரட்சிகரப் பாரிஸ் கம்யூன், தொழிலாளர் இயக்கத்திற்குத் தற்காப்பு அரணாக விளங்கி அது மேலும் தீவிரமான நிலைப்பாடுகளை மேற்கொள்ளவும் தனது போராட்டக்குணத்தை ஆழமாக்கிக் கொள்ளவும் தூண்டுதல் அளித்தது. புரட்சி சாத்தியமானது, முதலாளிய அமைப்பைவிட முற்றிலும் வேறுபட்ட அமைப்பைக் கட்டுவதுதான் குறிக்கோளாக இருக்க முடியும், இருக்க வேண்டும் என்பதையும், இதைச் சாதிப்பதற்குத் தொழிலாளர்கள் நீடித்து நிற்கிற, நன்கு ஒழுங்கமைக்கப்பட்ட அரசியல் சங்கத்தை உருவாக்க வேண்டும் என்பதையும் பாரிஸ் கம்யூனின் அனுபவம் காட்டியது.[83]

இந்த மகத்தான உள்ளுரம் எல்லா இடங்களிலும் காணப்பட்டது. தலைமைக்குழுக் கூட்டங்களுக்கு வருவோர் எண்ணிக்கை இரு மடங்காகியது; அகிலத்துடன் இணைக்கப்பட்டிருந்த செய்தியேடுகளின் எண்ணிக்கையும் அவற்றின் ஒட்டுமொத்த விற்பனையும் பெருகின. சோசலிசக் கொள்கைகளைப் பரப்புவதில் சீரிய பங்களிப்புச் செய்த ஏடுகள் பின்வருமாறு: ஜெனிவாவிலிருந்து வெளிவந்த *லெகாலிதெ (L' Egalite)*; முதலில் பக்கூனினியப் பத்திரிகையாக இருந்த அது, பின்னர் அதன் ஆசிரியர் மாற்றப்பட்ட பிறகு, ஸ்விட்ஸர்லாந்தில் அகிலத்தின் முதன்மையான ஏடாக விளங்கியது; லீப்ஸிக்கிலிருந்து வெளிவந்து கொண்டிருந்த *டெய்ர் ஃபோல்க்ஸ்டாட் (Der Volksstaat)*. இது ஜெர்மன் சோசலிச ஜனநாயகத் தொழிலாளர் கட்சியின் ஏடு. மாட்ரிடிலிருந்து வெளிவந்து கொண்டிருந்த, அகிலத்தின் ஸ்பெயின் கிளைகளின் கூட்டமைப்பின் அதிகாரபூர்வமான ஏடான *ல எமான்ஸிபேஷன் (La Emancipation)*; மிலனிலிருந்து வெளியிடப்பட்டு வந்த *இல் கெஸெட்டா ரோஸா (Il Gazzettino Rosa)*. பாரிஸ் நிகழ்வுகளுக்குப்

---

82. See Haupt, L'internazionale socialista dalla Comune a Lenin, op. cit., p.28.

83. Ibid, pp. 93-5.

பிறகு அகிலத்தின் பக்கம் வந்த பத்திரிகை இது. டேனிஷ் தொழிலாளர்களின் முதல் செய்தியேடான சோசியலிஸ்டென் (Socilaisten). அது அந்தத் தொழிலாளர்களின் பத்திரிகைகளில் மிகச் சிறந்ததாக இருந்திருக்கக்கூடும்; பிரான்ஸின் ரோன் நகரத்திலிருந்து வெளியிடப்பட்ட ல ரேஃபார்ம் சோசியல் (La Raforme Sociale).[84]

இறுதியாக, ஆனால் மேலும் முக்கியத்துவம் வாய்ந்த நிகழ்வு, பாரிஸ் கம்யூனுக்கு முன்பே அகிலத்துடன் தொழிலாளர்களின் ஈடுபாட்டின் அளவு கணிசமானதாக இருந்த பெல்ஜியம், ஸ்பெயின் ஆகியவற்றில் அகிலம் தொடர்ந்து விரிவாக்கம் கண்டுவந்ததாகும்; இத்தாலியிலும் அகிலம் உண்மையான முன்னேற்றத்தைக் கண்டது. மாஜினியின் ஆதரவாளர்கள் பலர், தங்களது முன்னாள் தலைவர் மேற்கொண்ட நிலைப்பாடுகளால் அதிருப்தியுற்று, அகிலத்துடன் இணைந்தனர்.[85] அவர்களில் சிலர் உள்ளூரளவிலான முக்கியத் தலைவர்களாக விளங்கினர். இதைவிட முக்கியமானது ஜியுஸெப் கரிபால்டி (Giuseppe Garibaldi:1807-1882)* தந்த ஆதரவாகும். இலண்டனில் தலைமையகத்தைக் கொண்டிருந்த சர்வதேசத் தொழிலாளர் சங்கத்தைப் பற்றிய தெளிவற்ற ஒரு கருத்தை அவர் கொண்டிருந்த போதிலும் "இரு உலகங்களின் வீரர்" என்னும் பெயரெடுத்திருந்த அவர், அந்தச் சங்கத்துக்கு ஆதரவு திரட்டத் தமது செல்வாக்கு அனைத்தையும் பயன்படுத்தினார். சங்கத்தில் உறுப்பினராகச் சேர்த்துக் கொள்ளப்படுவதற்கு அவர் எழுதிய கடிதம், "எதிர்காலத்தின் சூரியன் அகிலம்!"[86] என்னும் புகழ்பெற்ற வாசகத்தைக் கொண்டிருந்தது. தொழிலாளர்களின் டஜன் கணக்கான

---

84. See Georges Bourgin - Georges Duveau-Domenico De Marco, "Preface", in Del Bo (ed.), op. cit., p. xv.

85. See Nello Rosselli, *Mazzini e Bakunin*, Torino: Einaudi, 1927, pp. 323-4.

* ஜியெஸெப் கரிபால்டி: சிதறுண்டு, பல்வேறு முடிமன்னர்களின் கீழிருந்த இத்தாலியப் பிரதேசங்களை ஒன்றிணைத்து, சுதந்திர இத்தாலியை உருவாக்குவதில் முக்கியப் பங்கேற்ற மூவரில் கரிபால்டியும் ஒருவர். இத்தாலியின் விடுதலைக்காக அவர் மேற்கொண்ட முயற்சிகளுக்கு ஐரோப்பிய நாடுகள் பலவற்றில் பேராதரவு இருந்தது. 'புதிய உலகம்' என்று சொல்லப்பட்ட அமெரிக்காவின் பிரேஸில், உருகுவே ஆகிய நாடுகளிலும் ஐரோப்பாவிலும் அவர் இராணுவச் செயல்பாடுகளை மேற்கொண்டவராக இருந்ததால் "இரு உலகங்களின் வீரர்" என்று அழைக்கப்பட்டார்.

86. Giuseppe Garibaldi to Giorgio Pallavicino, 14 November 1871, in Enrico Emilio Ximenes, *Epistolario di Giuseppe Garibaldi*, vol.l, Milano: Brigola 1885, p.350.

செய்தியேடுகளிலும் பத்திரிகைகளிலும் வெளியிடப்பட்ட இந்தக் கடிதம், ஊசலாட்டம் கொண்டிருந்த பலரை அகிலத்தில் சேர்வதற்கு ஒப்புக்கொள்ள வைத்தது.

அகிலத்தின் கிளைகள் போர்ச்சுகலிலும் 1871 அக்டோபரில் நிறுவப்பட்டன. அதே மாதத்தில் டென்மார்க்கில் கோப்பென்ஹேகன் நகரத்திலும் ஜட்லாந்துப் பகுதியிலும் புதிதாகத் தோன்றிய தொழிற்சங்கங்களை அகிலம் இணைத்துக் கொள்ளத் தொடங்கியது. இன்னொரு முக்கிய வளர்ச்சி என்னவென்றால், பிரிட்டனில் ஐரிஷ் கிளைகள் நிறுவப்பட்டதாகும். ஐரிஷ் தொழிலாளர் தலைவர் ஜான் மெக்டொன்னெல் (John MacDonnell), ஐயர்லாந்துடன் கடிதத்தொடர்பு கொள்வதற்கான மத்தியக் குழுவின் செயலராக நியமிக்கப்பட்டார். உலகின் பல்வேறு பகுதிகளிலிருந்து அகிலத்துடன் இணைத்துக் கொள்ளுமாறு கேட்கும் எதிர்பாராத வேண்டுகோள்கள் வந்துசேர்ந்தன: கல்கத்தாவிலிருந்த ஆங்கிலேயத் தொழிலாளர்கள், ஆஸ்திரேலியாவின் விக்டோரியா நகரத்தையும் நியூஸிலாந்தின் க்ரைஸ்ட்சர்ச் (Christchurch) நகரத்தையும் சேர்ந்த தொழிலாளர் குழுக்கள், ப்யூனோஸ் அய்ர்ஸைச் சேர்ந்த பல கைவினைஞர்கள் ஆகியோரிடமிருந்து வந்த விண்ணப்பங்கள்தாம் அவை.

9

1871ஆம் ஆண்டில் நடந்த இலண்டன் மாநாடு

முந்தைய பேராயம் நடந்து இரண்டாண்டுகள் முடிந்திருந்தன. ஆனால் அன்றிருந்த சூழ்நிலைமைகளில் புதிய பேராயத்தை நடத்துவது இயலாததாக இருந்தது. எனவே, இலண்டனில் ஒரு மாநாட்டை நடத்த தலைமைக்குழு தீர்மானித்தது. பிரிட்டன் (ஐயர்லாந்தும்கூட முதல் முறையாகப் பிரதிநிதித்துவம் பெற்றிருந்தது), பெல்ஜியம், ஸ்விட்சர்லாந்து, ஸ்பெயின் ஆகியவற்றையும் புலம்பெயர்ந்த பிரெஞ்சுக்காரர்களையும் சேர்ந்த 22 பிரதிநிதிகள் கலந்து கொண்ட அந்த மாநாடு 1871 செப்டம்பர் 17 முதல் 23 வரை நடந்தது.[87] அந்த மாநாட்டில் அகிலத்தின் கிளைகள் உள்ள நாடுகள் அனைத்தும் பிரதிநிதித்துவம் பெற வேண்டும் என்பதற்கான சாத்தியமான முயற்சிகள் செய்யப்பட்டிருந்த போதிலும், உண்மையில் அது விரிவுபடுத்தப்பட்ட தலைமைக்குழுக் கூட்டம் போலவே அமைந்தது.

---

87. உண்மையில் அந்த மாநாட்டில் கலந்துகொண்ட பிரதிநிதிகளின் எண்ணிக்கை 19தான். ஏனெனில் கோஹெனால் அந்த மாநாட்டில் கலந்துகொள்ள முடியவில்லை. யூஜின் துபோன், மெக்டொன்னெல் ஆகியோர் இரண்டு அமர்வுகளில் மட்டுமே பங்கேற்றனர்.

அந்த மாநாடு, "அமைப்பு மற்றும் கொள்கை சம்பந்தமான பிரச்சினைகளை மட்டுமே பிரத்யேகமாக"[88] விவாதிக்கும் என்றும் தத்துவார்த்த விவாதங்கள் ஒரு பக்கம் ஒதுக்கிவைக்கப்பட்டிருக்கும் என்றும் மார்க்ஸ் முன்கூட்டியே அறிவித்திருந்தார்:

> பல நாடுகளில் சங்கம் எதிர்கொண்டிருக்கும் அபாயங்களுக்கு எதிராக மேற்கொள்ளப்பட வேண்டிய நடவடிக்கைகள் பற்றிப் பிரதிநிதிகளுடன் உடன்பாடு கொள்ளவும், நிலைமையின் தேவைகளுக்குப் பொருத்தமான ஒரு புதிய அமைப்பை நோக்கி நகரவும் இந்த மாநாடு கூட்டப்பட்டுள்ளது. அதன் இரண்டாவது நோக்கம், தங்களிடமுள்ள அனைத்து வழிமுறைகள் மூலம் சங்கத்தை ஒழித்துக்கட்ட ஓயாது வேலை செய்து வரும் அரசாங்கங்களுக்கு நமது எதிர்வினையை வகுப்பது; கடைசியாக, ஸ்விட்ஸர்லாந்தில் அகிலத்தின் கிளைகளுக்கிடையிலான தகராறுக்கு நிரந்தரத் தீர்வு காண்பது".[89]

முன்னுரிமை தரப்பட்ட இந்த மூன்று பிரச்சினைகளைக் கையாள்வதற்காக மார்க்ஸ் தமது சக்தியனைத்தையும் திரட்டினார்: அகிலத்தை மறுஒழுங்கமைத்தல், பகைச் சக்திகளின் தாக்குதல்களிலிருந்து அதைப் பாதுகாத்தல், அகிலத்தில் பக்கூனினின் செல்வாக்கு வளர்ந்து வருவதைத் தடுத்தல் ஆகியனதான் அந்தப் பிரச்சினைகள். அந்த மாநாட்டில் மிகவும் செயலூக்கமுள்ள பிரதிநிதியாக இருந்த மார்க்ஸ், 102 முறை பேசினார்; அவருடைய திட்டங்களுக்குப் பொருந்திவராத முன்மொழிவுகளைத் தடுத்து நிறுத்தினர்; அவருடைய கருத்துகளை இன்னும் ஏற்றுக் கொள்ளாமல் இருந்தவர்களைத் தம் பக்கம் வென்றெடுத்தார்.[90] அதனுடைய அரசியல் மார்க்கத்தை வடிவமைக்கும் மூளையாக மட்டுமின்றி, அகிலத்திலிருந்த மிகப் போர்க்குணமுடைய, ஆற்றல் மிக்க போராளிகளிலொருவராகவும் விளங்கிய மார்க்ஸின் ஆளுமையை இலண்டன் மாநாட்டில் கூடியிருந்தவர்கள் உறுதி செய்தனர்.

---

88. Karl Marx, 15 August 1871, in GC, IV, p.259.

89. Karl Marx, 17 September 1871, in Pl, II, p.152.

90. See Mikles Molner, *Le declin de la premiere internationale*, Geneve: Droz, 1963, p. 127.

பின்னாளில் நினைவுகூரப்பட்டு வந்ததும், அந்த மாநாட்டில் நிறைவேற்றப்பட்டதுமான மிக முக்கிய தீர்மானங்களிலொன்று வையானால் முன்மொழியப்பட்டு மாநாட்டுப் பிரதிநிதிகளால் ஒப்புதல் அளிக்கப்பட்ட தீர்மானம் எண் IX ஆகும். பாரிஸ் கம்யூன் முடிவுக்கு வந்த பிறகு, பிளாங்கியிஸ்டுகளில் எஞ்சியிருந்த சக்திகள் அகிலத்தில் சேர்ந்தனர். அவர்களது தலைவரான வையான், தலைமைக்குழுவின் வழிகாட்டுதலில், மையப்படுத்தப்பட்ட, கட்டுப்பாடுடைய கட்சியாக அகிலம் மாற்றப்பட வேண்டும் என்னும் தீர்மானத்தை முன்மொழிந்தார். பிளாங்கியிஸ்டுகளுடன் மார்க்ஸுக்குக் கருத்து வேறுபாடுகள் சில இருந்தன. குறிப்பாக, புரட்சியைச் செய்வதற்கு இறுக்கமாகப் பிணைக்கப்பட்டுள்ள சிறு போராளிக் குழுவொன்றே போதுமென்ற பிளாங்கியிஸ்டுகளுடன் நிலைப்பாடுகளை மார்க்ஸ் ஏற்றுக்கொள்ளவில்லை. ஆயினும், அகிலத்தில் பக்கூனினிய ஆட்சிமறுப்பியக் கோட்பாட்டை எதிர்க்கும் சக்திகளை வலுப்படுத்துவதற்காகவும், வர்க்கப் போராட்டம் என்னும் புதிய கட்டத்திற்குத் தேவையான மாற்றங்களை அகிலத்தில் ஏற்படுத்துவதற்கான பொதுக்கருத்தை உருவாக்குவதற்காகவும் வையானின் குழுவுடன் சேர்ந்துகொள்ள மார்க்ஸ் தயக்கம் காட்டவில்லை. ஆக, இலண்டனில் நிறைவேற்றப்பட்ட தீர்மானம் கூறியது:

> சொத்துடைய வர்க்கங்களால் உருவாக்கப்பட்டுள்ள பழைய கட்சிகள் அனைத்துக்கும் எதிரானதாகவும், அவற்றிலிருந்து முற்றிலும் வேறுபட்டதாகவும் உள்ள ஓர் அரசியல் கட்சியாகப் பாட்டாளி வர்க்கம் ஒரு வர்க்கம் என்னும் வகையில் தன்னைத்தானே ஒழுங்கமைத்துக் கொண்டாலொழிய, சொத்துடைய வர்க்கங்களின் இந்தக் கூட்டுச் சக்திக்கு எதிராக அதனால் செயல்பட முடியாது; சோசலிசப் புரட்சியையும், அதன் மூலம் பாட்டாளி வர்க்கம், வர்க்கங்களை ஒழித்துக்கட்டுதல் என்னும் தனது இறுதிக் குறிக்கோளின் வெற்றியையும் உத்தரவாதம் செய்வதற்காக, உழைக்கும் வர்க்கம் தன்னை ஓர் அரசியல் கட்சியாக அமைத்துக் கொள்வது இன்றியமையாதது; உழைக்கும் வர்க்கம் தனது பொருளாதாரப் போராட்டங்களின் மூலம் எந்த சக்திகளின் கூட்டணியை ஏற்கெனவே தோற்றுவித்துள்ளதோ, அந்தக் கூட்டணியை நிலப்பிரபுக்கள், முதலாளிகள் ஆகியோரின் அரசியல்

அதிகாரத்துக்கு எதிரான தனது போராட்டங்களுக்கான ஒரு நெம்புகோலாகவும் பயன்படுத்தியாக வேண்டும்.

அந்தத் தீர்மானம் பின்வரும் தெளிவான முடிவுக்கு வந்தது: "(தொழிலாளி வர்க்கத்தின்) பொருளாதார இயக்கமும் அதன் அரசியல் செயல்பாடும் பிரிக்கமுடியாதபடி ஒன்றுபட்டுள்ளன."[91]

*1866*இல் ஜெனிவாவில் நடந்த பேராயம், தொழிற்சங்கங்களின் முக்கியத்துவத்தை நிறுவியது என்றால், **1871**ஆம் ஆண்டு இலண்டன் மாநாடோ, நவீனத் தொழிலாளர் இயக்கத்தின் மற்றொரு முக்கிய கருவியான அரசியல் கட்சி மீது கவனத்தைக் குவித்தது. எனினும், அரசியல் கட்சி என்று அது புரிந்து கொண்டது, அதைப் பற்றி இருபதாம் நூற்றாண்டில் ஏற்பட்ட புரிதலைவிட மிகவும் விரிந்ததாக இருந்தது. ஆகவே 'அரசியல் கட்சி' பற்றிய மார்க்ஸின் கருத்துருவாக்கத்தை, பிளாங்கியிஸ்டுகளின் கருத்துருவாக்கம் (பின்னாளில் பிளாங்கியிஸ்டுகளுக்கும் மார்க்ஸுக்கும் முரண்பாடு ஏற்பட்டது) , அக்டோபர் புரட்சிக்குப் பின் கம்யூனிஸ்ட் அமைப்புகளால் ஏற்றுக் கொள்ளப்பட்ட லெனினின் கருத்துருவாக்கம் ஆகிய இரண்டிலிருந்தும் வேறுபடுத்திப் பார்க்க வேண்டும்.[92]

உழைக்கும் வர்க்கத்தின் சுய-விடுதலை என்பது நீண்ட, கடினமான முயற்சியின் மூலமே கைகூடும் என்பது மார்க்ஸின்

---

91. From document 74, p. 285.

92. 1860களின் தொடக்கத்தில் உழைக்கும் வர்க்க இயக்கம் ஜெர்மனியில் மட்டுமே அரசியல் கட்சியாக ஒழுங்கமைக்கப்பட்டிருந்தது. எனவே, மார்க்ஸின் ஆதரவாளர்களாலோ, பக்கூனினின் ஆதரவாளர்களாலோ பயன்படுத்தப்பட்ட 'கட்சி' என்னும் பதம் குழப்பமானதாக இருந்தது. மார்க்ஸும்கூட இந்தப் பதத்தைத் தெளிவற்ற முறையில்தான் பயன்படுத்தினார். மார்க்ஸைப் பொருத்தவரை 'கட்சி' என்னும் கருத்தாக்கம் 'வர்க்கம்' என்னும் கருத்தாக்கத்துக்கு இணைப்பொருத்தமானதாக இருந்தது என்று மேக்ஸ்மிலியன் ரூபெல் முன்பு அடிக்குறிப்பொன்றில் கூறப்பட்டுள்ள நூலின் 183ஆம் பக்கத்தில் கூறுகிறார். இறுதியாக, 1871-1872ஆம் ஆண்டுகளில் அகிலத்தில் ஏற்பட்ட முரண்பாடு ஓர் அரசியல் கட்சியைக் கட்டமைப்பதன் மீது அல்ல ('அரசியல் கட்சி' என்னும் பதம் இலண்டன் மாநாட்டில் இரண்டு முறையும் ஹேக் பேராயத்தில் ஐந்து முறையும் மட்டுமே சொல்லப்பட்டது). 'அரசியல்' என்னும் பெயரடையைப் பயன்படுத்துவதன் மீதே கவனம் குவித்தது என்பது இங்கு வலியுறுத்தப்பட வேண்டும். (Haupt, L 'Internazionale socialista dalla Comune a Lenin, op. cit., p. 84.)

கருத்து. இது ஸெர்ஜி நெசாயெவால் (Nyechayev, Sergey Gennadiyevich: 1847-1882)[93] *புரட்சியாளருக்கான வினா விடை*♣ *(Catechism of a Revolutionary)* என்ற நூலில் பரிந்துரைக்கப்பட்ட இரகசிய சங்கங்களின் மூலம் புரட்சியைச் செய்யமுடியும் என்னும் தத்துவத்துக்கும் நடைமுறைக்கும் நேர்எதிர்முனையில் இருந்த கருத்து; இலண்டன் மாநாட்டுப் பிரதிநிதிகளால் கன்டனம் செய்யப்பட்டதும்,[94] பக்கூனினால் உற்சாகமாக ஆதரிக்கப்பட்டதுமான கருத்து.

இலண்டன் மாநாட்டில், உழைக்கும் வர்க்கம் அரசியலில் ஈடுபடக்கூடாது என்று கூறி, தீர்மானம் IXஐ எதிர்த்து, அந்தத் தீர்மானத்தின் மீதான வாக்கெடுப்பில் கலந்து கொள்ளாமல் இருக்கும்

---

93. See Pl, ll, p.237, and Karl Marx, "Declaration of the General Council on Nechayev's Misuse of the Name of the International Working Men's Association", in MECW. vol. 23, p.23.

♣ நெசாயேவ்: ஆட்சி மறுப்பிய ரஷியப் புரட்சியாளரான நெசாயேவ், ரஷியாவில் இருந்த நரோத்னிக் புரட்சியாளர்களுடன் சிறிது காலம் தொடர்புகொண்டிருந்தார். பின்னர் ஸ்விட்ஸர்லாந்தில் பக்கூனினுடன் தொடர்பு ஏற்பட்ட பிறகு ஆட்சிமறுப்பிய இயக்கத்தில் சேர்ந்தார். ஜார் அரசு, கிறிஸ்துவ சபைகள், நிலப்பிரபுக்கள், போலிஸ், இராணுவம் ஆகியவற்றைப் பூண்டோடு ஒழித்துக்கட்டி சோசலிசத்தைக் கொண்டு வருவதே தனது குறிக்கோள் எனக் கூறிய நெசாயேவ், *புரட்சியாளருக்கான வினாவிடைகள் (Catechism of a Revolutionary)* என்னும் குறு நூலை எழுதினார். தமது குறிக்கோள்களை அடைய எந்த வழிமுறையையும் பயன்படுத்தலாம் என்று கூறிய அவர், தமது நண்பர்களிடமும் தோழர்களிடமும்கூட பொய் சொல்லுதல், அவர்களுக்குத் தவறான செய்திகளைத் தருதல், கருத்து வேறுபாடு கொள்ளும் சகாக்களைக் கொலை செய்தல், தமது தோழர்களின் கடிதங்களைத் திருடி அவர்களை மிரட்டுதல் என்பன போன்ற நடவடிக்கைகளை மேற்கொண்டார். அவரைத் தமது மிகச் சிறந்த சீடராகக் கருதிய பக்கூனினைக்கூட அவர் ஏமாற்றினார். அன்போ, மனிதப் பரிவோ இல்லாத அவரது சோசலிசக் கருத்துகளை, எங்கெல்ஸ் 'இராணுவப் பாசறை சோசலிசம்' என்று வர்ணித்தார். அவரது சீர்குலைவு நடவடிக்கைகளின் காரணமாக, சர்வதேசத் தொழிலாளர் சங்கம், அவரை விலக்கி வைத்தது. கொலைக் குற்றம் சாட்டப்பட்டு. செயிண்ட் பீட்டர்ஸ்பர்க் நகர சிறையில் அடைக்கப்பட்ட அவர் அங்கேயே இறந்தார்.

94. See Pl, ll, p.237, and Karl Marx, "Declaration of the General Council on Nechayev's Misuse of the Name of the International Working Men's Association", in MECW. vol. 23, p.23.

முடிவை மேற்கொண்டவர்கள் 4 பிரதிநிதிகள் மட்டுமே. ஆனால் மார்க்ஸுக்குக் கிடைத்த வெற்றி மிகக் குறுகிய காலமே நீடித்திருக்கிற ஒன்று என்பது விரைவில் மெய்ப்பிக்கப்பட்டது. ஒவ்வொரு நாட்டிலும் அரசியல் கட்சிகளை நிறுவ வேண்டும் என்று அழைப்பு விடுக்கப்பட்டதும், தலைமைக் குழுவுக்குப் பரந்த அதிகாரங்கள் வழங்குவதும் அகிலத்தைப் பேரிடர்க்குள்ளாக்குகிற எதிர்விளைவுகளை உண்டாக்கின; நெகிழ்ச்சியான அமைப்பிலிருந்து, அரசியல்ரீதியாக ஒரேசீரான அமைப்பாகத் துரிதமாக மாற்றமடைவதற்குத் தயாரான நிலையில் அகிலம் அப்போது இருக்கவில்லை.[95]

இலண்டன் மாநாட்டில் மேற்கொள்ளப்பட்ட கடைசி முடிவு, அகிலத்தின் பிரிட்டிஷ் கிளைகளின் கூட்டமைப்புக் கவுன்சிலொன்றை (British Federal Council)[*] உருவாக்குவது என்பதாகும். பாரிஸ் கம்யூனின் தோல்விக்குப் பிறகு ஐரோப்பாக் கண்டத்தில் புரட்சிக்கான நிலைமைகள் மங்கிக் கொண்டிருந்தன என்று மார்க்ஸ் கருதியதால், பிரிட்டிஷ் முன்முயற்சிகள் மீது நெருக்கமான கண்காணிப்பைச் செலுத்துவது இனி தேவையில்லாமல் போயிற்று.[96]

அகிலத்தின் முதன்மையான கூட்டமைப்புகள், அந்தந்த இடங்களில் இருந்த கிளைகள் ஆகியவை இலண்டன் மாநாட்டின் தீர்மானங்களை ஆதரிக்கும் என்று நம்பிய மார்க்ஸ், விரைவில் தமது கருத்தை மாற்றிக் கொள்ள வேண்டியவரானார். ஸ்விட்ஸர்லாந்திலிருந்த ஜூரா கூட்டமைப்பு, ஸோன்வியே (Sonvilier) என்னும் சிறிய கம்யூனில்[*] தனது சொந்தப் பேராயத்தை நவம்பர் 12 அன்று கூட்டியது. அதில் பக்கூனின் கலந்து கொள்ளவில்லை என்றாலும் அகிலத்திற்குள் செயல்படும் ஓர் எதிர்த்தரப்பு அந்தப் பேராயத்தில் அதிகாரபூர்வமாகத் தொடங்கப்பட்டது. அந்தப் பேராயத்தின் நடவடிக்கைகளின்

---

95. See Jacques Freymond - Miklos Molinar, "The Rise and Fall of the First International", in Milorad M. Drachkovitch, The Revolutionary Internationals, 1864-1943, Stanford: Stanford University Press, 1966, p.27.

* அகிலத்தின் பிரிட்டிஷ் கிளைகளின் கூட்டமைப்பை வழிநடத்திச் செல்ல உருவாக்கப்பட்ட அமைப்பு.

96. See Collins - Abramsky, op. cit., p. 231. For a different opinion of Miklos Molner, op. cit.p.135.

* இங்கு 'கம்யூன்' எனக் கூறப்படுவது ஸ்விட்ஸர்லாந்து நாட்டின் ஒரு சிறு பகுதி.

இறுதியில் விடுக்கப்பட்ட *சர்வதேசத் தொழிலாளர் சங்கத்தின் அனைத்துக் கூட்டமைப்புகளுக்குமான சுற்றறிக்கையில்* (Circular to *All Federations of the International Working Men's Association*), அகிலத்திற்குள் "அதிகாரக் கோட்பாட்டை" (authority principle) நுழைத்ததாகவும், அகிலத்தின் மூலக்கட்டமைப்பை "ஒரு குழுவால் வழிநடத்தப்படும், ஆளுகை செய்யப்படும் மேல்-கீழ் வரிசையிலான அமைப்பாக" மாற்றிவிட்டதாகவும் தலைமைக் குழு மீது அந்தப் பேராயத்தில் பங்கேற்ற கியாமும் பிறரும் குற்றம் சாட்டினர். கட்டளையிட்டு இயக்குவிக்கிற அனைத்து அதிகாரத்துக்கு, அது தொழிலாளர்களால் தேர்ந்தெடுக்கப்பட்டு ஒப்புதலளிக்கப்பட்ட அதிகாரமாக இருந்தாலும்கூட, எதிரானதாகத் தாம் இருக்கப்போவதாக அறிவித்த அந்த ஸ்விஸ் சுற்றறிக்கை, "கிளைகளின் சுயாதீனம் என்னும் கோட்பாட்டை அகிலம் தக்கவைத்துக் கொள்வதுடன்", "கடிதப் போக்குவரத்துக்கும் புள்ளிவிவரச் சேகரிப்புக்குமான ஓர் அலுவலகமாக மட்டுமே" தலைமைக் குழு இருக்க வேண்டும் என்றும் கூறியது.[97] மேலும், கூடிய விரைவில் அகிலத்தின் பேராயம் கூட்டப்பட வேண்டும் என்று ஜூரா கூட்டமைப்பின் பேராயம் கூறியது.

ஜூரா கூட்டமைப்பின் நிலைப்பாடு எதிர்பாராதது அல்ல என்றாலும், வேறு இடங்களிலும் பதற்ற நிலையும், ஏன் தலைமைக் குழுவின் அரசியல் மார்க்கத்துக்கு எதிரான கிளர்ச்சியும் தோன்றுவதற்கான அறிகுறிகள் ஏற்பட்டது மார்க்ஸுக்கு வியப்பளித்திருக்கக்கூடும். இலண்டன் மாநாட்டில் மேற்கொள்ளப் பட்ட முடிவுகள், ஏற்றுக்கொள்ளப்பட முடியாதவையாகவும் அந்தந்த இடத்தின் அரசியல் சுயாதீனத்தின் மீதான ஆக்கிரமிப்பாகவும் பல நாடுகளில் கருதப்பட்டன. அந்த மாநாட்டில் பல்வேறு தரப்பினரிடையே மத்தியஸ்தம் ஏற்படுத்த முயற்சி செய்த பெல்ஜியம் கூட்டமைப்பு, தலைமைக்குழுவின் மீது மேலதிக விமர்சன நிலைப்பாட்டை மேற்கொள்ளத் தொடங்கியது. நெதர்லாந்து நாட்டினரும் பின்னர் தலைமைக்குழுவின் நிலைப்பாட்டிலிருந்து விலகி நிற்க முடிவு செய்தனர். தலைமைக்குழுவின் முடிவுகளுக்கான எதிர்வினை தென் ஐரோப்பாவில் மேலும் வலுவானதாக இருந்தது. தலைமைக் குழுவின் எதிர்ப்பாளர்கள் கணிசமான ஆதரவை வென்றெடுத்துக் கொண்டனர். ஐபீரிய தீபகற்பத்தைச் சேர்ந்த அகிலத்தினரில் மிகப் பெரும்பான்மையினர், தலைமைக்குழுவுக்கு எதிராகத்

97. Various Authors, "Circulaire du Condres de Sonvilier", in Pl, ll, pp. 264-5.

திரும்பியதுடன், பக்கூனினின் கருத்துகளுக்கு ஒப்புதலும் அளித்தனர். இதற்கான பகுதிக் காரணம், அவர்கள் தொழிற்துறைப் பாட்டாளிவர்க்கம் முக்கிய நகரங்களில் மட்டுமே இருந்த (அங்கும்கூட தொழிலாளர் இயக்கம் பலகீனமானதாகவே இருந்தது; பொருளாதாரக் கோரிக்கைகளில் மட்டுமே முதன்மையான அக்கறை கொண்டிருந்தது) பிரதேசத்தைச் சேர்ந்தவர்களாகவும் அந்தப் பின்புலத்துக்கேற்ற மனோநிலை கொண்டவர்களகவும் இருந்ததுதான். இத்தாலியிலும்கூட இலண்டன் மாநாட்டு முடிவுகள் எதிர்மறையான முறையிலேயே பார்க்கப்பட்டன. மாஜினியின் ஆதரவாளர்கள் 1871 நவம்பர் 1 முதல் 6 வரை ரோம் நகரில் நடந்த இத்தாலியத் தொழிலாளர் சங்கங்களின் (இவை மிகுந்த மிதவாதத்தன்மை கொண்டிருந்தவை) பொதுப் பேராயத்தில் ஒன்றுகூடினர். அகிலத்தின் இத்தாலியக் கிளைகளில் எஞ்சியிருந்த பிறரில் பெரும்பாலானோர் பக்கூனினின் நிலைப்பாட்டுக்குள் வீழ்ந்தனர். 1872 ஆகஸ்ட் 4 முதல் 6 வரை ரிமினி (Rimini) நகரில் அகிலத்தின் இத்தாலியக் கிளைகளின் கூட்டமைப்பை நிறுவுவதற்கான பேராயம் நடந்தது. அந்தப் பேராயத்தில் கூடியவர்கள் அகிலத்தின் தலைமைக் குழுவுக்கு எதிரான மிக தீவிரமான நிலைப்பாட்டை மேற்கொண்டனர் : அகிலத்தால் நடத்தப்படவிருந்த அடுத்த பேராயத்தில் கலந்துகொள்ளப் போவதில்லை என்று அறிவித்த அவர்கள், ஸ்விஸ் நகரான நெவ்ஷேடேலில் (Neuchatel) "அதிகார-எதிர்ப்புப் பொதுப் பேராயத்தை" நடத்தப் போவதாகக் கூறினர். உண்மையில், அது அகிலத்தில் பிளவு ஏற்படுவதற்கான முதல் நடவடிக்கையாக அமைந்தது.

அமெரிக்காவிலும்கூட அகிலம், கடுமையான முரண்பாடு தோன்றுவதைக் கண்டது. ஆனால், இந்த முரண்பாடு வெவ்வேறு பிரச்சினைகளின் காரணமாகத் தோன்றியதாகும். 1871ஆம் ஆண்டினூடே, அகிலம் அமெரிக்காவின் பல நகரங்களிலும் வளர்ச்சி கண்டிருந்தது. 50 கிளைகள் தோன்றியிருந்தன. அவை அனைத்தும் சேர்ந்து 2700 உறுப்பினர்களைக் கொண்டிருந்தன.[98] அடுத்த ஆண்டு இந்த எண்ணிக்கை மேலும் அதிகரித்தது (ஏறத்தாழ 4000ஆக

98. ஆயினும், இந்த 50 கிளைகளில் ஒரு டஜன் கிளைகள் வட அமெரிக்கக் கூட்டமைப்பின் மத்தியக் குழுவுடன் தொடர்பு கொண்டிருக்கவில்லை. see: Samuel Bernstein, The First International in America, New York: Augustus M.Kelley, 1965, p.65.

இருக்கக்கூடும்). ஆயினும், அமெரிக்காவிலிருந்த மொத்தத் தொழிலாளர்களின் எண்ணிக்கையான 20 இலட்சத்தில் இது மிகச் சிறு பகுதிதான். அமெரிக்காவுக்கும் புலம் பெயர்ந்து சென்ற தொழிலாளர்களைத் தாண்டி விரிவடைந்து அமெரிக்காவிலேயே பிறந்த தொழிலாளர்களிடமிருந்து உறுப்பினர்களைச் சேர்க்க இயலாததாக அகிலம் இருந்தது. அமெரிக்கக் கிளைகளில் இருந்த உள்முரண்பாடும்கூட சேதம் விளைவித்தது. அமெரிக்காவில் அகிலததின் உறுப்பினர்களாக இருந்தவர்கள் பெரும்பாலும் நியூயார்க் நகரத்தை அடித்தளமாகக் கொண்டவர்கள். அவர்கள் 1871இல் இரு குழுக்களாகப் பிளவுண்டனர். ஒவ்வொரு குழுவும் தான் மட்டுமே, அமெரிக்காவில் அகிலத்தைச் சட்டரீதியாகப் பிரதிநிதித்துவம் செய்யும் குழு என்னும் உரிமை பாராட்டியது. இந்த இரண்டில், பெரியதாக இருந்த, ஸ்ப்ரிங் ஸ்ட்ரீட் குழு (Spring Street Group) என்று அழைக்கப்பட்ட குழு அமெரிக்க சமுதாயத்தின் மிக தாராளவாதக் குழுக்களுடன் கூட்டணி வைப்பதை முன்மொழிந்தது. அதற்கு, அகிலத்தின் தலைமைக் குழுவின் சார்பாக அமெரிக்கக் கிளைகளுடன் கடிதத் தொடர்பு கொள்வதற்காக நியமிக்கப்பட்டிருந்த எக்காரியஸின் ஆதரவும் இருந்தது. இந்தக் குழுவில் மிகவும் செயலூக்கமுள்ளதாக இருந்தது 12ஆம் பிரிவாகும்.[99] டென்த் வார்ட் ஹோட்டல் (Tenth Ward Hotel) என்னுமிடத்தில் தனது தலைமையகத்தைக் கொன்டிருந்த இரண்டாவது குழு, உழைக்கும் வர்க்கத்தை நோக்கித் தனது செயல்பாடுகளை ஆற்றுப்படுத்திக் கொண்டிருந்தது. அதிலிருந்த மிக முக்கியமான மனிதர் ஃப்ரீட்ரிஹ் அடால்ஃப் ஸோர்கெ (Friedrich Adolph Sorge: *1828-1906)**. *1872*ஆம் ஆண்டு மார்ச் மாதம் தலைமைக் குழு, ஜூலையில் இரண்டு

99. அமெரிக்காவிலிருந்த அகிலத்தின் கிளைகளுக்கு எண்களிடப்பட்டிருந்தன.

ஃப்ரீட்ரிஹ் அடால்ஃப் ஸோர்கெ (Friedrich Adolph Sorge): ஜெர்மானியக் கம்யூனிஸ்ட் புரட்சியாளரான ஸோர்கெ, 1848ஆம் ஆண்டு ஜெர்மானியப் புரட்சியில் படங்கேற்றவர். அது தோல்வியடைந்ததை அடுத்து, அவருக்கு மரண தண்டனை வழங்கப்பட்டது. அதன் காரணமாக அவர் ஸ்விட்ஸர்லாந்திலும் பின்னர் பெல்ஜியத்திலும் புகலிடம் தேடினார். பெல்ஜிய அரசாங்கத்தாலும் வெளியேற்றப்பட்ட அவர், இலண்டனுக்கு வந்து சேர்ந்தார். அங்கு காலரா நோய் கண்ட அவர், குணமடைந்த பிறகு அமெரிக்காவிற்குப் புலம் பெயர்ந்தார். மார்க்ஸின் நெருக்கமான நண்பர்களிலொருவராகக் கடைசிவரை இருந்த அவர்தாம் அமெரிக்காவில் அகிலத்தின் முதல் கிளையை நிறுவியவர். வட அமெரிக்கக் கிளைகளின் கூட்டமைப்பின் செயலாளராகத் தேர்ந்தெடுக்கப்பட்டார்.

அமெரிக்கக் குழுக்களின் ஐக்கிய மாநாட்டை நடத்துமாறு கூறியது. ஆனால் அந்த முன்முயற்சி தோல்வியடைந்து, மே மாதம் அந்தப் பிளவு அதிகாரபூர்வமானதாகிவிட்டது. 1872 ஜூலை 6 முதல் 8 வரை டென்த் வார்ட் ஹோட்டல் குழு தனது பேராயத்தை நடத்தி, அகிலத்தின் வட அமெரிக்கப் பெருங்கூட்டமைப்பைத் தோற்றுவித்தது. இந்தப் பெருங்கூட்டமைப்பைச் சேர்ந்த 950 உறுப்பினர்கள் 22 கிளைகளைச் சேர்ந்தவர்கள் (12 ஜெர்மன், 4 பிரெஞ்சு, 1 ஐரிஷ், 1 இத்தாலிய, 1 ஸ்காண்டிநேவியக் கிளைகள்; ஆங்கிலம் பேசும் தொழிலாளர்கள் இருந்த கிளைகள் மூன்று மட்டுமே). இதற்கிடையே ஸ்ப்ரிங் ஸ்ட்ரீட் குழுவைச் சேர்ந்த சில உறுப்பினர்கள், சம உரிமைக் கட்சியின் (Equal Rights Party) மாநாட்டில் கலந்து கொண்டனர். அந்தக் கட்சி, அமெரிக்கக் குடியரசுத் தலைவர் தேர்தலில் தனது வேட்பாளராக விக்டோரியா வுட்ஹல்* (Victoria Woodhul) என்பவரை நிறுத்தியிருந்தது. வேலை நிலைமைகளை ஒழுங்காற்றுதல், வேலை வாய்ப்புகளைப்

* சர்வதேசத் தொழிலாளர் சங்கத்தின் அமெரிக்கக் கிளையின் 12 ஆவது பிரிவின் தலைவராக இருந்த விக்டோரியா வுட்ஹல் என்பவருக்கும், கம்யூனிசக் கொள்கைகளுக்கும் எந்தத் தொடர்பும் இல்லை. அவர் நடத்திவந்த *வுட்ஹல் அண்ட் க்ளேஃப்லின்ஸ் வீக்லி* என்னும் பத்திரிகைக்கு நிதி உதவி செய்தவர் அமெரிக்காவின் பெரும் தொழிலதிபர்களிலொருவராக இருந்த கார்னெலியஸ் வாண்டெர்பில்ட், மார்க்ஸின் பெயரைப் பயன்படுத்திக்கொள்வதன் மூலம் தமக்கு விளம்பரம் தேடிக்கொள்ள விரும்பிய விக்டோரியா வுட்ஹல், சர்வதேசத் தொழிலாளர் சங்கத்தின் 12ஆவது அமெரிக்கக் கிளையை மட்டுமல்ல, பங்குச் சந்தை, பெண்களின் வாக்குரிமை இயக்கம், ஆன்மிக இயக்கம் ஆகிய எல்லாவற்றையும் ஒரே நேரத்தில் தமது கட்டுப்பாட்டுக்குள் கொண்டுவந்துவிட வேண்டும் என்று விரும்பியவர். அவரது சகாக்களும் சர்வதேசத் தொழிலாளர் சங்கத்தின் 12ஆவது அமெரிக்கக் கிளையை ஆன்மிகவாதிகள், நாத்திகர்கள், தடையற்ற ஆண்-பெண் உறவை ஊக்குவித்தவர்கள், பண வேட்டைக்காரர்கள், பிரம்மஞான சங்கத்தினர், ஆவியுலகுடன் பேச முனைபவர்கள் எனப் பலதரப்பட்டவர்களின் கூடாரமாக ஆக்க முயற்சி செய்துகொண்டிருந்தனர். இப்படிப்பட்ட பெண்மணி, தனது கொள்கைகளுக்கு முற்றிலும் எதிரான *கம்யூனிஸ்ட் கட்சி அறிக்கையைத்* தமது சுய பிரபல்யத்துக்காகப் பிரசுரிக்க முடிவு செய்தார். அவரது வார ஏட்டில், 1871 டிசம்பர் 30ஆம் தேதியிட்ட இதழில் அந்த *அறிக்கையின்* ஆங்கில மொழியாக்கம் கிட்டத்தட்ட முழுமையாக வெளியிடப்பட்டது. இதனால் எற்பட்ட ஒரே நன்மை என்னவென்றால், அமெரிக்க-ஆங்கிலம் பேசும் தொழிலாளர் இயக்கத்திலிருந்த சிலருக்கு அறிக்கையை முதன்முதலாகப் படிப்பதற்கான வாய்ப்பு ஏற்பட்டது என்பதுதான். ஆனால், அந்த மொழியாக்கத்தைச் செய்தவர் ஹெலென் மாக்ஃபர்லேன் என்பதை மேற்சொன்ன ஏடு குறிப்பிடவில்லை. மார்க்ஸ், எங்கெல்ஸ் ஆகியோரின் பார்வைக்கு இந்த ஏட்டில் வெளிவந்தவை கொண்டு சொல்லப்பட்டபோது, அதை அவர்கள்

பெருக்குவதற்கான நடவடிக்கைகளை மேற்கொள்ளுதல் ஆகியன பற்றிய பொத்தாம்பொதுவான வாக்குறுதிகளைத் தருவதைத் தவிர, ஸ்ப்ரிங் ஸ்ட்ரீட் குழுவுக்கு வர்க்கக் கோட்பாட்டு அடிப்படை ஏதும் இருக்கவில்லை. இதன் காரணமாக, அதிலிருந்த சில கிளைகள் அதைக் கைவிட்டதால், அதில் 1500 உறுப்பினர்களே எஞ்சியிருந்தனர். ஜூலை மாதம் வட அமெரிக்கப் பெருங்கூட்டமைப்பு தோன்றிய பிறகு ஸ்ப்ரிங் ஸ்ட்ரீட் குழுவில் 13 கிளைகளும் 500க்கும் குறைவான உறுப்பினர்களும் (பெரும்பாலும் கைவினைஞர்களும் அறிவாளிகளும்) மட்டுமே இருந்தனர். ஆனால் இந்தக் கிளைகள், தலைமைக்குழுவை எதிர்ப்பதில் ஐரோப்பியக் கூட்டமைப்புகளுடன் சேர்ந்து கொண்டன.

அமெரிக்காவில் குழுக்களிடையே ஏற்பட்ட மோதல்கள், இலண்டனிலிருந்த தலைமைக் குழு உறுப்பினர்களுக்கிடையில் இருந்த உறவுகளுக்கும் ஊறு விளைவித்தன. 1871 முதல் 1872வரை தலைமைக் குழுவின் செயலாளராக இருந்த ஜான் ஹேல்ஸ் (John Hales: 1839-இறந்த ஆண்டு தெரியவில்லை), அக்குழுவில் அமெரிக்கக் கிளைகளுடன் கடிதப் போக்குவரத்து கொள்வதற்காக நியமிக்கப்பட்டிருந்த எக்காரியஸிடமிருந்து அந்தப் பொறுப்பை எடுத்துக் கொண்டார். ஆனால் அவரும் எக்காரியஸின் கொள்கையைத்தான் பின்பற்றினார். மிக விரைவில் இந்த இருவருக்கும் மார்க்ஸுக்கும் இருந்த தனிப்பட்ட உறவுகள் சீர்கெட்டு, பிரிட்டனிலும்கூட அகிலத்தில் முதல் உள் முரண்பாடுகள் தோன்றத் தொடங்கின. ஸ்விஸ் கிளைகளில் பெரும்பான்மையாக இருந்தவை, பிரெஞ்சுக் கிளைகள் (இப்போது அவை பெரும்பாலும் பிளாங்கியிஸத் தாக்கம் பெற்றிருந்தன), வலுக்குறைந்த ஜெர்மன் கிளைகள், டென்மார்க், அயர்லாந்து , போர்ச்சுகல் ஆகியவற்றில் அண்மையில் உருவாக்கப்பட்ட

மாக்ஃபர்லேனின் மொழியாக்கம் என்று கருதவில்லை. 'வுட்ஹல்லின் ஆங்கிலம்' என்று ஒருமுறை எங்கெல்ஸ் எள்ளி நகையாடினார். 1888ஆம் ஆண்டு ஆங்கிலப் பதிப்புக்கு அவர் எழுதிய முன்னுரையில். "1872-இல் இது *(அறிக்கை)* ஆங்கிலத்தில் மொழிபெயர்க்கப்பட்டு, 'வுட்ஹல் அண்ட் க்ளேஃப்லின்ஸ் வீக்லி'யில் வெளியிடப்பட்டது" என்று கூறுகிறார். அதாவது இதை அவர் புதிய மொழியாக்கம் என்றே கருதினார். அந்த மொழியாக்கத்தில் 'ஏராளமான தவறுகள் இருந்தபோதிலும், தற்போதைக்கு அதை நமது கருத்துகளைப் பிரசாரம் செய்வதற்குப் பயன்படுத்திக் கொள்ளலாம்' என்று அமெரிக்காவிலிருந்த சோசலிசவாதியான ஸோர்கெவுக்கு எங்கெல்ஸ் எழுதினார்.

கிளைகள், ஹங்கேரியிலும் பொஹிமியாவிலுமிருந்த* கிழக்கு ஐரோப்பியக் குழுக்கள் ஆகியவற்றில் இருந்தும் தலைமைக் குழுவுக்கு ஆதரவு கிட்டியது. ஆனால் அவற்றிடமிருந்து கிடைத்த ஆதரவு இலண்டன் மாநாட்டுக்குப் பிறகு மார்க்ஸ் அகிலத்தின் ஒட்டுமொத்தக் கிளைகளிலிருந்தும் எதிர்பார்த்த ஆதரவை ஒப்பிடுகையில் மிக மிகக் குறைவானதாகும்.

தலைமைக்குழு மீதான எதிர்ப்பு, பல்வேறு தன்மைகளை உள்ளடக்கியிருந்தது. சிலவேளை தனிப்பட்ட உள்நோக்கங்களும் இருந்தன. ஆனால், ஒரு விநோதமான இரசவாதம், இந்தப் பல்வேறு வகை எதிர்ப்புகளை ஒன்றிணைத்து, தலைமைக்குழு அகிலத்தின் தலைமைப் பொறுப்பை வகிப்பதை மேலும் கடினமாக்கியது. சில நாடுகளில் பக்கூனினின் தத்துவத்துக்கு இருந்த கவர்ச்சி, பல்வேறு வகை எதிர்ப்பாளர்களை ஒன்றிணைப்பதில் கியாமுக்கு இருந்த ஆற்றல் ஆகியவை ஒருபுறமிருக்க, "உழைக்கும் வர்க்கத்தின் அரசியல் செயல்பாடு" என்னும் தீர்மானத்துக்கான எதிர்ப்பை உருவாக்கிய முக்கியக் காரணி, அகிலம் பண்புரீதியாக முன்னேறிச் செல்வதற்காக மார்க்ஸ் முன்மொழிந்த நடவடிக்கையை ஏற்றுக் கொள்ள விரும்பாத சூழல் அன்று இருந்ததுதான். இலண்டன் மாநாட்டில் அகிலத்தின் தலைமைக்குழு மேற்கொண்ட திருப்பம், விவேகமற்ற தலையீடு என்று பலராலும் கருதப்பட்டது; பக்கூனினுடன் இணைக்கப்பட்டிருந்த குழுவினர் மட்டுமின்றி, கூட்டமைப்புகள், அந்தந்த இடங்களில் இருந்த கிளைகள் ஆகியவற்றில் பெரும்பாலானவை, தாம் சுயாதீனம் கொண்டிருப்பதையும், அகிலத்தை உருவாக்கிய பன்முக யதார்த்தங்கள் மதிக்கப்படுவதையும் அகிலத்தின் மூலைக்கற்களாகக் கருதின. மார்க்ஸின் தவறான கணக்கீடு, அந்த அமைப்பிற்கு ஏற்பட்ட நெருக்கடியைத் துரிதப்படுத்தியது.[100]

---

* இன்றைய செக் குடியரசிலுள்ள ஒரு பகுதி.

100. See Freymood - Molner, op. cit., pp.27-8.

10
அகிலத்தின் முடிவு

1872 கோடைகாலத்தின் இறுதியில் அகிலத்தில் இரு தரப்பினருக்குமான இறுதிச் சண்டை நடந்தது. முந்தைய மூன்று ஆண்டுகளில் நடந்த படுமோசமான நிகழ்வுகளுக்குப் பிறகு - அதாவது பிரெஞ்சு - ஆஸ்திரியப் போர், பாரிஸ் கம்யூன் தோற்றுவிக்கப்பட்ட பின் அலையலையாக நடந்த ஒடுக்குமுறை, அகிலதிற்குள்ளேயே ஏற்பட்ட எண்ணற்ற பூசல்கள் ஆகியவற்றுக்குப் பிறகு - அகிலத்தால் பேராயத்தைக் கூட்ட முடிந்தது. அகிலம் அண்மையில் வேர்பிடித்திருந்த நாடுகளில் அகிலத்தின் முழக்கங்களால் உத்வேகம் பெற்ற தொழிற்சங்கத் தலைவர்கள், செயல்வீரர்களாக இருந்த தொழிலாளர்கள் ஆகியோரின் உற்சாகமான முயற்சிகளின் காரணமாக அகிலம் விரிவடையத் தொடங்கியிருந்தது : பிரான்ஸ், ஜெர்மனி, ஆஸ்திரிய - ஹங்கேரிப் பேரரசு ஆகியவற்றில் அகிலம் தடை செய்யப்பட்டிருந்த 1872ஆம் ஆண்டில்தான், அது இத்தாலி, டென்மார்க், போர்ச்சுகல், நெதெர்லாந்து ஆகியவற்றில் மிக வேகமாக வளர்ச்சியடைந்தது. எனினும், அங்கிருந்த உறுப்பினர்களில் பெரும்பாலானோர் அகிலத்தின் தலைமைக் குழுவுக்குள் மேலோங்கி வந்து கொண்டிருந்த முரண்பாடுகளின் முக்கியத்துவத்தை அறிந்திருக்கவில்லை.[101]

---

101. See Haupt, L'Internazionale socialista dalla Comune a Lenin, op. cit., p.88.

செப்டம்பர் 2 முதல் 7 வரை தி ஹேக் நகரில் (The Hague) அகிலத்தின் ஐந்தாவது பேராயம் நடந்தது. 14 நாடுகளைச் சேர்ந்த 65 பிரதிநிதிகள் அதில் கலந்துகொண்டனர். அவர்களின் விவரம் பின்வருமாறு: (அகிலத்தின் விதிமுறைகளின்படி தலைமைக்குழுவில் இணைத்துக்கொள்ளப்பட்டிருந்த [co-opted] 4 பிளாங்கியிஸ்டுகள் உட்பட) 18 பிரெஞ்சுக்காரர்கள், 15 ஜெர்மன்கள், 7 பெல்ஜியர்கள், 5 பிரிட்டிஷார், 5 ஸ்பானியர்கள், 4 டச்சுக்காரர்கள் (நெதெர்லாந்து நாட்டினர்-எஸ்.வி.ஆர்.), 2 ஆஸ்திரியர்கள், டென்மார்க், அயர்லாந்து, ஹங்கேரி, போலந்து, ஆஸ்திரேலியா ஆகிய நாடுகள் ஒவ்வொன்றிலிருந்தும் தலா ஒரு பிரதிநிதி. ஆஸ்திரேலியாவிலிருந்த விக்டோரியாப் பிரிவைச் சேர்ந்த டபிள்யூ. ஈ. ஹார்கோர்ட் (W.E. Harcourt) என்பவர்தான் ஆஸ்திரேலியப் பிரதிநிதி. பிரெஞ்சுக்காரார் பால் லஃபார்க் (Paul Lafargue) லிஸ்பன் கூட்டமைப்பு, மாட்ரிட் கூட்டமைப்பு ஆகிய இரண்டாலும் அவற்றின் பிரதிநிதியாக அனுப்பப்பட்டிருந்தார். இத்தாலியில் இருந்த அகிலத்தினர் தங்களுக்குரிய 7 பிரதிநிதிகளை அனுப்பத் தவறினர். அப்படியிருந்தும், அகிலத்தின் வரலாற்றில் மிக அதிக நாடுகளைச் சேர்ந்த மிக அதிகப் பிரதிநிதிகள் கலந்து கொண்டது இந்தப் பேராயத்தில்தான்.

வெற்றி தோல்வியைத் தீர்மானிக்கும் முக்கியத்துவம் கொண்டிருந்த இந்தப் பேராயத்தில், எங்கெல்ஸுடன் தாமே நேரடியாகக் கலந்து கொள்ள முடிவு செய்தார் மார்க்ஸ்.[102] உண்மையில் மார்க்ஸ் கலந்து கொண்ட பேராயம் இது ஒன்று மட்டுமே. நெதெர்லாந்துத் தலைநகரான தி ஹேக்கிற்கு, த பாப் (கடந்த ஆண்டில் இலண்டன் மாநாட்டில் மத்தியஸ்தராகச் செயல்பட்டதுபோல இப்போது செயல்பட இயலாது என்பதால் அவர் வராமல் போயிருக்கக்கூடும்), பக்கூனின் ஆகிய இருவரும் வரவில்லை. ஆனால், தலைமைக் குழுவின் முடிவுகளை எதிர்த்த 'சுயாதீனவாதிகளி'ன் படை வலுவோடு வந்திருந்தது. பெல்ஜியம், ஸ்பெயின், நெதெர்லாந்து ஆகியவற்றைச் சேர்ந்த அனைத்துப் பிரதிநிதிகளும், ஸ்விட்ஸர்லாந்துப் பிரதிநிதிகளில் பாதிப் பேரும், பிரிட்டன், பிரான்ஸ், அமெரிக்கா ஆகியவற்றைச் சேர்ந்தவர்களும் என மொத்தம் 25 பேர் அந்த 'சுயாதீனவாதிகள்' ஆவர்.

---

102. லுட்விக் குகல்மானுக்கு எழுதிய கடிதத்தில் மார்க்ஸ் இந்தப் பேராயம் "அகிலத்திற்கு வாழ்வா, சாவா என்பதைத் தீர்மானிக்கும் விஷயம்; நான் அதிலிருந்து பதவி விலகுவதற்கு முன், குறைந்த பட்சம், அதை சிதைவுறச் செய்யும் சக்திகளிடமிருந்து அதைப் பாதுகாக்க விரும்புகிறேன்" என்று கூறினார். See : Karl Marx to Ludwig Kugelmann, 29/7/1872, MECW, vol. 44, p.413.

அந்தப் பேராயம் நடந்த இடத்தின் பெயர் 'ஒத்திசைவு மண்டபம்' (Concordia Hall) என்பது ஒரு வரலாற்று முரண். அகிலத்திற்குள் ஒத்திசைவு அற்றுப் போன கட்டத்தில்தான் இந்த மண்டபத்தில் பேராயம் நடந்தது: பேராயத்தின் எல்லா அமர்வுகளிலும் இரு முகாம்களுக்கிடையிலான தணிக்க முடியாத பகைமை வெளிப்பட்டது; இதன் விளைவாக, அங்கு நடந்த விவாதங்கள், முந்தைய பேராயங்களில் நடந்த விவாதங்களைவிடத் தரம் குறைந்தனவாக இருந்தன. பிரதிநிதிகளின் தகுதிகளைச் சரிபார்த்தல் என்னும் விஷயத்தில் மூன்று நாள்கள் நடந்த வெட்டித் தகராறுகள் இந்தப் பகைமையை மேலும் கிளறிவிட்டன. உண்மையில் அந்தப் பிரதிநிதித்துவம் திரிபடைந்ததாக, ஒருபக்கச் சார்புடையதாக இருந்தது. அகிலத்தில் இருந்த சக்திகளின் உண்மையான உறவுகளைப் பிரதிபலிப்பதாக இருக்கவில்லை. எடுத்துக்காட்டாக, ஜெர்மனியில் அகிலத்தின் கிளைகள் என்று ஏதும் இருக்கவில்லை; பிரான்ஸிலோ அகிலத்தின் கிளைகள் தலைமறைவாகப் போகும்படி விரட்டியடிக்கப்பட்டிருந்தன. எனவே பிரெஞ்சுப் பிரதிநிதிகள் எப்படித் தேர்ந்தெடுக்கப்பட்டார்கள், பேராயத்தில் அவர்கள் எப்படிச் செயல்பட வேண்டும் என்பதை யார் முடிவு செய்தார்கள் என்பது மிகவும் விவாதத்துக்குரியதாக இருந்தது. வேறு சிலர், அகிலத்தின் தலைமைக் குழு உறுப்பினர்கள் என்னும் வகையில் பிரதிநிதிகளாக அனுப்பப்பட்டிருந்தனர்; அவர்கள் அகிலத்தின் எந்தப் பிரிவினதும் சித்தத்தை வெளிப்படுத்தியவர்கள் அல்லர்.

தி ஹேக் பேராயம், திரிபுபட்ட பிரதிநிதித்துவத்தைக் கொண்டிருந்ததால்தான் அந்தப் பேராயத்தின் தீர்மானங்களுக்கு ஒப்புதல் கிடைப்பது சாத்தியமாயிற்று. பேராயப் பிரதிநிதிகளில் சிறுபான்மையினராக இருந்தவர்களின் கூட்டணி போலித்தனமானதும் குறிப்பிட்ட சில நோக்கங்களை நிறைவேற்றிக் கொள்வதற்காக ஒட்டுவேலை செய்யப்பட்டு ஒன்றிணைக்கப்பட்டதாகவும் இருந்தது. இந்தச் சிறுபான்மையினர்தான் அகிலத்தில் மிக அதிக எண்ணிக்கையுள்ள பகுதியாக அமைந்திருந்தனர்.[103]

---

103. See: James Guillaume, L'Internationale, Documents et Souvenirs (1864-1878), vol.ll, New York: Burt Franklin, 1969 (1907), pp.333-4; of. Freymond, "Introduction", in Pl. l, p.25.

1871ஆம் ஆண்டு இலண்டன் மாநாட்டில் நிறைவேற்றப்பட்ட தீர்மானத்தை அகிலத்தின் விதிமுறைகளில், 7-அ என்னும் புதிய பிரிவாகச் சேர்த்துக் கொள்ளப்பட வேண்டும் என்பதுதான் தி ஹேக் பேராயத்தில் மேற்கொள்ளப்பட்ட மிக முக்கியமான முடிவு ஆகும். 1864ஆம் ஆண்டில் வரையப்பட்ட அகிலத்தின் தற்காலிக விதிமுறைகள் கூறியதாவது: "தொழிலாளர்களின் பொருளாதார விடுதலைதான் மிகப் பெரும் குறிக்கோள். எல்லா அரசியல் இயக்கமும் இந்தக் குறிக்கோளை அடைவதற்கான வழிமுறைகள் என்னும் முறையில் அந்தக் குறிக்கோளுக்குக் கீழ்ப்பட்டதாக இருக்க வேண்டும்". விதி முறை 7-அ என்பதைச் சேர்ப்பது அகிலத்தில் இருந்த சக்திகளுக்கிடையிலான புதிய உறவைப் பிரதிபலித்தது. இப்போது, அரசியல் போராட்டம் என்பது சமுதாயத்தை மாற்றுவதற்கு அவசியமான கருவியாகியிருந்தது. ஏனெனில், "நிலப்பிரபுக்களும் மூலதனப் பிரபுக்களும் தமது பொருளாதார ஏகபோகங்களைப் பாதுகாத்து அவற்றை நிரந்தரமாக வைத்திருப்பதற்கும், தொழிலாளர்களை அடிமைப்படுத்தி வைத்திருப்பதற்கும் எப்போதும் தங்கள் அரசியல் சிறப்புரிமைகளைப் பயன்படுத்துவார்கள் என்பதால், அரசியல் அதிகாரத்தை வென்றெடுப்பது உழைக்கும் வர்க்கத்தின் மாபெரும் கடமையாக இருக்கின்றது"[104]

அகிலம் இப்போது, அது நிறுவப்பட்ட போது இருந்ததைவிட மிகவும் வேறுபட்டதொன்றாக இருந்தது: தீவிர-ஜனநாயகவாதக் கூறுகள், மேன்மேலும் ஓரங்கட்டப்பட்டு வந்ததால், அகிலத்தை விட்டு வெளியேறிவிட்டனர்; பரஸ்பரவாதிகள் தோற்கடிக்கப்பட்டு விட்டனர்; அவர்களில் பலர் தங்கள் நிலைப்பாடுகளை மாற்றிக் கொண்டு அகிலத்தின் கொள்கையை ஏற்றுக் கொண்டனர்; பிரிட்டனிலிருந்த அகிலத்தின் பிரிவுகளைத் தவிர வேறு எங்கும் சீர்திருத்தவாதிகள் அகிலத்தின் உறுப்பினர்களில் பேரளவில் இருக்கவில்லை; முதலாளிய எதிர்ப்பு என்பது அகிலம் முழுவதன் அரசியல் மார்க்கமாக மட்டுமின்றி, ஆட்சிமறுப்பிய-பெருங்கூட்டமைப்பியம் போன்ற அண்மைக்காலப் போக்குகளின் அரசியல் மார்க்கமாகவும் இருந்தது. மேலும், ஓரளவு பொருளாதார

---

104. From document 65, p. 265.

சுபிட்சம் ஏற்பட்டு, சில இடங்களில் வாழ்க்கை நிலைமைகள் இடுக்கண் குறைந்தவையாக மாறியிருந்தன என்பதை அகிலம் கவனிக்கத்தான் செய்தது என்றாலும், இத்தகைய தற்காலிக நிவாரணிகளால் அல்ல, மனிதர்கள் சுரண்டப்படுவது முடிவுக்குக் கொண்டுவரப்படுவதன் மூலமே உண்மையான மாற்றம் வரும் என்பதைத் தொழிலாளர்கள் புரிந்து கொண்டிருந்தனர். அவர்கள் மேன்மேலும் தங்கள் சொந்த பொருளாயத் தேவைகளின் அடிப்படையிலேயே போராட்டங்களை நடத்தி வந்தனரேயன்றி, எந்தக் குழுக்களைச் சேர்ந்தவர்களாக அவர்கள் இருந்தார்களோ அந்தக் குழுக்கள் மேற்கொள்ளும் முன்முயற்சிகளின் காரணமாக அல்ல.

உலகச் சித்திரத்திலும்கூட மிகத் தீவிரமான மாற்றம் ஏற்பட்டிருந்தது. 1871இல் ஐக்கியப்பட்ட ஜெர்மனி உருவாகி, அரசியல், சட்ட, பிரதேச அடையாளத்தின் முக்கிய வடிவமாக இனி தேச-அரசுகள் விளங்கப் போகும் ஒரு புதிய கட்டத்தின் வருகையை உறுதிப்படுத்தியது; இது தனித்தனி நாடுகள் ஒவ்வொன்றிலிருந்தும் கிடைக்கும் உறுப்பினர் கட்டணத்திலிருந்து தனது நிதித்தேவையைப் பூர்த்தி செய்து கொண்டு, அந்தந்த நாடுகளைச் சேர்ந்த உறுப்பினர்கள் தங்கள் அரசியல் தலைமையின் கணிசமான பகுதியைத் தன்னிடம் ஒப்படைத்துவிட வேண்டும் என்பதை அவசியமாக்குகிறதும், தேசிய எல்லைகளைக் கடந்ததுமான எந்தவொரு அமைப்பையும் கேள்விக்குட்படுத்தியது. அதேவேளை, தேசிய இயக்கங்களுக்கும் அமைப்புகளுக்கும் இடையே வளர்ந்து வந்த வேறுபாடுகள், அனைத்துத் தரப்பினரின் கோரிக்கைகளத் திருப்திப்படுத்தும் ஆற்றலுள்ள ஓர் அரசியல் கூட்டிணைவுத் தத்துவத்தை உருவாக்குவதை அகிலத்தின் தலைமைக் குழுவிற்கு மிகக் கடினமான காரியமாக ஆக்கியிருந்தன. தொடக்கத்திலிருந்தே அகிலம், ஒன்றோடொன்று எளிதில் ஒத்திசையவைக்கப்பட முடியாத தொழிற்சங்கங்கள், அரசியல் சங்கங்கள் ஆகியவற்றின் கூட்டாகத்தான் இருந்தது என்பதும், இந்தத் தொழிற்சங்கங்களும் அரசியல் சங்கங்களும், அமைப்புகள் என்று முறைப்படி அழைக்கப்படக்கூடியவற்றைக் காட்டிலும் கூடுதலாகப் பல்வேறு உணர்வுகளையும் அரசியல் போக்குகளையும் பிரதிநிதித்துவம் செய்தன என்பதும் உண்மைதான். ஆனால்,

1872ஆம் ஆண்டு வாக்கில், அகிலத்தின் பல்வேறு கூறுகளும் மேலும் பொதுவாகச் சொல்வதென்றால் தொழிலாளர் போராட்டங்களும் - முன்பைவிட மேலும் தெளிவாக வரையறை செய்யப்படக்கூடியவையாகவும் கட்டமைப்புடையவையாகவும் ஆகியிருந்தன. சட்டரீதியாக்கப்பட்ட பிரிட்டிஷ் தொழிற்சங்கங்கள் அதிகாரபூர்வமாகவே தேசிய அரசியல் வாழ்வின் பகுதியாகி யிருந்தன; அகிலத்தின் பெல்ஜியக் கிளைகளின் கூட்டமைப்பு, முக்கியத்துவம் வாய்ந்தவையும் சுயாதீனமானவையுமான கோட்பாட்டுப் பங்களிப்புகளை வழங்கும் ஆற்றலுடையதும், கிளைபரப்பக்கூடியதும் மத்தியத் தலைமை கொண்டதுமான அமைப்பாக இருந்தது; ஜெர்மனிக்கும்கூட, சோசலிச ஜனநாயகத் தொழிலாளர் கட்சி, ஜெர்மன் பொதுத் தொழிலாளர் சங்கம் ஆகிய இரு தொழிலாளர் கட்சிகள் இருந்தன; அவை ஒவ்வொன்றுக்கும் நாடாளுமன்ற உறுப்பினர்கள் இருந்தனர்; பிரான்ஸில் லியோன் நகரிலிருந்து பாரிஸ் வரை இருந்த தொழிலாளர்கள், ஏற்கெனவே 'விண்ணுலகத்தின் மீது சீறியெழுவதை முயற்சி செய்து பார்த்திருந்தனர்; வெகுமக்கள் அமைப்பாக மாறும் நிலையை எட்டக்கூடிய அளவுக்கு அகிலத்தின் ஸ்பானியக் கூட்டமைப்பு விரிவடைந்திருந்தது. பிற நாடுகளிலும்கூட இத்தகைய மாற்றங்கள் ஏற்பட்டிருந்தன.

அகிலத்திற்குத் தொடக்கத்தில் இருந்த பணி எவ்வாறு முடிவுக்கு வந்துவிட்டதோ, அதேபோல அதன் தொடக்க வடிவமைப்பும் காலவழக்கொழிந்ததாகிவிட்டது. அதனுடைய கடமை இனியும் வேலைநிறுத்தங்களுக்கு ஐரோப்பா நெடுகிலான ஆதரவைத் திரட்டுவதோ, தொழிற்சங்கங்களின் பயன்பாட்டைப் பற்றியோ, நிலத்தையும் உற்பத்தி சாதனங்களையும் சமூகவுடைமையாக்குதல் பற்றியோ பேராயங்களைக் கூட்டுவதாக இல்லாமல் போய்விட்டது. இந்தப் பிரச்சினைகள் யாவும், ஒட்டுமொத்த அகிலத்தின் கூட்டுமரபின் பகுதிகளாகிவிட்டன. பாரிஸ் கம்யூனுக்குப் பிறகு, தொழிலாளர் இயக்கம் எதிர்கொண்ட சவால் புரட்சிகரமான ஒன்றாகும்: முதலாளிய உற்பத்தி முறைக்கு முடிவு கட்டிவிட்டு, பூர்ஷ்வா உலகத்தின் நிறுவனங்களைத் தூக்கியெறிவதற்கு உகந்த வகையில் தன்னை ஒழுங்கமைத்துக் கொள்வது எவ்வாறு என்பதுதான் அந்த சவால். நிலவுகின்ற சமுதாயத்தைச் சீர்திருத்துவது எவ்வாறு என்பதல்ல இனி உள்ள

பிரச்சினை; புதிய சமுதாயத்தைக் கட்டுவது எவ்வாறு என்பதுதான்.[105] வர்க்கப் போராட்டத்தில் ஏற்பட்டுள்ள இந்த வளர்ச்சிக்கு, ஒவ்வொரு நாட்டிலும் தொழிலாளர் வர்க்கக் கட்சிகளைக் கட்டுவது இன்றியமையாதது என்று மார்க்ஸ் கருதினார். 1871 பிப்ரவரியில் எங்கெல்ஸ் எழுதிய *சர்வதேசத் தொழிலாளர் சங்கத்தின் ஸ்பானியப் பகுதிக் கூட்டமைப்புக் கவுன்சிலுக்கு* (To the Federal Council of the Spanish Region of the International Working Men's Association) என்னும் ஆவணம், இந்தப் பிரச்சினை பற்றி தலைமைக்குழு வெளியிட்ட மிகத் தெளிவான கூற்றுகளைக் கொண்டிருந்த ஆவணமாகும்:

> எல்லா இடங்களிலும் அனுபவம் காட்டுவது என்னவென்றால், பழைய கட்சிகளின் ஆதிக்கத்திலிருந்து தொழிலாளர்களை விடுதலை செய்வதற்கான ஆகச் சிறந்த வழி, சொந்தக் கொள்கையை உடைய பாட்டாளி வர்க்கக் கட்சியை ஒவ்வொரு நாட்டிலும் நிறுவுவதுதான். இந்தக் கட்சியின் கொள்கை மற்ற எல்லாக் கட்சிகளினதும் கொள்கையிலிருந்து தெளிவாக வேறுபட்டுள்ளதாக இருக்க வேண்டும். ஏனெனில் இந்தக் கொள்கை தொழிலாளி வர்க்கத்தின் விடுதலைக்குத் தேவையான நிலைமைகளை வெளிப்படுத்த வேண்டும். இந்தக் கொள்கை சிற்சில விவரங்களைப் பொருத்தவரை ஒவ்வொரு நாட்டிலும் உள்ள குறிப்பிட்ட சூழ்நிலைமைகளுக்கு ஏற்ப மாறுபடலாம்; ஆனால் மூலதனத்துக்கும் உழைப்புக்குமுள்ள அடிப்படையான உறவுகள் எல்லா இடங்களிலும் ஒரே மாதிரியாக இருப்பதாலும், சுரண்டப்படும் வர்க்கங்கள் மீது உடைமை வர்க்கங்களின் அரசியல் ஆதிக்கம் என்பது எல்லா இடங்களிலும் இப்போது நிலவுகின்ற உண்மையாக இருப்பதாலும், பாட்டாளி வர்க்கக் கொள்கையின் கோட்பாடுகளும் குறிக்கோள்களும், குறைந்த பட்சம் எல்லா மேற்கு நாடுகளிலும் ஒரே மாதிரியானதாகவே இருக்கும் [...] அரசியல் களத்தில் நமது எதிரிகளை எதிர்த்துச் சண்டை போடுவதைக் கைவிடுவது, மிகச் சக்தி வாய்ந்த கருவிகளில் ஒன்றை, குறிப்பாக அமைப்பைக் கட்டுதல், பிரசாரம் ஆகிய துறைகளில் கைவிடுவதாகும்.[106]

---

105. See Freymond, "Introduction", in Pl, p. x.
106. From document 69, pp. 274-5..

இந்தக் கட்டத்திலிருந்து, பாட்டாளி வர்க்கப் போராட்டத்திற்குக் கட்சி இன்றியமையாதது என்று கருதப்பட்டது; அந்தக் கட்சி, நிலவுகின்ற அனைத்து அரசியல் சக்திகளிடமிருந்தும் சுயேச்சையானதாக இருக்க வேண்டும்; அந்தந்த தேசியச் சூழலுக்கு ஏற்ற வகையில் வேலைத்திட்டத்தையும் அமைப்பையும் கொண்டிருக்கும் கட்சி உருவாக்கப்பட வேண்டும். **1872** ஜூலை **23**இல் நடந்த தலைமைக்குழு அமர்வில், வாக்கெடுப்பில் கலந்துகொள்ளாதவர்களை (இலண்டன் மாநாட்டின் தீர்மானம் IXஐ எதிர்த்தவர்கள்) மட்டுமின்றி, "அரசியல் நோக்கங்களுக்காக பூர்ஷ்வா வர்க்கங்களால் பயன்படுத்திக் கொள்ளப்படத் தம்மை அனுமதித்துக் கொள்ளும் இங்கிலாந்து, அமெரிக்கத் தொழிலாளர் வர்க்கங்களையும்" மார்க்ஸ் விமர்சித்தார்.[107] வேலைத்திட்டம், அமைப்பு ஆகியவற்றைப் பொருத்தவரை, "எல்லா நாடுகளிலும் அந்தந்த நாட்டிலுள்ள நிலைமைகளுக்கு ஏற்ப அரசியல் தகவமைக்கப்பட வேண்டும்" என்று மார்க்ஸ்[108] இலண்டன் மாநாட்டில் ஏற்கெனவே அறிவித்திருந்தார். அடுத்த ஆண்டு, தி ஹேக் பேராயம் நடந்து முடிந்தவுடனேயே ஆம்ஸ்டெர்டாம் நகரில் ஆற்றிய உரையொன்றில் கூறினார்:

> உழைப்பைப் புதிய வழிகளில் ஒழுங்கமைப்பதற்காக ஏதேனுமொரு நாள் தொழிலாளி அரசியல் அதிகாரத்தைக் கைப்பற்றியாக வேண்டும்; இவ்வுலகத்தைப் புறக்கணித்து, அரசியலை இகழ்ந்து வந்த பழைய கிறிஸ்தவர்களைப் போல அவர் இந்தப் பூமியில் விண்ணுலகை இழக்காமல் இருக்க வேண்டுமானால், பழைய நிறுவனங்களைத் தாங்கிப் பிடிக்கின்ற பழைய அரசியலை அவர் தூக்கியெறிய வேண்டும். ஆனால் இந்தக் குறிக்கோளை அடைவதற்கான வழிகள் எல்லா இடங்களிலும் ஒரே மாதிரியானவையே என்று நாங்கள் அறுதியிட்டிருக்கவில்லை [...] தொழிலாளர்கள் தங்கள் குறிக்கோளை சமாதான வழியில் [...]அடையக்கூடிய நாடுகள் உள்ளன என்பதை நாங்கள் மறுக்கவில்லை. விஷயம் இப்படி இருக்க, ஐரோப்பாக் கண்டத்திலுள்ள பெரும்பாலான நாடுகளில் பலவந்தம்தான் நமது புரட்சிக்கான நெம்புகோலாக இருக்க

---

107. Karl Marx, 23 July 1872, in GC, V, p.263.

108. Karl Marx, 20 September 1871, inPl, ll, p. 195.

வேண்டும் என்னும் உண்மையை நாம் அங்கீகரிக்கவும்
வேண்டும். உழைப்பின் ஆட்சியைக் கட்டியெழுப்புவதற்கு நாம்
பலவந்தத்துக்குத்தான் ஏதேனும் ஒரு நாள் வேண்டுகோள்
விடுத்தாக வேண்டும்.[109]

ஆக, தொழிலாளர் கட்சிகள் வெவ்வேறு நாடுகளில் வெவ்வேறு
வடிவங்களில் தோன்றியுள்ள போதிலும், அவை தம்மை தேசிய
நலன்களுக்குக் கீழ்ப்படுத்திக் கொள்ளக்கூடாது.[110] சோசலிசத்துக்கான
போராட்டம் அந்த முறையில் மட்டுப்படுத்தப்படக்கூடாது.
குறிப்பாக புதிய வரலாற்றுச் சூழலில் சர்வதேசியம்தான் தொடர்ந்து
பாட்டாளி வர்க்கத்துக்கு வழிகாட்டும் ஒளிவிளக்காகவும்,
அதேபோல அரசு, முதலாளிய அமைப்பு ஆகியவற்றின் மரண
ஆலிங்கனத்திலிருந்து பாட்டாளி வர்க்கத்தைக் காப்பாற்றும் தடுப்பு
மருந்தாகவும் இருக்க வேண்டும்.

தி ஹேக் பேராயத்தில் அடுத்தடுத்த தீர்மானங்கள்
நிறைவேற்றப்படுவதற்கு முன் கசப்பான கருத்துப் போராட்டங்கள்
நடந்தன. அகிலத்தின் விதிமுறைகளில் 7-அ சேர்க்கப்பட்ட பிறகு,
தொழிலாளர்கள் அரசியல் அதிகாரத்தை வென்றெடுக்க வேண்டும்
என்பது அகிலத்தின் விதிமுறைகளில் பொறிக்கப்பட்டுவிட்டது.
அரசியல் அதிகாரத்தை வென்றெடுக்க ஓர் அரசியல் கட்சி
இன்றியமையாதது என்பதும் சுட்டிக்காட்டப்பட்டது. தலைமைக்
குழுவுக்குப் பரந்த அதிகாரங்கள் வழங்கப்பட வேண்டும் என்ற
அடுத்த தீர்மானத்திற்கு ஆதரவாக 32 பிரதிநிதிகளும், எதிராக 6
பேரும் வாக்களித்தனர். 12 பேர் வாக்களிப்பில் கலந்து
கொள்ளவில்லை. இந்தத் தீர்மானத்தின் வெற்றியால் ஏற்பட்ட
சூழ்நிலை சிறுபான்மையினரால் மிகவும் சகித்துக்கொள்ள
முடியாததாக இருந்தது. ஏனெனில் அந்தத் தீர்மானம், "அகிலத்தின்
கோட்பாடுகள், விதிகள், பொதுவிதிகள் ஆகியன கறாராகக்
கடைப்பிடிக்கப்படுகின்றனவா என்பதை உறுதிப்படுத்தவும்",
"கிளைகள், பிரிவுகள், கவுன்சில்கள் அல்லது கூட்டமைப்புக்
கவுன்சில்கள் மற்றும் கூட்டமைப்புகள் ஆகியவற்றை அடுத்த

---

109. Karl Marx, 'On The Hague Congress', in MECW, vol. 23, 1988, p.255.

110. See Haupt, L'Internazionale socialista dalla Comune A Lenin, op. cit., p. 100.

பேராயம் கூடும்வரை இடைநீக்கம் செய்வதற்கும்" தலைமைக் குழுவிற்கு அதிகாரம் அளித்திருந்தது.[111]

அகிலத்தின் வரலாற்றில் முதல் முறையாக, ஒரு அமைப்பை - நியூயார்க் பிரிவு 12ஐ -அகிலத்திலிருந்து வெளியேற்றும் தீர்மானம் நிறைவேற்றப்பட்டது. இதற்கு ஆதரவாக 47 வாக்குகள் கிடைத்தன; 9 பிரதிநிதிகள் வாக்கெடுப்பில் கலந்து கொள்ளவில்லை. அந்தத் தீர்மானத்துக்கான நோக்கம் பின்வருமாறு: "சர்வதேசத் தொழிலாளர் சங்கம், வர்க்கங்களை ஒழித்துக்கட்டுதல் என்னும் கோட்பாட்டின் அடிப்படையில் கட்டப்பட்டதாகும். எனவே எந்தவொரு பூர்ஷ்வாக் கிளையையும் அதில் சேர அனுமதிக்க முடியாது"[112] பக்கூனினையும் கியாமையும் அகிலத்திலிருந்து வெளியேற்றும் தீர்மானம் (இதற்கு ஆதரவாக 15 பிரதிநிதிகளும், எதிராக 9 பிரதிநிதிகளும் வாக்களித்தனர்; 8 பேர் வாக்கெடுப்பில் கலந்து கொள்ளவில்லை) பெரும் அதிர்வுகளை ஏற்படுத்தியது. இந்தத் தீர்மானம் பக்கூனின் மற்றும் அவரது ஆதரவாளர்களின் செயல்பாடுகள் பற்றி ஆராய்வதற்காக தலைமைக் குழு அமைத்த விசாரணை ஆணையத்தால் முன்மொழியப்பட்டது. சோசலிச ஜனநாயகக் கூட்டணி, "அகிலத்தின் விதிமுறைகளுக்கு நேர் எதிரான விதிமுறைகளைக் கொண்டுள்ள ஒரு இரகசிய சங்கம்" என்று அந்த ஆணையத்தின் அறிக்கை கூறியது.[113] மறுபுறம், ஜூரா கூட்டமைப்பில் மிகச் செயலூக்கமிக்க உறுப்பினராக இருந்தவரும் அந்தக் கூட்டமைப்பை நிறுவியவர்களிலொருவருமான அதெமார் ஷைட்ஸ்கூபெலை (Adhemar Schitzguebel: *1844-1895)* வெளியேற்றும்படி முன்மொழியப்பட்ட தீர்மானத்துக்கு 15 பேர் ஆதரவாகவும், 17பேர் எதிராகவும் வாக்களித்ததாலும் 7 பேர் நடுநிலை வகித்ததாலும் அந்தத் தீர்மானம் நிராகரிக்கப்பட்டது.[114]

---

111. ஸோன்வியே பேராயத்தில், எதிர்த்தரப்பினர், மத்தியக் குழுவின் அதிகாரங்களைக் குறைக்க வேண்டும் என்னும் கருத்தை ஏற்கெனவே தெரிவித்திருந்தனர் (அடிக்குறிப்பு 95ஐக் காண்க). ஆனால் மார்க்ஸ் தி ஹேக் பேராயத்தில் அறிவித்தார்: "மத்தியக் குழு ஒரு தபால் பெட்டியாக மாறுவதைப் பார்ப்பதைவிட அதை ஒழித்துக்கட்டிவிடுவதையே நாங்கள் விரும்புகிறோம்", Pl, ll, p. 354.

112. Pl, ll, p. 376.

113. Pl, ll, p. 377.

114. Pl, ll, p. 377. இந்த வாக்கெடுப்புக்குப் பிறகு, வேறு சிலரையும் வெளியேற்ற ஆணையம் செய்த பரிந்துரைகள் மீது நடவடிக்கைகள் எடுப்பதில்லை என்று முடிவு செய்யப்பட்டது.

இறுதியாக, சோசலிச ஜனநாயகக் கூட்டணியும் சர்வதேசத் தொழிலாளர் சங்கமும் *(The Alliance for Socialist Democracy and the International Working Men's Association)* என்னும் நீண்ட அறிக்கையை வெளியிடுவதற்குப் பேராயம் ஒப்புதல் அளித்தது. அந்த அறிக்கை, பக்கூனினின் தலைமையிலிருந்த அமைப்பின் வரலாற்றை ஆராய்ந்து, ஒவ்வொரு நாட்டிலும் அது மேற்கொண்ட வெளிப்படையான மற்றும் இரகசிய நடவடிக்கைகளைப் பரிசீலனை செய்தது. எங்கெல்ஸ், லஃபார்க், மார்க்ஸ் ஆகியோரால் எழுதப்பட்ட அந்த ஆவணம் பிரெஞ்சு மொழியில் *1873* ஜூலையில் வெளியிடப் பட்டது.

பக்கூனின் முதலானோரின் மீது தொடுக்கப்பட்ட தாக்குதல்களுக்கு எதிர்த்தரப்பினர் ஆற்றிய எதிர்வினை ஒரே சீரானதாக இருக்கவில்லை; சிலர் எதிர்த்து வாக்களித்தனர்; வேறு சிலரோ வாக்கெடுப்பில் கலந்து கொள்ளாமல் இருந்தனர். ஆயினும், பேராயத்தின் கடைசி நாளில், அகிலத்தின் தி ஹேக் பிரிவைச் சேர்ந்த விக்டர் டேவ் (Victor Dave : *1845-1922)* என்னும் தொழிலாளியால் படிக்கப்பட்ட ஒரு கூட்டறிக்கை கூறியது:

1. சுயாதீனம் மற்றும் தொழிலாளர் குழுக்களின் கூட்டமைப்பு ஆகியவற்றின் ஆதரவாளர்களாகிய நாங்கள் [...] தலைமைக் குழுவுடன் எங்களது நிர்வாக உறவுகளைத் தொடர்ந்து வைத்துக் கொள்வோம் [...]
2. எங்களால் பிரதிநிதித்துவம் செய்யப்படும் கூட்டமைப்புகள் தமக்கிடையேயும் அகிலத்தில் முறைப்படி சேர்க்கப்பட்டுள்ள எல்லாக் கிளைகளுடனும் நேரடியான மற்றும் நிரந்தரமான உறவுகளை நிறுவும் [...]
3. தொழிலாளர்களின் ஒழுங்கமைப்புக்கு அடிப்படையாக கூட்டமைப்புகளின் சுயாதீனம் என்னும் கோட்பாடு இருக்க வேண்டும் என்னும் கொள்கை அகிலத்தில் வெற்றி பெறுவதற்காக இப்போதிருந்து அடுத்த பேராயம் கூடும் வரை ஆயத்தம் செய்யுமாறு அனைத்துக் கூட்டமைப்பு களையும் பிரிவுகளையும் கேட்டுக் கொள்கிறோம்.[115]

---

115. Various Author, ("Statement of the Minority"). in HAGUE, l, pp. 199-200.

அகிலத்தைப் புதிய அடிப்படையில் கட்டுவதற்கான ஒரு சீரிய அரசியல் பொறுப்பேற்புப் பணியாக மேற்சொன்ன கூட்டறிக்கை இருக்கவில்லை; மாறாக, அகிலத்தில் பிளவு ஏற்படுவது தவிர்க்க முடியாததாகக் காணப்பட்ட அந்தச் சூழலில், அந்தப் பிளவுக்குப் பொறுப்பேற்பதைத் தட்டிக் கழிக்கும் தந்திர உத்தியாகவும், "மையமுதன்மைவாதிகளி"ன் செயலொன்றை ஒத்ததாகவும் இருந்தது. அதாவது, தலைமைக்குழுவின் அதிகாரங்களை அதிகரிக்க வேண்டும் என்னும் முன்மொழிவுகளை அந்தப் பேராயத்தில் "மையமுதன்மைவாதிகள்" கொண்டு வந்த அதேவேளை அவர்கள் சமரசத்துக்கு இடமில்லாத வேறு ஒரு திட்டத்தையும் ஏற்கெனவே வகுத்துக் கொண்டிருந்தனர்.

அதாவது, செப்டம்பர் 6 காலையில் - பேராயத்தில் எதிர்பாராத, திடீர் நிகழ்வு - பல ஆண்டுகளாகச் சிந்திக்கப்பட்டுக் கட்டமைக்கப்பட்ட அகிலத்தின் இறுதி நடவடிக்கையாக அமைந்த நிகழ்வொன்று - நடந்தது. அங்கு பேச எழுந்த எங்கெல்ஸ், அங்கிருந்தோரைத் திகைப்பில் ஆழ்த்தும் வகையில், "1872-1873ஆம் ஆண்டுக்கு தலைமைக்குழுவின் தலைமையகம் நியூயார்க்குக்கு மாற்றப்பட வேண்டும், அமெரிக்கக் கூட்டமைப்புக் கவுன்ஸிலின் உறுப்பினர்களால் தலைமைக் குழு உருவாக்கப்பட வேண்டும்" என்பதை முன்மொழிந்தார்.[116] ஆக, மார்க்ஸும் அகிலத்தின் இதர "நிறுவனர்களும்", இனி அதன் தலைமைக் குழுவின் பகுதியாக இருக்கமாட்டார்கள்; பெயர்கூடத் தெரியாதவர்கள்தாம் தலைமைக் குழுவாக அமையப் போகிறார்கள் (இந்த தலைமைக் குழுவில் 7 பேர் இருப்பார்கள் என்றும் அதன் உறுப்பினர்களின் எண்ணிக்கையை அதிகபட்சம் 15ஆக உயர்த்திக் கொள்ளலாம் என்றும் எங்கெல்ஸ் முன்மொழிந்தார்). தலைமைக்குழு உறுப்பினரும் மார்க்ஸின் நிலைப்பாடுகளை ஆதரித்தவர்களிலொருவருமான மால்ட்மான் பார்ரி (Maltman Barry: 1842-1909) [பேராயத்தின் பிரதிநிதிகளிலொருவர்] பேராயத்தில் கூடியிருந்தோர்களின் எதிர்வினையை மற்ற எவரைக் காட்டிலும் சிறப்பாக வர்ணித்தார்:

> (எங்கெல்ஸின் முன்மொழிவிலிருந்த) கடைசி வார்த்தைகளைக் கேட்ட பிறகு, எதிர்ப்பாளர்களின் முகங்களில் திகைப்பும் ஏமாற்றமும் தெளிவாக எழுதப்பட்டிருந்தன. சிறிது நேரம்

---

116. Friedrich Engels, 5 September, 1872, in Pl, ll, p. 355.

கழித்தே அவர்களிலொருவரால் பேச எழ முடிந்தது. அது ஒரு திடீர்ப் புரட்சி. அந்த மந்திரத்துக்குக் கட்டுப்பட்ட நிலையை அகற்றப் போவது யார் என்று ஒவ்வொருவரும் தமக்கு அருகில் இருந்தவரைப் பார்த்துக் கொண்டிருந்தனர்.[117]

"அகிலத்திலிருந்த குழுக்களிடையிலான மோதல்கள், அதனை (தலைமைக்குழுவை) வேறோர் இடத்திற்கு மாற்றும்படி செய்யுமளவுக்கு உக்கிரமடைந்துவிட்டதாக"வும் ஒடுக்குமுறை நிலவும் காலகட்டத்தில் நியூயார்க்தான் தலைமைக்குழு இயங்குவதற்கான ஆகச் சிறந்த இடமாக இருக்க முடியும் என்றும் எங்கெல்ஸ் வாதிட்டார்[118]. ஆனால், இந்த நடவடிக்கையை பிளாங்கியிஸ்டுகள் கடுமையாக எதிர்த்தனர். "அகிலம், எல்லாவற்றுக்கும் மேலாக பாட்டாளிவர்க்கத்தின் நிரந்தரமான கிளர்ச்சி அமைப்பாக இருக்க வேண்டும்"[119] என்றும், "போராட்டத்திற்குக் கட்சி ஐக்கியப்படுகையில், அதன் செயல்பாடு மேலும் மகத்தானதாகவும் அதன் தலைமை மேலும் செயலூக்கமுள்ளதாகவும், நன்கு ஆயுதம் தரித்ததாகவும் சக்தி வாய்ந்ததாகவும்" இருக்கும் என்றும் அவர்கள் வாதிட்டனர். "(அகிலத்தின்) ஆயுதமேந்திய உடல் (ஐரோப்பாவில்) சண்டை போட்டுக் கொண்டிருக்கையில், "தலை, அட்லாண்டிக் கடலின் மறுகரைக்குக் கப்பலில் அனுப்பப்பட்டுக் கொண்டிருப்பதாகக்" கூறிய வையானும் பிளாங்கியின் இதர ஆதரவாளர்களும்[120] தாங்கள் வஞ்சிக்கப்பட்டுவிட்டதாகக் கருதினர். "பொருளாதாரப் போராட்டத்தில் முன்முயற்சி எடுக்கும் பாத்திரத்தை அகிலம் வகித்தது" என்னும் அனுமானத்தின் அடிப்படையில் அவர்கள், "அரசியல் போராட்டத்தைப் பொருத்தவரையிலும்கூட அதே

---

117. Maltman Barry, "Report of the Fifth Annual General Congress of the International Working Men's Association, Held at The Hague, Holland, September 2-9, 1872", in Hans Gerth, *The First International: Minutes of The Hague Congress of 1872*, Madison: University of Wisconsin Press, 1958, pp. 279-280. இந்த அறிக்கை HAGUE 1இல் காணப்படுவதில்லை.

118. Friedrich Engels, 5 September 1872, in Pl, ll. p. 356.

119. Edouard Vaillant, *Internationale et Revolution. A propos du Congress de la Haye*, in Pl, vol. lll, p. 140.

120. Ibid., p. 142.

போன்ற பாத்திரத்தை அது வகிக்க வேண்டும்" என்றும் அது "சர்வதேசத் தொழிலாளர்களின் புரட்சிகரக் கட்சியாக மாற்றப்பட வேண்டும்" என்றும் விரும்பினர்.[121] தலைமைக் குழுவின் மீது இனி மேல் கட்டுப்பாடு செலுத்த முடியாது என்பதை உணர்ந்து, பேராயத்தை விட்டு வெளியேறிய அவர்கள் பின்னர் அகிலத்திலிருந்தும் வெளியேறினர்.

தி ஹேக் பேராயத்தின் பிரதிநிதிகளில் பெரும்பான்மையினராக இருந்தவர்களிலும்கூட பலர் தலைமைக் குழுவின் தலைமையகத்தை நியூயார்க்குக்கு மாற்றும் நடவடிக்கைக்கு எதிராக வாக்களித்தனர். நியூயார்க்குக்கு மாற்றுவது, செயற்பாடுக்கான கட்டமைப்பாக அகிலம் இருந்த நிலை முற்றுப்பெற்று விடுவதற்கு ஒப்பானது என்று அவர்கள் கருதினர். நியூயார்க்குக்கு மாற்றுவது என்னும் தீர்மானம், மூன்று வாக்குகள் வித்தியாசத்தில்தான் நிறைவேற்றப் பட்டது. அதற்கு ஆதரவாக 26 பேரும், எதிராக 23 பேரும் வாக்களித்தனர். 9 பேர் வாக்களிக்காமல் நடுநிலை வகித்ததால்தான் அந்தத் தீர்மானம் நிறைவேற்றப்பட்டது. சிறுபான்மையினரைச் சேர்ந்தவர்களில் சிலருக்கு, தங்களது நடவடிக்கைகளின் மையங்களுக்கு அப்பால் வெகுதொலைவுக்கு தலைமைக்குழுவின் தலைமையகம் மாற்றப்படுவது மகிழ்ச்சியைத் தந்தது.

இந்த நடவடிக்கைக்கான இன்னொரு காரணி, அகிலம் தமது எதிராளிகளின் கைகளில் குறுங்குழுவாத அமைப்பாக முடிந்துவிடுவதைவிட, அதைக் கைவிட்டுவிடுவதே மேல் என்று மார்க்ஸ் கருதியதும்தான் என்பது நிச்சயம். நீண்ட, அடுத்தடுத்து வரும் சகோதரச் சண்டைகளை விட, தலைமைக்குழுவை நியூயார்க்குக்கு மாற்றுவதால் அகிலம் மறைந்து விடுவது விரும்பத்தக்கதாக இருந்தது.*

---

121. Ibid., p. 144.

* ஆனால், ஆம்ஸ்டெர்டாமில் நிகழ்த்திய சொற்பொழிவில் மார்க்ஸ், தலைமைக் குழுவின் தலைமையிடத்தை நியூயார்க்குக்கு மாற்றுவதற்குக் கீழ்க்காணும் காரணத்தைக் கூறுகிறார். "தி ஹேக் பேராயம், தலைமைக் குழுவின் தலைமையிடத்தை நியூயார்க்குக்கு மாற்ற முடிவு செய்திருக்கிறது. நமது நண்பர்களில் பலரும்கூட இந்த முடிவைப் பற்றி வியப்படைவதாகத் தோன்றுகிறது. அமெரிக்கா, முதன்மையாக, தொழிலாளர்களைக் கொண்ட உலகமாக மாறிக்கொண்டிருக்கிறது. ஆண்டுதோறும் ஐந்து இலட்சம் தொழிலாளிகள் அந்தக் கண்டத்திற்குப்

ஆயினும், அகிலத்தின் வீழ்ச்சிக்கு முக்கியக் காரணமாக இருந்தது இரண்டு போக்குகளுக்கு, அல்லது மார்க்ஸ், பக்கூனின் ஆகிய இரண்டு மனிதர்களுக்கு (அவர்கள் என்னதான் பெரும் ஆளுமைகளைக் கொண்டிருந்தவர்களாக இருந்த போதிலும்) இடையே ஏற்பட்ட முரண்பாடுதான் என்று பலராலும் முன்வைக்கப்பட்டுள்ள வாதம்[122] ஏற்றுக்கொள்ளத் தக்கதல்ல. மாறாக உலகில் அகிலத்தைச் சுற்றி ஏற்பட்டு வந்த மாற்றங்கள்தாம் அதைக் காலவழக்கற்றதாகச் செய்தன. தொழிலாளர் இயக்க அமைப்புகளின் வளர்ச்சி, அவை அடைந்த மாற்றங்கள், இத்தாலிய, ஜெர்மன் ஐக்கியத்தின் விளைவாக தேச-அரசுகள் வலுப்பட்டமை, (பிரிட்டனிலும் பிரான்ஸிலும் இருந்தவற்றிலிருந்து வேறுபட்ட பொருளாதார, சமூக நிலைமைகள் இருந்த) ஸ்பெயின், இத்தாலி போன்ற நாடுகளில் அகிலம் விரிவடைந்தமை, பிரிட்டிஷ் தொழிற்சங்க இயக்கம் மேலதிக மிதவாதப் போக்கை நோக்கி நகர்ந்தமை, பாரிஸ் கம்யூனை அடுத்து நிகழ்ந்த ஒடுக்குமுறை - இந்தக் காரணிகள் அனைத்தும் ஒன்றிணைந்து அகிலத்தின் மூல வடிவமைதியைப் புதிய காலங்களுக்குப் பொருத்தமற்றதாக்கி விட்டன.

இந்தப் பின்புலத்தில், பிரிவினைப் போக்குகள் மேலோங்கியிருந்த சூழலில், அகிலத்தின் வாழ்விலும் அதிலிருந்த முக்கிய மனிதர்களின் வாழ்விலும் ஏற்பட்ட வளர்ச்சிகள் ஆகியனவும்கூட அகிலத்தின் வீழ்ச்சியில் ஒரு முக்கியப் பாத்திரம் வகித்தன. இலண்டன் மாநாடு அகிலத்தைக் காப்பாற்றுகிற ஒரு நிகழ்வாக இருக்கும் என்று மார்க்ஸ் நம்பிக்கை வைத்ததற்கு மிகவும் மாறுபட்ட விளைவுகளை அது ஏற்படுத்தியது. அந்த மாநாடு சிறிதும் வளைந்து கொடுக்காத வகையில் நடந்தது. அகிலத்தில்

போய்க்கொண்டிருக்கிறார்கள். தொழிலாளி ஆதிக்கம் செலுத்தும் மண்ணில் அகிலம் உறுதியாக வேரூன்ற வேண்டும் என்பதை அவர்கள் மறந்துவிட்டார்களா?" (Karl Marx and Frederich Engels, Selected Works, Volume 2, Progress Publishers, Moscow, p. 292-294)

122. இத்தகைய வாதங்களைப் பற்றிய விமர்சனப் பகுப்பாய்வுக்குக் காண்க: Mikles Molnar, "Quelques remarques a propos de la crise de ;'Internationale en 1872", in Colloque International sur La premiere Internationale, op. cit. p. 439.

செல்வாக்குப் பெற்றிருந்த மனப்பாங்குகளைக் கருத்தில் கொள்ளத் தவறியதும் பக்கூனினும் அவரது குழுவும் வலுப்படுவதைத் தவிர்ப்பதற்குத் தேவைப்பட்ட முன்யோசனையை வெளிப்படுத்தாமல் போனதும் குறிப்பிடத்தக்க வகையில் உள்முரண்பாடுகளை மேலும் கடுமையானவையாக்கின.[123] இலண்டன் மாநாடு மார்க்ஸ் பெருமுயற்சி செய்து அடைந்த சிறு வெற்றிதான் என்பது மெய்ப்பிக்கப்பட்டது. உள்முரண்பாடுகளைத் தீர்ப்பதற்கான முயற்சியில் இறங்கி, அவற்றைப் பெருகச் செய்வதில் முடிந்ததுதான் அந்த மாநாடு. எனினும், இலண்டனில் மேற்கொள்ளப்பட்ட முடிவுகள், ஏற்கெனவே வளர்ச்சியடைந்து வந்ததும் மாற்ற முடியாததுமாக இருந்த ஓர் இயக்கப்போக்கைத் துரிதப்படுத்தியது என்பதுதான் உண்மை.

இந்த வரலாற்றுரீதியான, அமைப்புரீதியான காரணங்களுடன், அகிலத்தின் முதன்மை மனிதருடன் சம்பந்தப்பட்ட, மேற்சொன்ன காரணங்களை விடக் கனதி குறையாத காரணங்களும் இருந்தன. 1871இல் இலண்டனில் நடந்த மாநாட்டின் அமர்வொன்றில் மார்க்ஸ் பிரதிநிதிகளுக்கு நினைவூட்டியது போல, "பொதுப் பிரச்சினைகள், தேசியப் பிரச்சினைகள் ஆகிய இரண்டையும் கையாள வேண்டிய கடப்பாடு தலைமைக்குழுவிற்கு ஏற்பட்டு விட்டதால், அதனுடைய வேலை மிகப் பெரியதாகிவிட்டது".[124] அது இப்போது, ஒரு ஆங்கிலக் காலும் ஒரு பிரெஞ்சுக் காலும் கொண்டு நடந்து கொண்டிருந்த சிறு அமைப்பாக இருக்கவில்லை; மாறாக, ஐரோப்பிய நாடுகளிலும், அந்தந்த நாடுகளுக்கே உரிய குறிப்பிட்ட பிரச்சினைகளோடும் தன்மைகளோடும் செயல்பட்டுக் கொண்டிருந்த அமைப்பாக வளர்ச்சியடைந்திருந்தது. எல்லா இடங்களிலும் அது உள்முரண்பாடுகளால் தொல்லைக்குள்ளாக்கப் பட்டு வந்தது மட்டுமல்ல; பல்வேறு முன்முடிபுகளுடனும் பலவகைப்பட்ட கருத்துப் பொதிகளுடனும் இலண்டனுக்குப் புலம்பெயர்ந்து வந்திருந்த கம்யூனார்டுகள், அரசியல் கூட்டிணைவுத் தத்துவத்தை உருவாக்கும் கடமையை அகிலம் நிறைவேற்றுவதை மேலும் கடினமாக்கினர்.

---

123. Miklos Molnair, Le Declin de la Premiere Internationale, op. cit., p. 144.

124. Karl Mzrx, 22 September 1872, in Pl, ll, p. 217.

அகிலத்துக்கான எட்டாண்டுக்கால முனைப்பான செயல்பாட்டுக்குப் பிறகு மார்க்ஸ் எரிச்சலடையும் அளவுக்கு சோர்வுற்றிருந்தார்.[125] பாரிஸ் கம்யூன் தோற்கடிக்கப்பட்ட பின் தொழிலாளர்களின் சக்திகள் பின்வாங்கிக் கொண்டிருந்ததை - அப்போது அவருக்கு மிக முக்கியமாகப்பட்ட உண்மை இதுதான் - நன்கு உணர்ந்திருந்த மார்க்ஸ், எதிர்வரும் ஆண்டுகளை *மூலதனம்* நூலை எழுதி முடிப்பதில் செலவிடத் தீர்மானித்தார். இங்கிலாந்திலிருந்து வட கடலைத் தாண்டி நெதெர்லாந்துக்குச் செல்கையில், அங்கு காத்திருக்கும் சண்டை, அகிலத்தில் நேரடியாகப் பங்கேற்ற மிக முக்கிய மனிதர் என்னும் வகையில் அவர் நடத்தப் போகும் கடைசிப் பெரும் சண்டையாக இருக்கும் என்பதை அவர் உணர்ந்திருக்கக் கூடும்.*

1864இல் செயின்ட் மார்ட்டின் மண்டபத்தில் நடந்த முதல் கூட்டத்தில் மௌனமாக இருந்த மனிதராக விளங்கிய நிலையிலிருந்து, அகிலத்தின் பேராயங்களின் பிரதிநிதிகளாலும் தலைமைக் குழுவாலும் மட்டுமின்றி பொதுமக்களாலும் அகிலத்தின் தலைவர் என்று அங்கீகரிக்கப்படும் நிலைக்கு வந்திருந்தார். ஆக, அகிலம் பெருமளவுக்கு மார்க்ஸுக்குக் கடன்பட்டிருந்தது என்றாலும், அது அவருடைய வாழ்க்கையில் பெருமளவு மாற்றம்

---

125. "அடுத்த பேராயத்திற்கு என்னால் காத்திருக்க முடியவில்லை. அந்தப் பேராயம் எனது அடிமை நிலையின் முடிவாக இருக்கும். அதன் பிறகு நான் மீண்டும் சுதந்திர மனிதனாகி விடுவேன்; இனிமேல் நான், தலைமைக்குழுவுக்கோ, பிரிட்டிஷ் கூட்டமைப்புக் கவுன்சிலுக்கோ நிர்வாகச் செயல்பாடுகளை ஏற்றுக்கொள்ள மாட்டேன்." Karl Marx to Cesar De Paepe, 28 May 1872, MECW, vol. 44, p.387.

* ஆனால், தி ஹேக் பேராயத்துக்குப் பின் ஆம்ஸ்டெர்டாமில் ஆற்றிய சொற்பொழிவில் மார்க்ஸ் கூறினார்: "என்னைப் பொருத்தவரை நான் எனது முயற்சிகளைத் தொடர்ந்து மேற்கொள்வேன். எதிர்காலத்தில் எல்லாத் தொழிலாளர்களிடையேயும் இந்தப் பலனுள்ள ஒருமைப்பாட்டை நிறுவுவதற்கு இடைவிடாது பாடுபடுவேன். நான் அகிலத்திலிருந்து சிறிதும் விலகவில்லை. எனது கடந்த காலத்து முயற்சிகளைப் போலவே என்னுடைய எஞ்சிய வாழ்க்கையையும் பாட்டாளி வர்க்கத்தின் உலகுதழுவிய வெற்றிக்கு - நாம் அதை உறுதியாக நம்பலாம் - ஒருநாள் வெற்றியடையப் போகின்ற சோசலிசக் கருத்துகளின் வெற்றிக்கு அர்ப்பணிக்கப்படும்" (Karl Marx and Frederich Engels, Selected Works, Volume 2, Progress Publishers, Moscow, p. 292 - 294).

ஏற்படக் காரணமாகவும் இருந்தது. அகிலம் நிறுவப்படுவதற்கு முன், அரசியல் செயலார்வலர்களின் சிறு வட்டங்கள் மட்டுமே அவரை அறிந்திருந்தன. பின்னர் - எல்லாவற்றுக்கும் மேலாக பாரிஸ் கம்யூனுக்குப் பிறகு, அதே போல 1867இல் அவரது மகத்தான படைப்பு வெளியிடப்பட்ட பிறகு, அவரை "சிகப்பு பயங்கரவாத முனைவர்" என்று பத்திரிகைகள் அழைக்கும் அளவுக்கு பல ஐரோப்பிய நாடுகளின் புரட்சியாளர்களிடையே அவரது புகழ் பரவத் தொடங்கிற்று. அகிலத்தில் அவர் வகித்த பாத்திரம் தந்த பொறுப்பு - பல பொருளாதார, அரசியல் போராட்டங்களின் அனுபவத்தை அவர் பெறச் செய்தது - கம்யூனிசம் பற்றிய அவரது சிந்தனைகளுக்கான கூடுதல் தூண்டுதலைத் தந்ததுடன் அவருடைய முதலாளிய எதிர்ப்புத் தத்துவத்தை மிகவும் செழுமைப்படுத்தியது.

11

மார்க்ஸும் பக்கூனினும்

தி ஹேக் பேராயத்தை அடுத்த மாதங்களில் இரு முகாம்களுக்கிடையிலான போராட்டம் உக்கிரமாக நடந்தது. ஆனால், ஓரிரு சமயங்களில் மட்டுமே அந்தப் போராட்டம் இரு முகாம்களுக்கிடையே நிலவிய தத்துவார்த்த, கருத்துநிலை வேறுபாடுகளை மையப்படுத்துவனாக இருந்தது. "வர்க்கங்களை சமமாக்குதல்"[126] (இது சோசலிச ஜனநாயகக் கூட்டணி *1869*ஆம் ஆண்டில் வகுத்த வேலைத் திட்டத்தை அடிப்படையாகக் கொண்ட கருத்து) அல்லது அரசியலில் கலந்து கொள்ளாமல் இருத்தல் என்பதுதான் பக்கூனினின் நிலைப்பாடு என்று மார்க்ஸ் அதை அடிக்கடி கேலிச்சித்திரமாக்கி வந்தார். தமது எதிரியான மார்க்ஸுக்கு இருந்த தத்துவார்த்த ஆற்றல்களைக் கொண்டிராத ஆட்சிமறுப்பிய ரஷியர் பக்கூனின் தமது பங்குக்கு, மார்க்ஸ் மீது தனிப்பட்ட குற்றச்சாட்டுகளையும் அவதூறுகளையும் சொல்வதையே தேர்ந்தெடுத்துக் கொண்டார். இதற்கு விதிவிலக்காக இருப்பது அவருடைய ஆக்கபூர்வமான கருத்துகளைக் கொண்டிருந்த, முழுமை பெறாத அவருடைய ஆவணமொன்றாகும். ப்ரஸ்ஸெல்ஸிலிருந்து வந்துகொண்டிருந்த *ல லிபெர்டி (La Liberté)* என்னும் பத்திரிகைக்கு *1872* அக்டோபரில் அவர் எழுதிய, ஆனால் அதற்கு ஒருபோதும்

126. See note 52.

அனுப்பப்படாத, மறக்கப்பட்டுவிட்ட, பக்கூனினின் ஆதரவாளர்கள் நடத்தி வந்த ஓயாத சண்டைகளிலும்கூட ஒருபோதும் பயன்படுத்தப்படாத ஆவணமே அது. "சுயாதீனவாதிகளின்' அரசியல் நிலைப்பாடு இந்த ஆவணத்தில் தெளிவாகப் புலப்படுகின்றது:

> அகிலத்தின் உறுப்பினர்களையும் [...] பிரிவுகளையும் கூட்டமைப்புகளையும் பிணைத்து வைக்கும் விதி ஒன்றே ஒன்றுதான் இருக்கிறது. உழைப்பைச் சுரண்டுபவர்களுக்கு எதிரான தமது பொருளாதாரப் போராட்டங்களில் அனைத்து நாடுகளிலும் அனைத்து வேலைகளிலும் உள்ள தொழிலாளர்கள் சர்வதேச ஒருமைப்பாட்டைக் கொண்டிருக்க வேண்டும் என்பதுதான் அந்த விதி. உழைக்கும் வர்க்கங்களின் தன்னெழுச்சியான செயல்பாடு, முற்றிலும் சுதந்திரமாக அமைத்துக் கொள்ளும் கூட்டமைப்பு ஆகியவற்றின் மூலமாக உண்மையாக ஒழுங்மைக்கப்படும் ஒருமைப்பாடுதான் [...] அகிலத்தின் உண்மையான, உயிரோட்டமுள்ள ஐக்கியத்தை உருவாக்குகிறது. பூர்ஷ்வா வர்க்கத்தின் சுரண்டலுக்கு எதிராகப் பாட்டாளி வர்க்கத்தின் போர்க்குணமிக்க ஒருமைப்பாடு அதிகரித்த அளவில் ஒழுங்கமைக்கப் படுவதிலிருந்து பூர்ஷ்வா வர்க்கத்துக்கு எதிரான பாட்டாளி வர்க்கத்தின் அரசியல் போராட்டம் தோன்றி வளர்ச்சியடையும் என்பதை யாரால் சந்தேகிக்க முடியும்? மார்க்ஸியவாதிகளும் நாங்களும் இந்த விஷயத்தில் ஒன்றுபடுகிறோம். ஆனால் எங்களுக்கும் மார்க்ஸியவாதிகளுக்குமுள்ள ஆழமான வேறுபாடு என்கிற பிரச்சினை இப்போது வருகின்றது. அரசுகளை அழித்தல் என்ற நேரடியான, ஒரே குறிக்கோளைக் கொண்ட ஒரு புரட்சிகரமான கொள்கைதான் பாட்டளிவர்க்கத்தின் கொள்கையாகக் கட்டாயம் இருக்க வேண்டும். சர்வதேச ஒருமைப்பாட்டை பற்றிப் பேசிக் கொண்டிருக்கும் அதேவேளை, அரசுகளைப் பாதுகாக்கும் நோக்கத்தைக் கொண்டிருப்பது எவ்வாறு சாத்தியம் என்பதை எங்களால் பார்க்க முடியவில்லை [...] ஏனெனில் அரசு என்பது அதன் தன்மையிலேயே இந்த ஒருமைப்பாட்டை உடைக்கக்கூடியதும், எனவே போருக்கான நிரந்தரமான காரணமாக இருக்கக்கூடியதும் ஆகும். அரசுக்குள்ளேயேயும் அரசின் வழியாகவும் பாட்டாளி வர்க்கத்திற்கு விடுதலை கிடைக்கும் என்பதையோ, வெகுமக்களுக்கு உண்மையான விடுதலை கிடைக்கும் என்பதையோ எங்களால் சிந்தித்துப் பார்க்க முடியவில்லை.

அரசு என்றாலே ஆதிக்கம்தான், எல்லா ஆதிக்கமும் வெகுமக்களை அடிமைப்படுத்தி வைத்திருப்பதையும் இதன் மூலம் ஆளும் சிறுபான்மையினரை அந்த வெகுமக்களைச் சுரண்டுவதையும் உள்ளடக்குகிறது. புரட்சிகர மாறுதல் காலகட்ட நிகழ்வின்போதும் கூட, அரசியலமைப்பு அவைகளோ, தற்காலிக அரசாங்கமோ அல்லது புரட்சிகர சர்வாதிகாரம் என்று சொல்லப்படுபவையோ இருப்பதை நாங்கள் ஏற்றுக் கொள்வதில்லை; ஏனெனில் மக்களின் கைகளில் இருக்கும்போதுதான் புரட்சி நாணயமானதாகவும், நேர்மையானதாகவும், உண்மையானதாகவும் இருக்கும். ஆளும் தனிநபர்களின் கைகளில் அது குவிந்தவுடன், அது தவிர்க்க முடியாதபடியும் உடனடியாகவும் பிற்போக்கானதாக ஆகிவிடும்.[127]

அரசியல் அதிகாரத்தின் எந்த வடிவத்தையும், அதிலும் குறிப்பாக அரசு என்னும் நேரடியான வடிவத்தையும் எதிர்ப்பதில் விட்டுக்கொடுக்காத நிலைப்பாட்டைக் கொண்டிருந்ததில் பக்கூனினும் புரூதோனும் ஒன்றுபட்டிருந்தனர் என்றாலும், பரஸ்பரவாதிகளைச் சித்திரிக்கப் பயன்படுத்திய அதே தூரிகையைக் கொண்டு பக்கூனினைச் சித்திரிக்க முடியாது. பரஸ்பரவாதிகள் அரசியல் செயல்பாடுகள் அனைத்திலிருந்தும் விலகி நின்று அகிலத்தின் தொடக்க ஆண்டுகளில் அதை அழுத்துகின்ற பெரும் சுமையாக இருந்தனர். ஆனால் சுயாதீனவாதிகளோ, தி ஹேக் பேராயத்தில் தமது கடைசித் தலையீடுகளிலொன்றில் சுட்டிக்காட்டியது போல, "சோசலிசப் புரட்சி அரசியலுக்காக, பூர்ஷ்வா அரசியலையும் அரசையும் ஒழித்துக்கட்டுவதற்காகப்" போராடினர்.[128] அவர்கள் அகிலத்தின் புரட்சிகரக் கூறுகளின் பகுதியாக இருந்தவர்கள் என்பதும், அரசியல் அதிகாரம், அரசு, அதிகாரிவர்க்கம் என்னும் பிரச்சினைகள் பற்றிச் சிந்தனையைத் தூண்டுகிற, விமர்சனரீதியான கருத்துப் பங்களிப்புகளைச் செய்தவர்கள் என்பதும் அங்கீகரிக்கப்பட வேண்டும்.

அப்படியானால், சாத்தியமான ஒரே செயல்பாட்டு வடிவமாக சுயாதீனவாதிகளால் கருதப்பட்ட "எதிர்மறை அரசியல்", என்பது

---

127. Mikhail Bakunin, "A Letter to the Editorial Board of La Liberte", in Arthur Lehning (ed.), Michael Bakunin: Selected Writing, op. cit., pp. 236-7.

128. From document 76, p. 290.

மையமுதன்மைவாதிகள் ஆதரித்த "நேர்மறையான அரசியல்" என்பதிலிருந்து எவ்வகையில் வேறுபட்டிருந்தது? இத்தாலியக் கூட்டமைப்பின் முன்மொழிவின் பேரில், **1872** செபடம்பர் **15, 16** ஆம் தேதிகளில் ஸான் - இமியே (Saint-Imier)* என்னுமிடத்தில் அகிலத்தின் பேராயமொன்று நடத்தப்பட்டது. அதில், தி ஹேக் பேராயத்தில் கலந்து கொண்டு திரும்பி வந்து கொண்டிருந்த வேறு சில பிரதிநிதிகளும் கலந்து கொண்டனர். அந்தப் பேராயத்தின் தீர்மானங்கள் கூறியதாவது :"அனைத்து அரசியல் அமைப்புகளும், ஆதிக்க அமைப்புகளாக இருக்க முடியுமேயன்றி, வேறுவிதமாக இருக்க முடியாது. அவை ஒரு வர்க்கத்திற்கு நன்மையையும் வெகுமக்களுக்குக் கேட்டையும் விளைவிக்கும் அமைப்புகளே. பாட்டாளிவர்க்கம் அதிகாரத்தைக் கைப்பற்றுவதை நோக்கமாகக் கொள்ளுமானால், அதுவும்கூட ஒரு ஆதிக்க, சுரண்டும் வர்க்கமாக ஆகிவிடும்". ஆகவே, "அனைத்து அரசியல் அதிகாரத்தையும் ஒழித்துக்கட்டுவதுதான் பாட்டாளி வர்க்கத்தின் முதல் கடமை". இப்படி "ஒழித்துக்கட்டுவதற்கெனக் கூறப்படும் எந்தவொரு தற்காலிக, புரட்சிகர அரசியல் அதிகாரமும் இன்னொரு மோசடியாகவே இருக்க முடியும் என்பதோடு, அது இப்போது நிலவுகின்ற அரசாங்கங்களைப் போலவே பாட்டாளிவர்க்கத்திற்கு அபாயகரமானவையாகவும் இருக்கும்".[129] "அகிலமும் கார்ல் மார்க்ஸும்" என்னும் இன்னொரு முழுமை பெறாத ஆவணமொன்றில் பக்கூனினின் வலியுறுத்திய கருத்து: "அரசு, பூர்ஷ்வா உலகம் ஆகியவற்றுக்கு வெளியே" பாட்டாளி வர்க்கத்தை வழிநடத்திக் கொண்டு வருவதுதான் அகிலத்தின் கடப்பாடாக இருக்க வேண்டும்; அகிலத்தின் வேலைத்திட்டம் "மிகவும் எளிமையானதாகவும் மிதமானதாகவும் இருக்க வேண்டும்; முதலாளியத்துக்கு எதிரான உழைப்பாளர்களின் பொருளாதாரப் போராட்டத்தில் ஒருமைப்பாட்டை ஒழுங்கமைத்தல் என்பதுதான் அந்த வேலைத்திட்டம்".[130] உண்மையில், சுயாதீனவாதிகளின் கோட்பாடுகள் பற்றிய இந்த அறிக்கை, பல்வேறு மாற்றங்களைக்

---

* ஸ்விட்ஸர்லாந்தின் ஜூரா பகுதியிலுள்ள சிறு நகரம்.

129. From document 78, p. 294..

130. Mikhail Bakunin, "The International and Karl Marx", in Sam Dolgoff (ed). *Bakunin on Anarchy*, New York: Alfred A. Knopf, 1971, p. 303.

த்தில் கொண்டிருந்த போதிலும், சோசலிச ஜனநாயகக் கூட்டணி தொடக்கத்தில் கொண்டிருந்த குறிக்கோள்களுக்கு நெருக்கமான தாகவும், மார்க்ஸும் இலண்டன் மாநாட்டுக்குப் பிறகு தலைமைக்குழுவும் மேற்கொண்ட நிலைப்பாடுகளுக்கு நேர் எதிர் திசையில் செல்லக்கூடியதாகவும் இருந்தது.[131]

கோட்பாடுகளிலும் குறிக்கோள்களிலும் இரு தரப்பினருக்கும் இருந்த ஆழமான பரஸ்பர எதிர்ப்புதான், தி ஹேக் மாநாட்டுச் சூழலை வடிவமைத்தது. அரசியல் அதிகாரத்தை வென்றெடுப்பதை "ஆக்கப்பூர்வமானது" என்று பெரும்பான்மையினர் கருத,[132] சுயாதீனவாதிகளோ அரசியல் கட்சி என்பது தவிர்க்கமுடியாதபடி பூர்ஷ்வா நிறுவனங்களுக்குக் கீழ்ப்பட்டிருக்கும் கருவியே என்று சித்திரித்ததுடன், கம்யூனிசம் பற்றிய மார்க்ஸின் கருத்தை, அவர் எந்தக் கருத்தை எதிர்த்து ஓயாது போராடிக் கொண்டிருந்தாரோ அந்தக் கருத்துடன், அதாவது லஸ்ஸாலியக் கருத்தான 'மக்கள் அரசு' என்பதுடன் ஒப்பிடும் விசித்திரக் கற்பனையை மேற்கொண்டனர்.[133] ஆயினும், இந்தப் பகைமை அறிவார்ந்த சிந்தனைக்கு இடம் கொடுத்த சில தருணங்களில், இரு தரப்பினரும் பகிர்ந்து கொள்வது ஒரே வேட்கைகளைத்தான் என்பதை பக்கூனினும் கியாமும் ஏற்றுக்கொண்டனர்.[134] எங்கெல்ஸுடன் இணைந்து மார்க்ஸ் எழுதிய அகிலத்தில் பிளவுகள்

---

131. அரசியல் கட்சியால் ஒழுங்கமைக்கப்பட்ட பாட்டாளி வார்க்கம் அரசியல் அதிகாரத்தைக் கைப்பற்றுதல் என்னும் கருத்தை பக்கூனின் நிராகரித்தது தொடர்பான தகவல்களுக்கு: See Arthur Lehning, "Introduction", in Idem. (ed.), Bakunin - Archiv, vol. VI: Michel Backounine sur la Guerre Franco-Allemande et la Revolution Sociale en France (1870-1871), op. cit., p. cvli.

132. See Guillaume, op. cit., p. 342.

133. இந்தக் குற்றச்சாட்டை பக்கூனின், அவரால் ஒருபோதும் முழுமைப்படுத்த முடியாமல் போன ஒரே முக்கியப் படைப்பில் மீண்டும் வலியுறுத்தினார்: "மார்க்ஸின் தத்துவம் ஒரு சந்திப்பு முனையை வழங்கியுள்ளது: ஒரு பெரும், ஐக்கியப்பட்ட, வலுவாக மத்தியப்படுத்தப்பட்ட அரசு என்னும் சந்திப்பு முனையை, லஸ்ஸால் விரும்பியதும், பிஸ்மார்க்கால் ஏற்கெனவே கட்டப்பட்டுக் கொண்டிருப்பதும் இதுதான். இவர்கள் ஏன் ஒன்று சேர்ந்து செயல்படக் கூடாது?": Mikhail Bakunin, Statism and Anarchy, Cambridge: Cambridge University Press, 1990, p.184.

134. See for example, Guilaume, op. cit., pp. 298-9.

என்று கூறப்படுவன (The Alleged Splits in the International) என்னும் ஆவணத்தில் மார்க்ஸ், சோசலிச சமுதாயத்துக்கான முன்நிபந்தனை களிலொன்று அரசு அதிகாரத்தை ஒழித்துக்கட்டுவதாகும் என்பதை விளக்கினார்:

> சோசலிஸ்டுகள் அனைவரும் ஆட்சிமறுப்பியம் (anarchism) என்பதைப் பின்வரும் வேலைத்திட்டமாகப் பார்க்கின்றனர்: வர்க்கங்களை ஒழித்துக்கட்டுதல் என்னும் பாட்டாளிவர்க்கக் குறிக்கோள் அடையப்பெற்ற பிறகு, பொருளுற்பத்தியாளர்களில் மிகப் பெரும்பான்மையினரை மிகச் சிறு எண்ணிக்கையிலான சுரண்டும் சிறுபான்மையினருக்கு அடிமைப்படுத்தி வைத்திருக்கச் சேவை புரியும் அரசு அதிகாரம் மறைந்தொழிந்து, அரசாங்கத்தின் செயல்பாடுகள் வெறும் நிர்வாக செயல்பாடுகளாக மாறும்.

இந்தக் குறிக்கோள் உடனடியாக நிறைவேற்றப்பட வேண்டும் என்று சுயாதீனவாதிகள் வற்புறுத்தியதிலிருந்துதான் இரு தரப்பினருக்குமிடையிலான தீர்க்க முடியாத வேறுபாடு எழுந்தது. உண்மையில், சுயாதீனவாதிகள், அகிலத்தை அரசியல் போராட்டத்துக்கான ஒரு கருவியாகக் கருதவில்லை; மாறாக, எந்தவித அதிகாரமும் நிலவாத எதிர்கால சமுதாயத்துக்கான ஓர் இலட்சியபூர்வமான முன்மாதிரியாகவே அதைக் கருதினர். பக்கூனினும் அவரது ஆதரவாளர்களும் கொண்டிருந்த கருத்துகளை மார்க்ஸ் எடுத்துரைத்தார்:

> பாட்டாளிவர்க்க அணிகளுக்குள் ஆட்சிமறுப்பியம் இருப்பதுதான், சுரண்டுவோர்களின் கைகளில் குவிக்கப்பட்டுள்ள சமூக, அரசியல் சக்திகளை உடைப்பதற்கு வேண்டிய, மிகவும் வெல்லப்பட முடியாத வழிமுறை (என்று அவர்கள் அறிவிக்கின்றனர்). இந்த முகாந்திரத்தின் கீழ் அவர்கள், அகிலத்தை நசுக்குவதற்குப் பழைய உலகம் ஒரு வழியைத் தேடிக் கொண்டிருக்கையில், அகிலம் தனது அமைப்புக்குப் பதிலாக ஆட்சிமறுப்பியத்தைக் கொண்டிருக்க வேண்டும் என்று கேட்கிறார்கள்.[135]

ஆக, வர்க்கங்களை ஒழித்துக்கட்டுதல், சோசலிச சமுதாயத்தில் அரசியல் அதிகாரத்தை ஒழித்துக்கட்டுதல் ஆகியவற்றில் இரு

தரப்பினருக்கும் கருத்தொற்றுமை இருந்த போதிலும், அவற்றை அடைவதற்குப் பின்பற்ற வேண்டிய பாதை, இந்த மாற்றத்தைக் கொண்டு வருவதற்கு வேண்டிய சமூக சக்திகள் யாவை என்னும் அடிப்படைப் பிரச்சினைகளில் தீவிரமாக வேறுபட்டிருந்தனர். புரட்சியைச் செய்வதற்கு மற்ற எல்லாச் சக்திகளைக் காட்டிலும் சிறந்த சக்தி ஒரு குறிப்பிட்ட வர்க்கம்தான், தொழிற்சாலைப் பாட்டாளிவர்க்கம்தான் என்று மார்க்ஸ் கருதினார். ஆனால் பக்கூனினோ, "பூர்ஷ்வா நாகரிகத்தால் பெரிதும் மாசுபடுத்தப்படாத, தனது உள்வாழ்க்கையிலும் வேட்கைகளிலும், தனது கூட்டு வாழ்க்கையின் அனைத்துத் தேவைகளிலும் துன்பதுயரங்களிலும், எதிர்கால சோசலிசத்தின் விதைகள் அனைத்தையும் சுமந்து கொண்டிருப்பவர்கள்" என்று அவரால் கருதப்பட்ட "மகத்தான கீழ்மக்கள்", "உதிரிப்பாட்டாளிகள்" என்று சொல்லப்பட்டவர்கள்தாம் புரட்சியைச் செய்வார்கள் என்று கருதினார்.[136] கம்யூனிஸ்ட் மார்க்ஸோ, சமுதாய மாற்றத்துக்குத் திட்டவட்டமான வரலாற்று நிலைமைகள், வினைத்திறன் மிக்க அமைப்பு, வெகுமக்களிடையே வர்க்க உணர்வை உருவாவதற்கான நீண்டகாலச் செயல்முறை ஆகியன தேவைப்படும் என்பதைக் கற்றுக்கொண்டார்.[137] ஆட்சிமறுப்பிய பக்கூனினோ, "வெல்லப்படமுடியாதவர்களும்

---

136. Bakunin, "The International and Karl Marx", op. cit., p. 294.

137. பக்கூனினின் கருத்துகளைப் பற்றிய மார்க்ஸின் விமர்சனப் பகுப்பாய்வு கீழ்க்காணும் ஆவணத்தில் தெளிவாக எடுத்துரைக்கப்படுகிறது. Conspectus of Bakunis's Statism and Anarchy", in MECW, vol. 24, p. 518: இதில் மார்க்ஸ் கூறுகிறார்: "பள்ளிக்கூடச் சிறுவனின் பேச்சைப் போல மடத்தனமானது. ஒரு முற்போக்கான சோசலிசப்புரட்சி, பொருளாதார வளர்ச்சியின் திட்டவட்டமான வரலாற்று நிலைமைகளுடன் பிணைக்கப்பட்டுள்ளது. இவைதான் அந்தப் புரட்சிக்கான அனுமானங்கள். ஆகவே, முதலாளிய உற்பத்தியின் வளர்ச்சியுடன் கூடவே, பரந்துபட்ட மக்களில் குறைந்தபட்சம் முக்கியத்துவம் வாய்ந்த பகுதியாகவேனும் தொழிற்துறைப் பாட்ட ாளிவர்க்கம் அமைந்திருந்தால்தான் அந்தப் புரட்சி சாத்தியமாகும் [...] சோசலிசப் புரட்சி தொடர்பான எதைப் பற்றியுமான புரிதல் திரு.பக்கூனினுக்கு சுத்தமாக இல்லை. சோசலிசப் புரட்சி பற்றிய சொல்லாட்சியை மட்டுமே புரிந்துகொண்டிருக்கிறார். அவரைப் பொருத்தவரை, சோசலிசத்துக்கான பொருளாதார நிலைமைகள் என்பன ஏதும் இருப்பதே இல்லை. வளர்ச்சியடைந்தவையோ, வளர்ச்சியடையாதவையோ முன்பிருந்த எல்லாப் பொருளாதார உருவாக்கங்களும் தொழிலாளியை (கூலி உழைப்பாளியாகவோ, உழவராகவோ, இன்னும் பிற விதமாகவோ) அடிமைப்படுத்துவதை

நீதியானவர்களுமான" சாமானிய மக்களின், "கீழ்மக்கள்" எனக் கூறப்படுபவர்களின் உள்ளுணர்வுகள் மட்டுமே "சோசலிசப் புரட்சியைத் தொடங்குவதற்கும் அதை வெற்றியடையச் செய்வதற்கும்" போதுமானவை என்று கருதினார்.[138]

இருவருக்குமிருந்த கருத்து வேறுபாடுகளில் இன்னொன்று, சோசலிசத்தைச் சாதிப்பதற்குத் தேவையான கருவிகள் பற்றியதாகும். பக்கூனினின் போராட்டச் செயல்பாடுகளில் பெரும்பாலானவை சிறிய 'இரகசிய சங்கங்களை", பெரும்பாலும் அறிவாளிகளைக் கொண்ட சங்கங்களைக் கட்டுதல் (அல்லது கட்டுவதாக அதிகற்பனை செய்து கொள்தல்) என்பதுடன் சம்பந்தப்பட்டவை யாகவே இருந்தன. "அர்ப்பணிப்பு மிக்க, ஊக்கமிக்க, கூரறிவுடைய தனிநபர்கள், எல்லாவற்றுக்கும் மேலாக மக்களின் உண்மையான நண்பர்கள் அடங்கிய ஒரு புரட்சிகரத் தலைமைக் குழாம்"[139] கிளர்ச்சிக்கான ஆயத்தம் செய்து புரட்சியை நடத்தும் என்பது

உள்ளடக்கியிருந்ததால், முற்போக்கான புரட்சி இந்தப் பொருளாதார உருவாக்கங்கள் அனைத்திலும் சரிசமமாக சாத்தியமாகுமென்று அவர் கற்பனை செய்துகொள்கிறார். அதுமட்டுமல்ல, முதலாளிய உற்பத்தியைப் பொருளாதார அடிப்படையாகக் கொண்ட ஐரோப்பிய சோசலிசப் புரட்சியை, ரஷிய அல்லது ஸ்லாவிக் விவசாய அல்லது கால்நடை மேய்ப்புத் தொழில் செய்யும் மக்கள்களின் மட்டத்தில் நடத்த வேண்டும் என்றும் அது அந்த மட்டத்தைத் தாண்டக்கூடாது என்றும் விரும்புகிறார் (....) பொருளாதார நிலைமைகள் அல்ல,. மனோதிடம்தான் அவரது சோசலிசப் புரட்சிக்கான அடிப்படை"

138. Bakunin, "The International and Karl Marx". op. cit., pp.294-5.

139. Mikhal Bakunin, "Programme and Purpose of the Revolutionary Organization of International Brothers", in Arthur Lehning (ed.), Michael Bakunin: Selected Writings, op. cit., p. 155. யதார்த்த நிலைமை பற்றி பக்கூனின் உணர்ந்துகொண்டிருந்த விதம் எவ்வளவு குறைபாடானது என்பது கீழ்க்காணும் அவரது கூற்றில் வெளிப்படுகின்றது: "எனவே இந்தத் தனிநபர்கள் பெரும் எண்ணிக்கையில் இருக்க வேண்டியதில்லை. வலுவாகவும் சீரிய முறையிலும் இணைந்துள்ள நூறு புரட்சியாளர்கள் மட்டுமே முழு ஐரோப்பாவுக்குமான சர்வதேச அமைப்புக்குப் போதுமானவர்கள். இருப்பனவற்றுள் மிகப் பெரிய நாட்டின் அமைப்புக்கு இருநூறு அல்லது முன்னூறு புரட்சியாளர்களே போதும்", Ibid.

பக்கூனினின் கருத்து. ஆனால், இதற்கு மாறாக மார்க்ஸ், தொழிலாளி வர்க்கம் தன்னைத் தானே விடுதலை செய்து கொள்ள வேண்டும் என்று கருதினார். இரகசிய சங்கங்கள், "பாட்டாளி வர்க்க இயக்கத்தின் வளர்ச்சியுடன் மோதுகின்றன, ஏனெனில் தொழிலாளர்களை அறிவுறுத்துவதற்குப் பதிலாக, இந்த சங்கங்கள், அவர்களது சுதந்திரத்தைக் கட்டுப்படுத்தி, அவர்களது அறிவாற்றல்களை உருச்சிதைக்கும் அதிகாரத்துக்கும் பூடகமான விதிகளுக்கும் அவர்களை அடிமைப்படுத்தும்"[140] என்ற கருத்தில் உறுதியாக இருந்தார். புரட்சியின் மேம்பாட்டுக்கு நேரடியாக உதவாத தொழிலாளர் வர்க்க அரசியல் நடவடிக்கைகள் அனைத்தையும் ரஷிய அகதி (பக்கூனின்) எதிர்த்தார். ஆனால் இலண்டனின் நிரந்தரமான குடியிருப்பைக் கொண்டிருந்த நாடற்ற நபரோ (மார்க்ஸ்), சமூக சீர்திருத்தங்கள், பகுதிக் குறிக்கோள்கள் ஆகியவற்றுக்காகத் தொழிலாளர்களை அணிதிரட்டுவதைப் புறக்கணிக்காத அதேவேளை, இந்த அணிதிரட்டல்கள் முதலாளிய உற்பத்தி முறையை ஒழிப்பதற்கான தொழிலாளர் வர்க்கப் போராட்டத்தை வலுப்படுத்த வேண்டுமேயன்றி, அந்த வர்க்கத்தை முதலாளிய அமைப்புக்குள் ஒன்றிணைப்பதற்குப் பயன்படக்கூடாது என்பதை முழுமையாக ஏற்றுக் கொண்டிருந்தார்.

மார்க்ஸுக்கும் பக்கூனினுக்குமிடையிலான வேறுபாடு புரட்சிக்குப் பிறகும்கூடக் குறைந்திருக்காது. பக்கூனினைப் பொருத்தவரை, "அரசை ஒழித்துக்கட்டுதல், பாட்டாளிவர்க்கத்தின் பொருளாதார விடுதலைக்கான முன்நிபந்தனை அல்லது பொருளாதார விடுதலைக்கு அவசியமான துணைக்கருவி".[141] ஆனால் மார்க்ஸ், அரசு ஒரு நாளிலிருந்து மறுநாளுக்குள் மறைந்துவிடாது என்று கருதினார். 1873 டிசம்பரில் *அல்மனாக்கோ ரிபப்ளிகானோ (Almanacco Repubblicano)* என்னும் ஏட்டில் முதன்

140. Karl Marx, "Record of Marx's speech on Secret Societies", in MECW, vol. 22, p. 621.

141. Mikhail Bakunin, "Aux compagnons de la Federation des sections internationales du Jura", in Arthur Lehning, - A. J. C. Ruter - P. Scheibert (ed.), *Bakunin - Archiv*, vol. II: *Michel Bakounine et les Conflits dans l'Internationale*, Leiden: Brill, 1965, p.75

முதலாக வெளிவந்த அரசியல் அக்கறையின்மை (Political Indifferentism) என்னும் கட்டுரையில் மார்க்ஸ், கீழ்க்கண்டவற்றை அறுதியிட்டு, இத்தாலியத் தொழிலாளர் இயக்கத்தில் ஆட்சிமறுப்பியர்களுக்கு இருந்த மேலாண்மைக்கு சவாலிட்டார்:

> தொழிலாளி வர்க்கத்தின் அரசியல் போராட்டம் வன்முறை வடிவங்களை மேற்கொள்ளுமேயானால், பூர்ஷ்வா வர்க்கத்தின் சர்வாதிகாரத்தின் இடத்தில் தங்களுடைய சொந்த சர்வாதிகாரத்தைக் கொண்டுவருவார்களேயானால், அவர்கள (பக்கூனினின் கருத்துப்படி) கோட்பாட்டை மீறிய கொடுங்குற்றத்தைச் செய்தவர்களாகிவிடுவர்; தங்களுடைய இரங்கத்தக்க அன்றாட உலகியல் தேவைகளைப் பூர்த்தி செய்து கொள்ளும் பொருட்டும், பூர்ஷ்வா வர்க்கத்தின் எதிர்ப்பை நசுக்கும் பொருட்டும், அவர்கள் தங்கள் ஆயுதங்களைக் கீழே போடுவதற்கும் அரசை ஒழித்துக்கட்டுவதற்கும் பதிலாக அரசுக்கு ஒரு புரட்சிகர வடிவத்தையும் நிரந்தரத் தன்மையற்ற வடிவத்தையும் கொடுக்க வேண்டும்".[142]

பூர்ஷ்வா அதிகாரத்தையும் பாட்டாளிவர்க்க அதிகாரத்தையும் வேறுபடுத்திப் பார்க்க மறுக்கும் எரிச்சலூட்டும் நிலைப்பாட்டை பக்கூனின் மேற்கொண்டார் என்றாலும், முதலாளியத்துக்கும் சோசலிசத்துக்கும் இடையிலான "மாறுதல் காலகட்டம்" என்று சொல்லப்படுவதிலுள்ள அபாயங்கள் சிலவற்றை - குறிப்பாகப் புரட்சிக்குப் பிந்திய அதிகாரவர்க்கச் சீரழிவை - அவர் முன்கூட்டியே பார்த்தார். 1870, 1871ஆம் ஆண்டுகளுக்கிடையில் அவர் எழுதிவந்த *குனோட்டோ-ஜெர்மானிக் பேரரசும் சோசலிசப் புரட்சியும்* (*The Knouto-Germanic Empire and the Social Revolution*) என்னும் முழுமை பெறாத கட்டுரையில் கூறினார்:

> மார்க்ஸ் கூறும் மக்களது அரசில், சலுகை பெற்ற வர்க்கம் ஏதும் இருக்காது என்றும், சட்டரீதியான, அரசியல்ரீதியான கண்ணோட்டத்திலிருந்து மட்டுமல்ல, பொருளாதாரக்

---

142. Karl Marx, "Political Indifferentism", MECW, vol. 23, p.393.

கண்ணோட்டத்திலிருந்தும் எல்லோரும் சரிசமமானவர்களாக இருப்பர் [...], ஆகவே, அங்கு எந்தவொரு சலுகை பெற்ற வர்க்கமும் இனி இருக்காது என்றும் நமக்குச் சொல்லப்படுகிறது. ஆனால் அங்கு ஒரு அரசாங்கம், இதை நன்கு குறித்து வைத்துக்கொள்ளுங்கள், மிகவும் சிக்கலான தன்மை கொண்ட அரசாங்கம் இருக்கும். அது, இன்றுள்ள அனைத்து அரசாங்கங்களையும் போல வெகுமக்களை அரசியல்ரீதியாக ஆளுகை செய்வதுடனும் நிர்வகிப்பதுடனும் திருப்தியடையாமல், பொருளுற்பத்தி, நீதியான செல்வப் பகிர்வு, நிலத்தைச் சாகுபடி செய்தல், தொழிற்சாலைகளை நிறுவி அவற்றை வளர்த்தெடுத்தல், வணிகத்தை ஒழுங்கமைத்து நெறிப்படுத்துதல், இறுதியாக அங்குள்ள ஒரே வங்கியாளரால், அதாவது அரசால் மூலதனத்தை உற்பத்தியில் முதலீடு செய்தல் ஆகியவற்றைத் தனது கைகளில் குவித்துக் கொண்டு பொருளாதாரரீதியாகவும் வெகுமக்களை ஆளுகை செய்யும், அவர்களை நிர்வகிக்கும் [...] அது அனைத்து ஆட்சிகளையும் பார்க்க, அறிவியல் கூரறிவின் ஆட்சியாக, மிகவும் மேற்குடித்தன்மை வாய்ந்த, எதேச்சதிகார, திமிர் பிடித்த ஆட்சியாக இருக்கும். அங்கு ஒரு புதிய வர்க்கம், உண்மையான அறிவியலாளர்கள் மற்றும் அறிவியலாளர் களாகப் பாசாங்கு செய்பவர்கள், அறிஞர்கள் ஆகியோரடங்கிய ஒரு புதிய மேல்-கீழ் வரிசை இருக்கும். அறிவின் பெயரால் ஆட்சி செலுத்தும் சிறுபான்மையினர் என்றும் அறியாமையிலுள்ள மிகப் பெரும்பான்மையினர் என்றும் உலகம் பிரிவுபடுத்தப்பட்டிருக்கும் [...]. ஒவ்வொரு அரசும், ஆகச் சிறந்த குடியரசு அரசும், ஆகச்சிறந்த ஜனநாயக அரசும்கூட [...] சாராம்சத்தில் கூரறிவுடைய, ஆகவே மக்களின் உண்மையான நலன்கள் என்ன என்பதை மக்களைக் காட்டிலும் நன்றாக அறிந்துள்ளதாகச் சொல்லப்படும் சலுகைபெற்ற சிறுபான்மையினரால் மேலிருந்து வெகுமக்களை ஆளுகை செய்யும் இயந்திரங்கள்தாம்".[143]

---

143. Mikhail Bakunin, Marxism, Freedom and the State, London: Freedom Press, 1950, p.21.

*எதிர்கால சோசலிச சமுதாயம் பற்றிய பிரச்சினையை எவ்வாறு அணுகுவது என்பதில் பக்கூனினின் கூட்டமைப்புப் (ஆட்சிமறுப்பியப்) பாதை பயனுள்ள எந்த வழிகாட்டுதலையும் வழங்காததற்கான பகுதிக் காரணம் அவருக்குப் பொருளாதாரத்தில் சொற்ப அறிவே இருந்ததாகும். ஆயினும், அவரது விமர்சனரீதியான புரிதல்கள் இருபதாம் நூற்றாண்டின் மிக முக்கிய நிகழ்வுகள் சிலவற்றை முன்கூட்டியே சுட்டிக்காட்டுவதாக அமைந்திருந்தன.**

* பக்கூனினின் 'சோசலிச ஜனநாயகக் கூட்டணி, எவ்வித ஜனநாயகத் தன்மையுமற்ற முறையில் செயல்பட்டுவந்ததை இக்கட்டுரையில் பிறிதொரு இடத்தில் மார்ஸெல்லொ முஸ்ட்டோவே எடுத்துக்காட்டியுள்ளது ஒருபுறமிருக்க, பக்கூனின் போன்றவர்களின் அதிகார-எதிர்ப்புக் கோட்பாட்டை விமர்சித்து எங்கெல்ஸ் எழுதியதும் மனங்கொளத் தக்கது: "அதிகார எதிர்ப்பாளர்கள், அரசியல் அதிகாரத்துக்கு, அரசுக்கு எதிராக குரலெழுப்புவதுடன் மட்டும் நின்று கொள்ளாதது ஏன்? வரவிருக்கும் சோசலிசப் புரட்சியின் விளைவாக அரசியல் அரசும் அத்துடன் அரசியல் அதிகாரமும் மறைந்துவிடும், அதாவது அரசாங்கச் செயல்பாடுகள் தமது அரசியல் தன்மையை இழந்து, சமுதாயத்தின் உண்மையான நலன்களை மேற்பார்வையிடும் எளிதான நிர்வாகச் செயல்பாடுகளாக உருமாற்றப்படும் என்பதை எல்லா சோசலிசஸ்டுகளும் ஒப்புக் கொள்கிறார்கள். ஆனால், அதிகார-எதிர்ப்பாளர்களோ, எந்த சமுதாய நிலைமைகள் அரசியல் அரசைத் தோற்றுவித்தனவோ, அந்த சமுதாய நிலைமைகள் அழிக்கப்படுவதற்கு முன்பே ஒரே அடியில் அரசை ஒழித்துக் கட்டிவிட வேண்டும் என்று கோருகிறார்கள். இந்த கனவான்கள் ஒரு புரட்சியைப் பார்க்கவாவது செய்திருக்கிறார்களா? புரட்சி என்பது ... மிகவும் அதிகாரத்தன்மையுடைய விஷயம். அது மக்களில் ஒரு பகுதி மற்ற பகுதியின் மீது துப்பாக்கிகள், துப்பாக்கிச் சனியன்கள்,பீரங்கி முதலியவற்றின் மூலம் தனது சித்தத்தைத் திணிக்கும் ஒரு செயல்... பூர்ஷ்வா வர்க்கத்துக்கு எதிராக ஆயுதமேந்திய மக்களின் இந்த அதிகாரத்தைப் பயன்படுத்தியிருக்காவிட்டால் பாரிஸ் கம்யூனால் ஒரே ஒரு நாளேனும் நீடித்திருக்க முடிந்திருக்குமா? அந்த அதிகாரத்தைப் போதுமான அளவுக்குத் தடையில்லாமல் பயன்படுத்தாதற்காக நாம் அதைக் கண்டிக்க வேண்டும் அல்லவா?" (Frederich Engels, On Authority in Karl Marx and Frederich Engels, Selected Works, Volume 2, Progress, Moscow, pp.376-379)

12

மார்க்ஸுக்குப் பிறகு :
"மையமுதன்மைவாதிகள்" அகிலமும்
"சுயாதீனவாதிகள்" அகிலமும்

தி ஹேக் பேராயத்திற்குப் பிறகு அகிலம் முன்பு இருந்ததைப் போன்றதாக இருக்கவில்லை. 1864இல் பிறந்த, எட்டாண்டுக்காலம் வேலைநிறுத்தங்களுக்கும் போராட்டங்களுக்கும் வெற்றிகரமான ஆதரவு கொடுத்து வந்த, முதலாளிய எதிர்ப்பு வேலைத் திட்டத்தை ஏற்றுக்கொண்ட, அனைத்து ஐரோப்பிய நாடுகளிலும் கால் பதித்த அந்த மகத்தான அமைப்பு, இறுதியில் தி ஹேக் பேராயத்தில் தனக்குள்ளேயே வெடித்துச் சிதறியது. இருப்பினும், மார்க்ஸ் அதிலிருந்து விலகியதுடன் அதன் வரலாறு முடிந்துவிடவில்லை. அளவில் மிகவும் குறைந்தவையாக இருந்த, பழைய அரசியல் வேட்கைகளோ, திட்டங்களை ஒழுங்கமைக்கும் ஆற்றலோ இல்லாத இரு குழுக்கள் அகிலத்தில் இடம் பிடித்துக்கொண்டன. ஒன்று, தி ஹேக் பேராயத்திலிருந்து விளைந்த "மையமுதன்மை வாத"ப் பெரும்பான்மைக் குழு. அது தலைமைக் குழுவின் அரசியல் வழிகாட்டுதலில் ஒரு அமைப்பு இருப்பதை ஆதரித்தது. மற்றொன்று, "சுயாதீனவாத

அல்லது "கூட்டமைப்புவாத"[144] சிறுபான்மை. இது முடிவுகளை எடுப்பதில் அகிலத்தின் பிரிவுகளுக்கு முழுமுற்றான சுயாதீனம் இருப்பதை அங்கீகரித்தது.

1872இல், அகிலத்தின் வலிமை இன்னும் குறையாமல்தான் இருந்தது. கடந்தகாலத்தில் இருந்ததைப் போன்ற சமச்சீரற்ற வளர்ச்சியுடன், (பிரிட்டன் போன்ற) சில நாடுகளில் அது சுருங்கி வருவதை ஈடு செய்யும் வகையில் வேறு சில நாடுகளில் (எல்லாவற்றுக்கும் மேலாக ஸ்பெயினிலும் போர்ச்சுகலிலும்) அது விரிவடைந்தது. தி ஹேக் பேராயத்தின் எதிர்பாராப் பின்விளைவால் அகிலத்தில் ஏற்பட்ட பிளவு, தொழிலாளர் இயக்க வரலாற்றின் முக்கிய அத்தியாயமொன்று முடிந்துவிட்டது என்னும் உணர்வைப் பல செயலார்வலர்களுக்கு - குறிப்பாக "மையமுதன்மைவாதிக"ளுக்கு ஏற்படுத்தியது. வட அமெரிக்கக் கூட்டமைப்புடன் ஐரோப்பாவில் வரம்புக்குட்பட்டிருந்த சக்திகளும் இணைந்து நியூயார்க்கிலிருந்த புதிய தலைமைக் குழுவுக்கு ஆதரவளித்தனர். பெக்கெரின் தளராத முன்முயற்சியினால் நிலைநிறுத்தப்பட்ட ரோமாந்த் கூட்டமைப்பும், ஸ்விட்ஸர்லாந்தில் ஜெர்மன் பேசும் பகுதிகளிலிருந்த கிளைகளும் புதிய தலைமைக் குழுவுக்கு ஆதரவளித்தன. ஜெர்மன் சோசலிச ஜனநாயகத் தொழிலாளர் கட்சியும் தயக்கமற்ற ஆதரவைத் தந்த போதிலும் அந்த ஆதரவு கண்ணுக்குத் தெரிகின்ற வகையில் இருக்கவில்லை. கண்ணுக்குப் புலனாகாத ஆதரவைத் தந்த இந்த ஜெர்மானியர்களுக்கு மாறாக, ஆஸ்திரியப் பிரிவுகள் தங்கள் உறுப்பினர்களிடமிருந்து கிடைத்த உறுப்பினர் கட்டணத்திலிருந்து சிறிதளவு பணத்தைத் திரட்டி நியூயார்க்குக்கு அனுப்பிக் கொண்டிருந்தன. போர்ச்சுகல், டென்மார்க் ஆகியவற்றில் இருந்த தொலைதூரப் பிரிவுகளின் ஆதரவும் நியூயார்க் தலைமைக் குழுவுக்கு இருந்தது. ஸ்பெயின், இத்தாலி, நெதெர்லாந்து ஆகியவற்றில் வெகுசிலரே புதிய கட்டளைகளைப் பின்பற்றினர். ஐயர்லாந்தில் அகிலம் தனக்கென ஒரு பெயரெடுத்திருக்கவில்லை. 1873ஆம் ஆண்டுவாக்கில் பிரான்ஸில் அகிலத்தின் எந்தக் கிளையும்

144. In the text, one has opted for the term "autonomist" International, as utilised by Georges Haupt, *L'Internazionale socialista dalla Comune a Lenin*, op. cit., p. 70. Jacques Freymond, "Introduction", in PI, III, p. VIII, on the contrary, preferred the use of the expression "federalist" International.

இருக்கவில்லை. பிரிட்டனில் நவம்பர் *1872*இல் பிரிட்டிஷ் கூட்டமைப்புக் கவுன்சில் ஒன்றோடொன்று சண்டை போடும் இரு குழுக்களாக உடைந்தது. அதற்குக் காரணம், தி ஹேக் பேராயம் நடப்பதற்கு வெகுகாலத்திற்கு முன்பிருந்தே தனிநபர்களுக்கிடையே இருந்துவந்த மோதல்கள்தாம். பிரிட்டிஷ் கூட்டமைப்புக் கவுன்சில் இரண்டாகப் பிளவுண்ட பிறகு ஒவ்வொரு குழுவும் தான் மட்டுமே அந்த நாட்டில் அகிலத்தைப் பிரதிநிதித்துவம் செய்வதாக உரிமை கொண்டாடியது. *16* பிரிட்டிஷ் பிரிவுகளின் பெயரால் செயல்பட்ட ஹேல்ஸ், அகிலத்தில் சிறப்புப் பெற்றிருந்த ஹெர்மன் யுங் (Hermann Jung: *1830-1901*), தாமஸ் மோட்டெர்ஹெட் (Thomas Motterhead: *1825-1884*) ஆகியோரின் ஆதரவுடன் நியூயார்க்கிலிருந்த தலைமைக்குழுவிற்கு மறுப்புத் தெரிவித்துவிட்டு *1873* ஜனவரியில் பிரிட்டிஷ் கூட்டமைப்பின் புதிய பேராயத்தைக் கூட்டினார். ஹேல்ஸ், எக்காரியஸ் ஆகிய இருவரும் திகைப்பூட்டும் அரசியல் குட்டிக்கரணங்கள் அடித்தனர். இருவரும் சீர்திருத்தவாதிகள்; தேர்தலில் பங்கேற்க வேண்டும் என்று வாதிட்டவர்கள்; தொழிற்சங்க ஆதரவுடன் அகிலத்தை ஓர் அரசியல் கட்சியாக மாற்றி, அது பூர்ஷ்வா வர்க்கத்தின் தாராளவாதப் பிரிவுடன் கூட்டணி வைத்துக் கொள்ளச் செய்வதுதான் அவர்களது எண்ணம். ஆனால், அவர்கள், அரசியலில் பங்கேற்காத கியாம், பக்கூனின் ஆகியோருடன் அதிகாரபூர்வமாக அணிவகுத்து நின்றனர்! இதற்கு எதிர்வினையாக எங்கெல்ஸ், தி ஹேக் பேராயத்தின் முடிவுகளை அங்கீகரிக்கும் இரு சுற்றறிக்கைகளை விடுத்தார். அதில் மான்செஸ்டரிலும் "அதிகாரபூர்வமான" பிரிட்டிஷ் கூட்டமைப்புக் கவுன்சிலிலும் இருந்த முக்கியத் தலைவர்களும் தலைமைக் குழுவின் முன்னாள் உறுப்பினர்களும் நன்கு அறியப்பட்டவர் களுமான துபோன், ஃப்ரீட்ரிஹ் லெஸ்னெர் (Friedrich Lessner: *1825-1910*) ஆகியோரும் கையெழுத்திட்டனர். இந்த "அதிகாரபூர்வமான" பிரிட்டிஷ் கூட்டமைப்புக் கவுன்சிலின் பேராயம் ஜூன் மாதம் நடந்தது. ஆனால் அந்தக் கூட்டமைப்பைச் சேர்ந்தவர்கள் ஒரு கசப்பான உண்மையை விழுங்க வேண்டியிருந்தது. அதாவது, அகிலத்தின் தலைமைக் குழு நியூயார்க்குக்கு மாற்றப்பட்டு விட்டதால் (அந்த நிகழ்வை அகிலத்தின் முடிவு என்றே ஒவ்வொருவரும் பார்த்தனர்), பிரிட்டிஷ் தொழிற்சங்கங்கள் இனி

அகிலத்துடன் தமக்கு சம்பந்தம் இல்லை என்று கருதின.[145] ஆக, இரு குழுக்களுக்கும் பொதுவாக இருந்தது என்னவென்றால், அவை இரண்டுமே துரிதமான வீழ்ச்சியைக் கண்டன என்பதுதான்.

அகிலம் தனது முதல் பேராயத்தை நடத்திய அதே ஜெனிவா நகரில்தான் "மையமுதன்மைவாதிகளி"ன் பொதுப் பேராயமும் நடந்தது. பெக்கெரின் முயற்சிகளின் காரணமாக 28 பிரதிநிதிகள் (இவர்களில் முதல்முறையாக ஒரு பேராயத்தில் கலந்துகொண்ட இரு பெண்களும் அடங்குவர்). ஆனால் இந்த 28 பேரில் 15 பேர் ஜெனிவாவிலிருந்து மட்டும் வந்தவர்கள். இதர நாடுகளின் பிரதிநிதிகள் என்பவர்கள் ஓரிரு ஜெர்மானியர்கள் மட்டுமே. ஐரோப்பாவில் அகிலம் குலைந்து வரும் சூழலைப் புரிந்து கொண்ட நியூயார்க் தலைமைக் குழு, அங்கிருந்து ஒரு பிரதிநிதியைக்கூட அனுப்பவில்லை. பிரிட்டிஷ் கூட்டமைப்பின் பிரதிநிதியாகத் தேர்ந்தெடுக்கப்பட்டிருந்த ஸெர்ராயெவும்கூட ஜெனிவாவுக்கு வந்து சேரவில்லை. உண்மையில் அது 'மையமுதன்மைவாத' அகிலத்தின் முடிவாக அமைந்துவிட்டது.

அமெரிக்காவில், அகிலத்தின் ஜோதி அணையாமல் பார்த்துக் கொள்ள ஸோர்கெ கடும் முயற்சி செய்து வந்த போதிலும், வட அமெரிக்கக் கூட்டமைப்பு தகர்ந்து விழும் கட்டத்தை எட்டியிருந்தது. உறுப்பினர்களின் எண்ணிக்கை ஆயிரத்துக்கும் குறைவாகப் போய்விட்டதால் (அவர்களில் ஒரு சிலரே உறுப்பினர் கட்டணம் செலுத்தினர்) தபால் தலைகள் வாங்குவதும்கூடக் கடினமாகிப் போகின்ற அளவுக்கு அந்தக் கூட்டமைப்பின் நிதி நிலை வீழ்ச்சியடைந்திருந்தது. அமெரிக்க விவகாரங்களில் மட்டுமே அக்கறை செலுத்தக்கூடிய அளவுக்கு வலுக்குறைந்திருந்த அந்தக் கூட்டமைப்பு, அமெரிக்கத் தொழிலாளர்கள் அதன் மீது பகைமையையும் அசிரத்தையையும் மாறி மாறிக் காட்டிவந்ததைக் கண்டது. அது 1873 நவம்பரில் வெளியிட்ட *வட அமெரிக்க உழைக்கும் மக்களின் அறிக்கைக்கும்கூட (Manifesto to the Working People of North America)* அந்தத் தொழிலாளர்களிடமிருந்து வந்த எதிர்வினை இத்தகையதாகவே இருந்தது.[146] நாளடைவில், வட அமெரிக்கக் கூட்டமைப்பின் பொதுச் செயலாளர் பதவியிலிருந்து

---

145. See Collins Abramsky, op. cit., p.275.

146. See Pl, IV, note 355: 640-2.

ஸோர்கே விலகினார். அதன் பிறகு அந்தக் கூட்டமைப்பின் வரலாற்றின் கடைசி இரண்டரை ஆண்டுகள், அதனுடைய மறைவை முன்கூட்டியே சொல்லும் நிகழ்ச்சித் தொடராக மட்டுமே அமைந்தன. அமெரிக்காவில் நடந்த முதல் உலகப் பொருட்காட்சியுடன் (அமெரிக்கா நிறுவப்பட்ட நூறாவது ஆண்டு நிறைவையொட்டி ஏற்பாடு செய்யப்பட்ட கண்காட்சி) உடன்நிகழும் வகையில் அமெரிக்க ஐக்கிய நாடுகளின் உழைக்கும் மக்கள் கட்சியை நிறுவுவதற்கான பேராயத்தில் கலந்து கொள்ள விரைந்து செல்வதற்கு முன், வட அமெரிக்கக் கூட்டமைப்பின் *635* உறுப்பினர்களின்[147] பத்துப் பிரதிநிதிகள் *1876* ஜூலை *15*இல் பிலடெல்ஃபியா நகரில் கூடி அந்தக் கூட்டமைப்பைக் கலைக்க முடிவு செய்தனர்.

"மையமுதன்மைவாத" அகிலம் ஓரிரு நாடுகளில் சிறிது காலம் தொடர்ந்து செயல்பட்டு வந்த போதிலும், அதைச் சேர்ந்தவர்கள் கோட்பாட்டு வளர்ச்சிக்குத் தொடர்ந்த பங்களிப்பு எதனையும் வழங்கவில்லை. ஆனால், சுயாதீனவாதிகளோ மேலும் சில ஆண்டுகள் உண்மையான, செயலூக்கம் மிக்க வகையில் இயங்கி வந்தனர். ஸான்-இமியே நகரில் நடந்த அவர்களது பேராயத்தில் ஸ்விஸ், இத்தாலிய, ஸ்பானிய, பிரெஞ்சுப் பிரதிநிதிகள் கலந்து கொண்டனர். "சுயாதீனக் கூட்டமைப்புகளுக்கும் பிரிவுகளுக்கும், அவற்றுக்கு மிகச் சிறந்தது என்று அவை கருதும் அரசியல் நடவடிக்கையைத் தீர்மானிப்பதிலும் அதைப் பின்பற்றுவதிலும் அவர்களுக்குள்ள மறுக்க முடியாத உரிமையைப் பறிப்பதற்கு எவருக்கும் உரிமை இல்லை" என்னும் தீர்மானம் நிறைவேற்றப்பட்டது.[148] "நட்பு, ஒருமைப்பாடு, பரஸ்பரப் பாதுகாப்பு ஆகியவற்றுக்கான உடன்படிக்கை"யொன்றை அந்தப் பேராயப் பிரதிநிதிகள் செய்துகொண்டனர். இது அகிலத்தில் கூட்டமைப்புகளின் சுயாதீனத்தைத் தெரிவு செய்துகொள்வதை உத்திரவாதம் செய்யும் ஒப்பந்தமாகும்.[149] இந்த நிலைப்பாட்டை உருவாக்கித் தந்தவர் கியாம். தமது கொள்கையின் மீதான பிடிவாதத்தைச் சிறிதும் விட்டுக்கொடுக்க விரும்பாத பக்கூனினைப்

147. See Bernstein, op. cit., p. 221.

148. Ibid., p. 283.

149. Pl, III, p.9.

போலன்றி, அவரைவிட இளையவரும் அவரைக் காட்டிலும் விவேகமிக்கவருமான ஸ்விஸ் செயலார்வலர் கியாம், ஜூரா, ஸ்பெயின், இத்தாலி ஆகியவற்றுக்கு அப்பாலும் தமது கூட்டமைப்புக்கான ஆதரவைத் திரட்டிக் கொள்ள வேண்டும் என்பதிலும் இலண்டன் மாநாட்டில் மேற்கொள்ளப்பட்ட மார்க்கத்தை எதிர்த்த பிறரனைவரையும் வென்றெடுப்பதிலும் கண்ணாக இருந்தார்.[150] அவரது தந்திர உத்தி வெற்றி பெற்றது. ஆரவாரமான பிரகடனங்கள் மூலம் மற்றவர்களைத் தம் பக்கம் சேர்த்துக் கொள்ள முயலாமல், புதிய அகிலத்தின் பிறப்புக்கு எச்சரிக்கையுடன் அவர் ஆயத்தம் செய்ய வேண்டியிருந்தது.

அடுத்த சில மாதங்களில் புதுப்புது இணைப்புகள் நிகழ்ந்தன. ஸ்பெயின் சுயாதீனவாதிகளின் கோட்டையாக நீடித்தது. அந்த நாட்டின் குடியரசுத் தலைவராக இருந்த ப்ராக்ஸெடெஸ் மாட்டியோ ஸகாஸ்டா (Praxedes Mateo Sagasta: *1825-1903)* கட்டவிழ்த்துவிட்ட ஒடுக்குமுறைகளால் அந்த கூட்டமைப்பு ஓங்கி வளர்வதைத் தடுக்க முடியவில்லை. அதனுடைய பேராயம் *1872* டிசம்பர் முதல் *1873* ஜனவரி வரை கோர் டாயா நகரில் நடந்த தருவாயில், அதனிடம் *25000* உறுப்பினர்களைக் கொண்ட (இதில் *7500* பேர் பார்ஸெலோனாவைச் சேர்ந்தவர்கள்)[151] *300* கிளைகளின் *50* கூட்டமைப்புகள் இருந்தன. *1872*ஆம் ஆண்டின் பிற்பகுதியிலிருந்து சுயாதீனவாதிகள் புதிய நாடுகளிலும் தங்களுக்கான ஆதரவை விரிவுபடுத்திக் கொண்டனர். டிசம்பரில் நடந்த பெல்ஜியம் கூட்டமைப்பின் பேராயம், தி ஹேக் பேராயத்தின் தீர்மானங்கள் தன்னைக் கட்டுப்படுத்தாது என்று அறிவித்து, நியூயார்க்கிலுள்ள தலைமைக்குழுவை அங்கீகரிக்க மறுத்ததுடன், ஸான் -இமியே உடன்படிக்கையில் தனது பெயரையும் சேர்த்துக் கொண்டது.[152] பிரிட்டனில் அகிலத்தின் தலைமைக் குழுவுக்கு எதிரான நிலைப்பாட்டை மேற்கொண்டவர்கள் ஹேல்ஸ், எக்காரியஸ் ஆகியோரின் தலைமையில் *1873* ஜனவரியில் மேற்சொன்ன நிலைப்பாட்டைப் பின்பற்றினர். பிப்ரவரியில்

---

150. See Max Nettlau, *La Premiere Internationale en Espagne.* Dordrecht: D. Reidel, *1969*, pp. 163 எ 4.

151. See Pl, III, P.163.

152. Ibid., P.191.

நெதெர்லாந்துக் கூட்டமைப்பும் அவர்களுடன் சேர்ந்து கொண்டது.[153]

பிரான்ஸ், ஆஸ்திரியா, அமெரிக்கா ஆகியவற்றிலும் தொடர்புகளைத் தக்கவைத்துக் கொண்ட சுயாதீனவாதிகள் புதிய அகிலத்தில் பெரும்பான்மையினராக இருந்தனர். ஆனால், அந்தக் கூட்டணி உண்மையில் ஒன்றுக்கொன்று மிகவும் வேறுபட்ட கோட்பாடுகளின் ஒழுங்கற்ற கதம்பக்கூட்டமாகவே இருந்தது. அதில் இருந்த சக்திகள் பின்வருமாறு : கியாம், ஷ்வைட்ஸ்கெபெல் ஆகியோரின் தலைமையில் இருந்த ஸ்விட்ஸர்லாந்தின் ஆட்சிமறுப்பிய - சமூகவுடைமைவாதிகள் (பக்கூனின் 1873இல் பொது வாழ்க்கையிலிருந்து விலகி, 1876இல் காலமானார்); த பாப்பின் தலைமையிலிருந்த பெல்ஜியம் கூட்டமைப்பு, அனைத்துப் பொதுச் சேவைகளையும் நிர்வகிப்பதில் தொடங்கி, மேலதிக அதிகாரங்களையும் செயல்திறன்களையும் மக்கள் அரசு பெற வேண்டும் என்பது இந்தக் கூட்டமைப்பினரின் கோட்பாடு; மற்றவர்களைக் காட்டிலும் எப்போதும் தீவிரமாக இருந்தவர்களும் நாளடைவில் தோல்வியில் முடிந்த கிளர்ச்சிகளை மேற்கொண்டவர்களுமான இத்தாலியர்கள்; தேர்தல்களில் பங்கேற்பதுடன், முற்போக்கு பூர்ஷ்வா சக்திகளுடன் கூட்டணி வைத்துக் கொள்ள வேண்டும் என்று வாதிட்ட பிரிட்டிஷ்காரரர்கள்; 1874இல் ஜெர்மன் பொதுத் தொழிலாளர் சங்கத்தைச் சேர்ந்த லஸ்ஸாலியர்களுடனும்கூடத் தொடர்புகள் ஏற்படுத்திக் கொள்ளப்பட்டன.

தி ஹேக் பேராயத்தில் அகிலத்தில் பிளவை உண்டாக்கிய முதன்மையான முரண்பாடு, அரசுடன் ஒத்துழைப்பதற்காகத் தலைதாழ்த்தத் தயாராக இருந்த குழுவுக்கும் புரட்சியைச் செய்வதில் விடாப்பிடியாக இருந்த குழுவுக்கும் இருந்த முரண்பாடோ, அரசியல் நடவடிக்கைகளை ஆதரித்தவர்களுக்கும் எதிர்த்தவர்களுக்குமான முரண்பாடோ அல்ல என்பதை மேற்காணும் விவரங்கள் மெய்ப்பிக்கின்றன. மாறாக, தலைமைக் குழுவுக்கு ஏற்பட்ட தீவிரமான, பரவலாக இருந்த எதிர்ப்புக்குக் காரணம், 1871இல் இலண்டன் மாநாட்டில் அவசரகதியாக மேற்கொள்ளப்பட்ட திருப்பம்தான். ஜூரா கூட்டமைப்பும் ஸ்பானியக் கூட்டமைப்பும், பின்னர் புதிதாக உருவாக்கப்பட்ட இத்தாலியக் கூட்டமைப்பும் தொழிலாளர் வர்க்கக் கட்சிகளைக் கட்டுமாறு மார்க்ஸ் விடுத்த அறைகூவலை ஒருபோதும் ஏற்றுக் கொண்டிருக்கா;

153. See Pl, IV, P.5.

எல்லாவற்றுக்கும் மேலாக, அந்த நாடுகளில் இருந்த சமூக-பொருளாதார நிலைமைகள் அப்படிப்பட்ட கட்சிகளைக் கட்டுவதைச் சிந்திக்கவே இயலாதவையாக்கியிருந்தன. சற்றுக் கூடுதலான எச்சரிக்கையோடு பிரச்சினையை அணுகியிருந்திருந்தால் பெல்ஜியர்களின் ஆதரவையும் நெதெர்லாந்துக் கூட்டமைப்புகள் போன்ற அண்மையில் உருவாக்கப்பட்ட கூட்டமைப்புகளின் ஆதரவையும் மார்க்ஸால் தக்கவைத்துக் கொள்ள முடிந்திருக்கும். அகிலத்திற்குள் சமநிலை பேணுவதில் பல ஆண்டுகள் முக்கியப் பாத்திரம் வகித்தவர்கள் பெல்ஜியர்கள். கீழ்மட்டத்திலான உள்முரண்பாடுகளால் பிரிட்டிஷ் கூட்டமைப்பில் பிளவுகள் ஏற்படுவதையும் தவிர்த்திருக்க முடியும்; ஏனெனில் அங்கு ஏற்பட்ட பிளவுக்குக் காரணம் ஆளுமைகளின் மோதலேயன்றி, கொள்கை வேறுபாடு அல்ல. மேலும், சில சுயாதீனவாதிகள் முன்கூட்டியே பார்த்தது போல், அகிலத்தின் தலைமைக் குழுவை நியூயார்க்குக்கு மாற்றுவது அவர்களுக்கு இன்னும் பெரிய அரசியல் செயல்பாட்டுப் பரப்பெல்லைகள உருவாக்கி, 1872ஆம் ஆண்டுக்குப் பிறகு அவர்கள் தங்களை அறுதியிட்டுக் கொள்ள உதவியது. எனினும், அகிலம் தனது வரலாற்றுக் கடமையை முழுமை பெறச் செய்துவிட்டதால், திரையை இறக்குவதற்கான நேரம் வந்துவிட்டது என்று மார்க்ஸ் கருதினார் என்னும் உண்மையை மறுக்க முடியாது.

சுயாதீனவாதிகளின் "முதல்" பேராயத்திற்கு - அல்லது (அகிலத்தின் ஐந்து பேராயங்களையும் தங்கள் கணக்கில் வைத்துக் கொண்டு) "ஆறாவது பேராயம்" என்று அவர்கள் அழைத்த பேராயத்திற்கு - பெல்ஜியம், ஸ்பெயின், பிரான்ஸ், இத்தாலி, பிரிட்டன், நெதெர்லாந்து, ஸ்விட்ஸர்லாந்து ஆகிய நாடுகளைச் சேர்ந்த 32 பிரதிநிதிகள் வந்திருந்தனர். "மையமுதன்மைவாதிகள்" நடத்திய பேராயத்துக்கு ஒரு வாரத்திற்கு முன்பே, அதாவது 1873 செப்டம்பர் 1 முதல் 6வரை, ஜெனிவாவில் நடந்த "சுயாதீனவாதிகளி"ன் பேராயம் , "அகிலத்தில் ஒரு புதிய சகாப்தம்" தொடங்கப்பட்டிருப்பதாக அறிவித்தது.[154] தலைமைக் குழுவை ஒழித்துக் கட்டும் தீர்மானம் ஒருமனதாக நிறைவேற்றப்பட்டதுடன், அகிலத்தின் பேராயமொன்றில் முதல் முறையாக ஆட்சிமறுப்பிய

---

154. Ibid., pp. 54 -8. ஹேல்ஸ் மேற்கொண்ட நிலைப்பாடு குறிப்பிடத்தக்கதாகும்; "சுயாதீனவாதிகளின்" அகிலத்தில் தொடக்கம் முதற்கொண்டே இருந்து வந்த முரண்பாட்டை இந்த நிலைப்பாடு பிரதிபலித்தது: "நான் ஆட்சிமறுப்பியத்தை எதிர்க்கிறேன் [...] ஆட்சிமறுப்பியம், சமூகவுடைமைவாதத்துடன் ஒத்துவராதது.

சமுதாயம் (anarchist society) பற்றிய விவாதமும் நடைபெற்றது.[155] சோசலிசப் புரட்சியை சாதிப்பதற்குப் பொது வேலை நிறுத்தத்தைப் பயன்படுத்தலாம் என்னும் கருத்து இந்த "சுயாதீனவாத" அகிலத்தினரின் தத்துவ -அரசியல் படைக்கலங்களை வலுப்படுத்தியது. இவ்வாறு, ஆட்சிமறுப்பிய-பெருங்கூட்டமைப்பியம் (anarcho-synedicalism) என்று அறியப்பட்ட போக்கு தோன்றுவதற்கான அடிப்படை வேலை இங்கு நடைபெற்றது.[156]

சுயாதீனவாதிகளின் அடுத்த பேராயம் 1874 செப்டம்பர் 7 முதல் 13 வரை ப்ரஸ்ஸெல்ஸில் நடைபெற்றது. அதில் 16 பிரதிநிதிகள் கலந்து கொண்டனர்: பிரிட்டனிலிருந்து ஒருவர் (எக்காரியஸ்), ஸ்பெயினிலிருந்து ஒருவர்; மற்ற 14 பேரும் பெல்ஜியத்தைச் சேர்ந்தவர்கள். இந்தப் 14 பேரில் இருவர் பிரெஞ்சு (பாரிஸ்) கிளையாலோ, இத்தாலியக் (பாலெர்மோ நகரக்) கிளையாலோ இந்தப் பேராயத்தில் தனது பிரதிநிதியாகப் பங்கேற்பதற்கான ஒப்புதல் வழங்கப் பெற்றவர்கள். இருவர் அப்போது பெல்ஜியத்தில் வசித்து வந்த ஜெர்மன் லஸ்ஸாலியர்கள். இநத இருவரில் ஒருவரான கார்ல் ஃப்ரோஹ்ம் (Karl Frohme: 1850-1933), உண்மையில் ஜெர்மன் பொதுத் தொழிலாளர் சங்கத்தைப் பிரதிநித்துவம் செய்ததாக கியாம் அறிவித்தார். அராஜகவாதிகளும் லஸ்ஸாலியர்களும் சோசலிச வரைபடத்தில் இரு எதிரெதிர் துருவங்களாக விளங்கிய போதிலும், 1873இல் ஜெனிவாவில் நடந்த சுயாதீனவாதப் பேராயத்தில் இயற்றப்பட்ட புதிய விதிமுறைகளைச் சுட்டிக்காட்டி அந்த இரு லஸ்ஸாலியர்களும் இந்தப் பேராயத்தில் கலந்து கொள்வதற்கு ஊக்கமளித்தார் கியாம். ஒவ்வொரு நாட்டிலும் உள்ள தொழிலாளர்கள் தங்கள் விடுதலைக்கான மிகச் சிறந்த வழிமுறை என்ன என்பதைத் தீர்மானித்துக் கொள்ளும் சுதந்திரம் பெற்றவர்கள் என்று அந்த விதிமுறைகள் கூறின.[157] அதுமட்டுமின்றி, இந்த சுயாதீனவாத அகிலத்தில் கலந்து கொண்ட தலைவர்களின் எண்ணிக்கை (அவர்கள் பிரதிநிதித்துவம் செய்த தொழிலாளர்களின்

---

155. See the debate among the delegates which took place during the sessions of 4 September, 1873, in PI, IV, pp. 59 -63 and 75–7. Cf. also Eugene Hins (1839–1933) document 18.

156. See P l, IV, P.646.

157. Cesar De Paepe, 7 September 1874, Pl, IV, p. 347.

எண்ணிக்கையும்கூட) ஆண்டுக்கு ஆண்டு தொடர்ந்து குறைந்து கொண்டே வந்தது. அந்த அகிலம், இந்த சிறு எண்ணிக்கையிலான தலைவர்கள் கூடி, தொழிலாளர்களின் பொருளாயத நிலைமைகள் பற்றியும் அவற்றை மாற்றுவதற்கான நடவடிக்கை பற்றியும் பொத்தாம்பொதுவான அருவமான விவாதங்களை நடத்தக்கூடிய இடமாக மாறியிருந்தது. 1874ஆம் ஆண்டுப் பேராயத்தில் ஆட்சிமறுப்பியம் என்னும் கோட்பாட்டுக்கும் மக்கள் அரசு என்னும் கோட்பாட்டுக்குமிடையே விவாதம் நடந்தது. அகிலத்தின் பேராயமொன்றுக்கு மூன்றாண்டுக்கால இடைவெளிக்குப் பிறகு வந்த த பாப் அதில் கலந்துகொண்ட முக்கியமான மனிதராக விளங்கினார். விவாதத்தில் தலையிட்டுப் பேசிய அவர், "ஸ்பெயினிலும், இத்தாலியின் சில பகுதிகளிலும், ஜூராவிலும் உள்ள அகிலத்தினர் ஆட்சிமறுப்பியக் கோட்பாட்டின் ஆதரவாளர்கள்; ஆனால் ஜெர்மனி, நெதெர்லாந்து, பிரிட்டன், அமெரிக்கா ஆகியவற்றிலுள்ளவர்கள் தொழிலாளர் அரசு என்னும் கோட்பாட்டை ஆதரிக்கிறவர்கள் (பெல்ஜியம், இந்த இரு நிலைப்பாடுகளுக்கிடையே ஊசலாடிக் கொண்டிருக்கிறது)"[158] என்று கூறினார். இந்தப் பேராயத்திலும்கூடக் கூட்டு முடிவுகள் ஏதும் எடுக்கப்படவில்லை; ஆனால், "ஒவ்வொரு நாட்டிலுமுள்ள எந்தக் கூட்டமைப்பும் சோசலிச ஜனநாயகக் கட்சியும் அதனால் பின்பற்றப்பட வேண்டிய அரசியல் மார்க்கம் எது என்பதைத் தீர்மானித்துக் கொள்ள வேண்டும்" என்பது அந்தப் பேராயத்தில் ஒருமனதாக ஒப்புக்கொள்ளப்பட்டது.[159]

இதே போன்றுதான், 1876அக்டோபர் 26 முதல் 30 வரை பேர்ன் நகரில் எட்டாவது பேராயமும் நடந்தது. அதில் 28 பிரதிநிதிகள் கலந்துகொண்டனர்: 19 பேர் ஸ்விஸ் நாட்டினர் (இவர்களில் 17பேர் ஜூரா கூட்டமைப்பைச் சேர்ந்தவர்கள்), இத்தாலியிலிருந்து 4 பேர், ஸ்பெயின், பிரான்ஸ் ஆகிய ஒவ்வொன்றிலிருந்தும் 2 பேர், பெல்ஜியம், நெதெர்லாந்து ஆகியவற்றின் பிரதிநிதியாகக் கலந்துகொண்டவர் த பாப். அவருடைய நிலைப்பாடும் கியாமின் நிலைப்பாடும் ஒன்றுக்கொன்று ஒத்துவராதவையாக இருந்ததைப் பேராயத்தின் நடவடிக்கைகள்

---

158. P I, IV, P. 350.

159. From document 40, pp. 192-3, and from document 51, pp. 194-8.

காட்டின.[160] ஆனால், அடுத்த ஆண்டு உலக சோசலிஸ்ட் மாநாட்டைக் கூட்ட வேண்டும் என்றும், ஐரோப்பாவிலுள்ள சோசலிஸ்ட் கட்சிகளிலுள்ள அனைத்துப் பிரிவுகளுக்கும் அழைப்பு விடுக்க வேண்டும் என்றும் பெல்ஜியக் கூட்டமைப்பு முன்மொழிந்த ஆலோசனை பேராயப் பிரதிநிதிகள் அனைவராலும் ஏற்றுக் கொள்ளப்பட்டது.[161] ஆனால், அந்த மாநாடு நடப்பதற்கு முன், சுயாதீனவாதிகளின் அகிலத்தின் கடைசிப் பேராயம் 1877 செப்டம்பர் 6 முதல் 8 வரை ஸ்விஸ் நகரான வெவியேவில் (Verviers) நடந்தது. அதில் 22 பிரதிநிதிகள் கலந்துகொண்டனர்: பெல்ஜியத்திலிருந்து 13 பேர்; ஸ்பெயின், இத்தாலி, பிரான்ஸ், ஜெர்மனி ஆகிய ஒவ்வொன்றிலிருந்தும் 2 பேர்; ஜுரா கூட்டமைப்பின் பிரதிநிதியாக கியாம். ஆலோசனை சொல்வதற்காக மட்டும் சோசலிசக் குழுக்களிலிருந்து மூன்று பார்வையாளர்கள் அழைக்கப்பட்டிருந்தனர். அவர்களிலொருவர் பின்னாளில் ஆட்சிமறுப்பிய-கம்யூனிசக் கோட்பாட்டை (anarcho-communism) உருவாக்கியவரான பீட்டெர் க்ரோபோட்கின் (Peter Kropotkin *:1842-1921*). ஆனால், இந்தப் பேராயத்தில் கலந்துகொண்ட செயலூக்கமுள்ள பிரதிநிதிகள் யாவரும் ஆட்சிமறுப்பியர்கள். அவர்களிலொருவர் பின்னாளில் சோசலிசத்தை ஏற்றுக்கொண்ட இத்தாலியப் பிரதிநிதி ஆன்ட்ரியா கோஸ்டா (Andrea Costa: *1851-1910*). ஆக, ஸ்பெயினில் மட்டுமே வெகுமக்கள் அடித்தளத்தைக் கொண்டிருந்த சுயாதீனவாத அகிலமும்கூட தனது முடிவை எய்திவிட்டது, ஒழுங்கமைக்கப்பட்ட கட்சிகள் மூலம் அரசியல் போராட்டத்தில் பங்கேற்பது தமது கோரிக்கைகளின் தீர்வுக்கு முக்கியமானது என்னும் உணர்வு ஐரோப்பியத் தொழிலாளர் இயக்கம் முழுவதிலும் வளர்ந்து வந்ததால், சுயாதீனவாதிகளின் நோக்குநிலை அகற்றப்பட்டுவிட்டது. சுயாதீனவாதிகளின் அனுபவம் முடிவுக்கு வந்த பின், அராஜகவாதிகளும் சோசலிஸ்டுகளும் தத்தம் பாதையில் திட்டவட்டமாகப் பிரிந்து சென்றனர்.

---

160. PI, IV, P. 498.

161. Cesar De Paepe and Louis Bertrand, 'Manifeste aux Organisations ouvrieres et Societes de tous les pays', in PI, IV, pp. 591-3.

13

புதிய அகிலம்

*1877*ஆம் ஆண்டு செப்டம்பர் *9* முதல் *17* வரை கென்ட் (Ghent) நகரில்* உலக சோசலிஸ்ட் மாநாடு நடைபெற்றது. முன்பு நடந்த எந்தவொரு நிகழ்ச்சியையும் ஒப்பிடுகையில், அதிக எண்ணிக்கையிலான நாடுகளிலிருந்து பிரதிநிதிகள் வந்திருந்தனர். ஒன்பது நாடுகளிலிருந்து (பிரான்ஸ், ஜெர்மனி, ஸ்விட்ஸர்லாந்து, பிரிட்டன், ஸ்பெயின், இத்தாலி, ஹங்கேரி, ரஷியா, பெல்ஜியம்) வந்திருந்த பிரதிநிதிகளை ஏறத்தாழ மூவாயிரம் தொழிலாளர்கள் வரவேற்றனர். அந்தப் பிரதிநிதிகளில் சிலர் தமது நாடுகள் அல்லாத வேறு சில நாடுகளிலிருந்த (டென்மார்க், அமெரிக்கா மற்றும் முதல் முறையாக கிரீஸையும் எகிப்தையும் சேர்ந்த தொழிலாளர் குழுக்கள்) அமைப்புகளையும் பிரதிநிதித்துவம் செய்ய அந்த அமைப்புகளின் ஒப்புதலைப் பெற்றிருந்தனர். அகிலத்தில் வரலாற்றுச் சிறப்பு மிக்க தலைவர்களாக விளங்கிய த பாப், லீப்னெஹ்ட் போன்றோரும், அதேபோல ஃப்ராங்கெல், கியாம், ஹேல்ஸ் மற்றும் பிறரும் அந்தப் பேராயத்துக்கு வந்திருந்தது, ஐரோப்பியத் தொழிலாளர் இயக்கத்தின் ஒரு தலைமுறை முழுவதற்கும் அகிலம் முக்கியத்துவம் வாய்ந்ததாக இருந்தது என்பதற்கான சான்றாக விளங்கியது.

---

* பெல்ஜியத்திலுள்ள நகரம்.

அந்த மாநாட்டின் இறுதியில் த பாப்பாலும், பின்னாளில் பெல்ஜிய சோசலிஸ்ட் தலைவராக விளங்கிய லூயி பெட்ரண்டாலும் (Louis Bertrand: *1856-1943)* *எழுதப்பட்ட அனைத்து நாடுகளிலுமுள்ள தொழிலாளர் அமைப்புகள், சங்கங்கள் ஆகியவற்றுக்கான அறிக்கை (Manifesto to Workers' Organizations and Societies in All Countries),* "சோசலிசக் கட்சியின் பொது ஒன்றியம்" (General Union of the Socilaist Party) நிறுவுமாறு அறைகூவல் விடுத்தது. அந்த மாநாட்டுப் பிரதிநிதிகளில் மிகப் பெரும்பாலானோர், ஓர் "உடன்படிக்கை"யிலும் கையெழுத்திட்டனர்:

> சமூக விடுதலையை அரசியல் விடுதலையிலிருந்து பிரிக்கமுடியாததாலும்; உடைமை வர்க்கங்களின் கட்சிகள் அனைத்துக்கும் எதிரான ஒரு தனிக் கட்சியில் பாட்டாளி வர்க்கம் ஒழுங்கமைக்கப்பட்டு, அதனுடைய உறுப்பினர்களின் விடுதலையை ஊக்குவிக்கும் போக்குள்ள அரசியல் வழிமுறைகள் அனைத்தையும் அது பயன்படுத்திக் கொள்ள வேண்டும் என்பதாலும்; உடைமை வர்க்கங்களுக்கு எதிரான போராட்டத்தின் பரப்பெல்லை அந்தந்த இடத்தோடும் தேசத்தோடும் மட்டுப்படாமல் உலகளாவியதாக இருக்க வேண்டும் என்பதாலும்; இந்தப் போராட்டத்தின் வெற்றி, வெவ்வேறு நாடுகளில் உள்ள அமைப்புகளின் ஒத்திசைவான , ஒன்றுபட்ட செயல்பாட்டைச் சார்ந்திருப்பதாலும்; கீழே கையொப்பமிட்டுள்ள, கென்ட் நகரத்தில் நடந்த உலக சோசலிஸ்ட் மாநாட்டுப் பிரதிநிதிகள், அவர்களால் பிரதிநிதித்துவம் செய்யப்படும் அமைப்புகள், தமது பொருளாதார, அரசியல் பெருமுயற்சிகளில் பொருள்வகை, தார்மிக ஆதரவை ஒன்றுக்கொன்று வழங்கிக் கொள்வதற்குக் கடமைப்பட்டுள்ளன என்று முடிவு செய்கிறார்கள்.

*1871*இல் இலண்டனில் நடந்த மாநாட்டுக்கு ஆறு ஆண்டுகளுப் பிறகு கென்ட் நகரில் நடந்த உலக சோசலிஸ்ட் மாநாட்டின் ஆய்வுரைகள், இதேபோன்ற கருத்துகள் காலங் கனிவதற்கு முன்பே மார்க்ஸால் சொல்லப்பட்டிருந்தன என்பதைத்தான் உறுதிப்படுத்தின. ஏனெனில் மேற்சொன்ன ஆவணம் கீழ்க்கண்டவற்றை வலியுறுத்திக் கூறியது:

> விவாதம், பிரசாரம், வெகுமக்களுக்குக் கல்வி புகட்டுதல், ஒன்றுகூடவைத்தல் ஆகிய்வற்றுக்கான ஒரு சக்திவாய்ந்த சாதனமான அரசியல் செயல்பாட்டின் அவசியத்தை நாங்கள்

வலியுறுத்துகிறோம். இப்போதுள்ள சமுதாய அமைப்பை எல்லாப் பக்கங்களிலிருந்தும் உடனடியாக எதிர்த்துப் போராட வேண்டும், அதற்கு நம்மிடமுள்ள அனைத்து சாதனங்களையும் பயன்படுத்த வேண்டும் [...] சோசலிசம் என்பது எதிர்கால சமுதாயம் எப்படி இருக்கும் என்பதைப் பற்றிய வெறும் தத்துவார்த்த ஊகமாக இருக்கக்கூடாது; அது மெய்யானதாகவும் உயிரோட்டமுள்ளதாகவும், உண்மையான வேட்கைகளோடும், உடனடியான தேவைகளோடும், சமூக மூலதனத்தையும் அதே போல சமூக சக்தியையும் தம் கட்டுப்பாட்டின் கீழ் வைத்துள்ளவர்களுக்கு எதிராகப் பாட்டாளி வர்க்கம் நடத்தும் அன்றாடப் போராட்டங்களோடும் சம்பந்தப்பட்டதாகவும் இருக்க வேண்டும்.

பூர்ஷ்வா வர்க்கத்திடமிருந்து ஓர் அரசியல் உரிமையைப் பறித்தெடுப்பது, முன்பு உதிரி உதிரியாக இருந்த தொழிலாளர்களை ஒரு சங்கமாக ஒழுங்கமைப்பது, வேலைநிறுத்த நடவடிக்கை மூலமோ, எதிர்ப்புச் சங்கங்களின் மூலமோ வேலை நேரத்தைக் குறைக்கச் செய்வது : இவற்றின் பொருள் புதிய சமுதாயத்தைக் கட்டியெழுப்பப் பாடுபடுவது, எதிர்கால சமுதாய அமைப்பை எவ்வாறு உருவாக்குவது என்பதற்கான உண்மையான ஆய்வுகளை மேற்கொள்வது ஆகிய இரண்டும்தான்.

இன்னும் சங்கத்தில் சேர்க்கப்படாத தொழிலாளர்கள் தங்களை ஒழுங்கமைத்துக் கொண்டு சங்கங்களை உருவாக்கட்டும்! பொருளாதாரத் தளத்தில் மட்டுமே தங்களை ஒழுங்கமைத்துக் கொண்டுள்ள தொழிலாளர்கள் அரசியல் களத்துக்கு வரட்டும்; அவர்கள் அங்கும் அதே எதிரிகளையும் அதே சண்டைகளையும் எதிர்கொள்வார்கள். பொருளாதாரத் தளம், அரசியல் தளம் ஆகிய இரண்டில் ஏதொன்றில் பெறுகின்ற எந்தவொரு வெற்றியும் மற்றொரு தளத்தில் பெறுகின்ற வெற்றிக்குப் பச்சைக்கொடி காட்டும்.

ஒவ்வொரு தேசத்திலும் சொத்துரிமை இல்லாத வர்க்கங்கள். அனைத்துப் பூர்ஷ்வாக் கட்சிகளிலிருந்தும் வேறுபட்ட பெரும் அரசியல் கட்சியாக உருவாகட்டும். இந்த சோசலிசக் கட்சி மற்ற நாடுகளிலுள்ள இத்தகைய கட்சிகளோடு கைகோத்து அணிவகுக்கட்டும்!

உங்களது உரிமைகள் அனைத்தையும் கோருவதற்கு, அனைத்துச் சிறப்புரிமைகளையும் ஒழித்துக்கட்டுவதற்கு, உலகத் தொழிலாளர்களே, ஒன்றுபடுங்கள்!"[162]

இதற்குப் பிந்தைய தசாப்தங்களில், தொழிலாளி வர்க்கம் ஒரு சோசலிச வேலைத்திட்டத்தை ஏற்றுக்கொண்டு, முதலில் ஐரோப்பியப் பகுதிகளிலும் பின்னர் உலகின் பிற பகுதியிலும் விரிவடைந்து, தேச எல்லைகளைக் கடந்த புதிய ஒருங்கிணைப்புக் கட்டமைப்புகளை உருவாக்கியது. அவை 'அகிலம்' என்ற பெயரையே தொடர்ந்து பயன்படுத்தின (1869-1916 காலகட்ட இரண்டாம் அகிலம், 1919-1945 காலகட்ட மூன்றாம் அகிலம்) என்பதுடன், இந்தக் கட்டமைப்புகள் ஒவ்வொன்றும் முதல் அகிலத்தின் விழுமியங்களையும் கோட்பாடுகளையும் இடைவிடாது குறிப்பிட்டுச் சொல்லிக் கொண்டிருந்தன. இவ்வாறு முதல் அகிலத்தின் புரட்சிகரச் செய்தி அசாதாரணமான செழுமையைக் கொண்டிருந்தது மெய்ப்பிக்கப்பட்டதுடன், அது நிலவிய போது சாதிக்கப்பட்டவற்றைவிட இன்னும் பெரிய விளைவுகளைக் காலப்போக்கில் தோற்றுவித்தது.

தொழிலாளர்களின் விடுதலையைத் தனியொரு நாட்டில் வென்றெடுக்க முடியாது, அது உலகளாவிய குறிக்கோள் என்பதை அவர்கள் ஆழமாகப் புரிந்து கொள்ள உதவியது அகிலம். தங்களை ஒழுங்கமைத்துக்கொள்வதற்கு அவர்களுக்குள்ள சொந்த ஆற்றல்களைக் கொண்டே அவர்கள் இந்தக் குறிக்கோளைத் தாங்களே சாதித்துக் கொள்ள வேண்டுமேயன்றி, அந்த ஆற்றலை இன்னொரு சக்தியிடம் ஒப்படைத்துவிடுவதன் மூலம் அல்ல என்னும் உணர்வை அவர்களது அணிகளுக்குள் பரவ வைத்தது. மேலும் - இங்கு மார்க்ஸின் தத்துவார்த்தப் பங்களிப்பு அடிப்படையானதாக இருந்தது - முதலாளிய உற்பத்தி முறையையும் கூலி உழைப்பையும் அகற்றுவது இன்றியமையாதது, ஏனெனில் நிலவுகின்ற சமூக அமைப்புக்குள், மேம்பாடுகளைக் காண்பது அவசியம் என்றாலும், அந்த மேம்பாடுகள் சிறு குழுவினராக உள்ள முதலாளிகளின் ஏகபோக ஆட்சியைச் சார்ந்திருக்கும் நிலையைப் போக்கிவிடாது என்பதைத் தொழிலாளி வர்க்க அணிகள் உணரச் செய்தது.

---

162. Cesar De Paepe and Louis Bertrand, 'Manifeste aux Organisations ouvrieres et Societes de tous les pays', in PI, IV, pp. 591-3.

அந்தக் காலத்தில் உருவாக்கப்பட்டிருந்த நம்பிக்கைகளுக்கும் நமது காலத்தின் சிறப்பியல்பாக உள்ள அவநம்பிக்கைக்கும்; அகிலத்தின் சகாப்தத்தில் இருந்த முதலாளிய எதிர்ப்பு உணர்வு, ஒருமைப்பாட்டு உணர்வு ஆகியவற்றுக்கும் நவ-தாராளவாதப் போட்டியாலும் தனியார்மயமாக்குதலாலும் மறுவடிவமைக்கப் பட்டுள்ள ஓர் உலகத்திலுள்ள கருத்துநிலை அடிமைத்தனம், தனிநபர்வாதம் ஆகியவற்றுக்கும் இடையே ஒரு பெரிய பள்ளம் அமைந்துள்ளது. 1864இல் இலண்டனில் திரண்ட தொழிலாளர்களுக்கு இருந்த அரசியல் வேட்கைகள், இன்று மேலோங்கி நிற்கும் அரசியல் அக்கறையற்ற மனப்பான்மை, விரும்பத்தகாத நிலையை சகித்துக் கொள்ளும் போக்கு ஆகியவற்றிலிருந்து கூர்மையாக வேறுபட்டிருந்தன.

ஆயினும், தொழிலாளர்களின் உலகம், பத்தொன்பதாம் நூற்றாண்டில் இருந்த சுரண்டல் நிலைமைகளுக்கு ஒப்பான நிலைமைகளுக்குத் திரும்பச் செல்ல வைக்கப்படுவதால் ஓர் அகிலத்தை ஏற்படுத்தும் தேவை மீண்டுமொரு முறை அசாதாரணமான முக்கியத்துவத்தைப் பெற்றுள்ளது. 'உலக அமைப்பின்' இன்றைய காட்டுமிராண்டித்தனம், இப்போதுள்ள உற்பத்தி முறையின் காரணமாக விளையும் சூழலியல் பேரிடர்கள், செல்வக் குவிப்புள்ள ஒரு சில சுரண்டலாளர்களுக்கும் ஏழ்மைப்பட்டுள்ள மிகப் பெரும்பான்மையினருக்குக்குமிடையே வளர்ந்து வரும் பிளவு, பெண்கள் மீதான ஒடுக்குமுறை, அடித்து நொறுக்கும் போர்க் காற்றுகள், இனவாதம், தேசவெறி ஆகியன, அகிலத்தின் இரு முக்கிய சிறப்புப்பண்புகளின் அடிப்படையில் தன்னை மறுஒழுங்கமைப்புக்குட்படுத்திக் கொள்ளும் அவசரக் கடமையை சமகாலத் தொழிலாளர் இயக்கத்தின் மீது சுமத்துகின்றன. அகிலத்தின் அந்த இரு சிறப்பியல்புகள் பின்வருமாறு: பன்முகத் தன்மையுள்ள கட்டமைப்பும் புரட்சிகரமான குறிக்கோள்களும். 150 ஆண்டுகளுக்கு முன் இலண்டனில் நிறுவப்பட்ட அந்த அமைப்பின் குறிக்கோள்கள் முன் எப்போதையும்விட இன்று உயிர்த்துடிப்பு மிக்கவையாக இருக்கின்றன. எனினும், நிகழ்காலத்தின் சவால்களுக்கு முகம் கொடுக்க வேண்டுமானால், புதிய அகிலத்தால் இரண்டு நிபந்தனைகளைத் தவிர்க்க முடியாது: அது பன்மைத்தன்மையுடையதாகவும் முதலாளிய எதிர்ப்புடையதாகவும் இருக்கவேண்டும்.

இணைப்பு

சர்வதேசத் தொழிலாளர் சங்கம்: காலவரிசையும் உறுப்பினர் விவரங்களும்

இந்த இணைப்பின் முதல் பகுதி அகிலத்தின் அனைத்து மாநாடுகள், பேராயங்கள் ஆகியவற்றைக் காலவரிசைப்படி கூறும் பட்டியலைக் கொண்டுள்ளது. ஒன்றுபட்ட அகிலம் 1864இல் நிறுவப்பட்டதிலிருந்து, 1872இல் தி ஹேக் பேராயத்தில் அது பிளவுபட்டது வரையிலான மாநாடுகள், பேராயங்கள்; பிளவு ஏற்பட்ட பிறகு 1873இல் தொடங்கிய தனித்தனியான "சுயாதீனவாத" மற்றும் "மையமுதன்மைவாத" மாநாடுகள் ஆகியன காலவரிசைப்படி பட்டியலிடப்பட்டுள்ளன.

இரண்டாவது பகுதி, பல்வேறு நாடுகளில் இருந்த அகிலத்தின் உறுப்பினர்களின் விவரங்களைக் கொண்ட பட்டியலைக் கொண்டுள்ளது. பல்வேறு காரணங்களால் துல்லியமான விவரங்களைத் தருவது சாத்தியமற்றது: 1. அந்தக் காலத்தில் தொழிலாளர் இயக்க அமைப்புகளில் ஒரு சில மட்டுமே - எல்லாவற்றுக்கும் மேலாக பிரிட்டிஷ் தொழிற்சங்கங்களும் ஜெர்மன் சோசலிஸ்ட் கட்சிகளும் - சரியான கணக்குகளை வைத்திருந்தன; 2. தொழிலாளர்கள் பெரும்பாலும் தனிநபர் அடிப்படையில் அகிலத்தில் சேரவில்லை. மாறாக தொழிற்சங்க அமைப்புகள், பிற கூட்டு அமைப்புகள் ஆகியன அகிலத்தில் இணைக்கப்பட்டதன் மூலமாகவே அதன் உறுப்பினர்களாயினர்; 3. பல நாடுகளில் சிறிது காலம் அகிலம் சட்டரீதியாக இயங்க அனுமதிக்கப்படவில்லை. எனவே அந்த நாடுகளில் அகிலத்திலிருந்த உறுப்பினர்களின் எண்ணிக்கையை மதிப்பிடுவது கடினம்.

ஒருவேளை இவற்றின் காரணமாகத்தான் பல்வேறு ஆய்வாளர்களின் கூட்டு முயற்சியால் உருவாக்கப்பட்ட

La Premiere Internationale: l'institute, l'implantation, le rayonnement (Parise Editions du Centre national de la recherche scientifique, 1968) என்னும் விலைமதிப்பற்ற நூலைத் தவிர, அகிலத்தைப் பற்றி எழுதப்பட்டுள்ள பிற நூல்கள் ஏதும் அகிலத்தின் மொத்த உறுப்பினர் விவரங்களை கணக்கிட முயற்சி செய்யவில்லை. இங்கு இந்த விவரங்களைத் தருவதற்கான முயற்சி செய்வது பயனுள்ளதாகத் தோன்றியதற்கு முக்கியக் காரணம் - இங்கு தரப்பட்டுள்ள விவரங்கள் தோராயமானவையாகவும், துல்லியமற்றதாகவும் இருக்கும் அபாயங்கள் இருந்தபோதிலும் - இதுவரை வெளிவந்துள்ள ஆவணங்களில் பெரும்பாலானவை உறுப்பினர்கள் எண்ணிக்கை ஆகியன பற்றிய மிகையான கணக்குகளை வழங்கி யதார்த்த நிலைமை பற்றிய தவறான சித்திரத்தைத் தந்துவந்ததுதான்.

இந்தப் பட்டியலில் உள்ள முதல் கலத்தில், காலவரிசைப்படி, அகிலம் நிறுவப்பட்டதிலிருந்து அது இயங்கிவந்த நாடுகளின் விவரங்கள் தரப்பட்டுள்ளன; இவற்றில் ஆஸ்திரேலியா, நியூஸிலாந்து, இந்தியா ஆகியன சேர்க்கப்படவில்லை. ஏனெனில் இந்த நாடுகளில் சிறு தொழிலாளர் குழுக்களுடன் சிதறலான, தொடர்ச்சியற்ற தொடர்புகளே அகிலத்திற்கு இருந்தது. ரஷியாவும் இதில் சேர்க்கப்படவில்லை; ரஷிய அகதிகள் சிலர் அகிலத்திற்கு ஆதரவான வட்டமொன்றை ஸ்விட்ஸர்லாந்தில் உருவாக்கினர் என்றாலும் அந்த நாட்டிற்குள் அகிலத்தால் ஒருபோதும் ஊடுருவ முடியவில்லை. இரண்டாவது கலத்தில், அந்தந்த நாடுகளில் அகிலத்தின் உறுப்பினர்கள் எண்ணிக்கை அதிகபட்சத்தை எட்டிய ஆண்டுகளின் விவரங்கள் தரப்பட்டுள்ளன. மூன்றாவது கலம், அகிலத்தின் உறுப்பினர்களின் அளவைப் பற்றிய தோராயமான விவரங்களைத் தருகின்றது. *La Premiere Internationale: l'institute, l'implantation, le rayonnement* என்னும் நூலிலிருந்தும் இந்தப் புத்தகத்தின் இறுதியில் காணப்படும் தரவு நூல்கள் சிலவற்றிலிருந்தும் உறுப்பினர்களின் மொத்த எண்ணிக்கைகள் கணக்கிடப்பட்டுள்ளன.

காலவரிசையும் உறுப்பினர் விவரங்களும்

மாநாடுகளும் பேராயங்களும் (1864-1872)

இலண்டன் மாநாடு : 25-29, செப்டம்பர் 1865

முதல் பேராயம் : ஜெனிவா, 3-8, செப்டம்பர் 1866

இரண்டாம் பேராயம் : லோஸான், 2-8 செப்டம்பர், 1867

மூன்றாம் பேராயம் : ப்ரஸ்ஸெல்ஸ், 6-13 செப்டம்பர், 1868

நான்காம் பேராயம் : பாஸில், 6-12 செப்டம்பர், 1869

இலண்டன் பிரதிநிதிகள் மாநாடு, 17-23 செப்டம்பர், 1871

ஐந்தாவது பேராயம் : தி ஹேக், 2-7 செப்டம்பர், 1872

சுயாதீனவாத அகிலம்

ஆறாவது பேராயம் : ஜெனிவா, 1-6 செப்டம்பர், 1873

ஏழாவது பேராயம் : ப்ரஸ்ஸெல்ஸ், 7-13 செப்டம்பர், 1874

எட்டாவது பேராயம் : பேர்ன், 20-30 அக்டோபர், 1876

ஒன்பதாவது பேராயம் : வெவியெ, 6-8, செப்டம்பர் 1877

மையமுதன்மைவாத அகிலம்

ஆறாவது பேராயம் : ஜெனிவா, 7-13, செப்டம்பர், 1873

பிலடெல்ஃபியா பிரதிநிதிகள் மாநாடு : 15 ஜூலை, 1876

உறுப்பினர் பட்டியல்

நாட்டின் பெயர்	அதிகபட்ச உறுப்பினர்கள் இருந்த ஆண்டு	உறுப்பினர் எண்ணிக்கை
பிரிட்டன்	1867	50,000
ஸ்விட்ஸர்லாந்து	1870	6,000
பிரான்ஸ்	1871	30,000த்துக்கும் அதிகம்
பெல்ஜியம்	1871	30,000த்துக்கும் அதிகம்
அமெரிக்கா	1872	4,000
ஜெர்மனி	1870	11,000 (சோசலிச ஜனநாயகத் தொழிலாளர் கட்சியின் உறுப்பினர்கள் உள்பட)
ஸ்பெயின்	1873	ஏறத்தாழ 30,000
இத்தாலி	1872	ஏறத்தாழ 25,000
நெதெர்லாண்ட்ஸ்	1872	1,000த்துக்கும் குறைவு
டென்மார்க்	1872	இரண்டாயிரம்
போர்சுகல்	1872	1,000த்துக்கும் குறைவு
ஐயர்லாந்து	1872	1,000த்துக்கும் குறைவு
ஆஸ்திரியா-ஹங்கேரி	1872	இரண்டாயிரம்

ஆவணங்கள்

கார்ல் மர்க்ஸ்
சர்வதேசத் தொழிலாளர் சங்கத்தின் தொடக்க அறிக்கை[1]

தொழிலாளர்களே:

1848 முதல் *1864* வரையிலான காலகட்டத்தில் பெருந்திரளான தொழிலாளர்களின் வறுமை குறையவில்லை என்பது மாபெரும் உண்மை. ஆனால் இந்தக் காலகட்டத்தில் ஏற்பட்டுள்ள தொழில் முன்னேற்றமும் வணிக வளர்ச்சியும் முன்னுவமை இல்லாதவை. *1850*இல் பிரிட்டிஷ் முதலாளி வர்க்கத்தின் தாராளவாத, சராசரிக்கும் அதிகமான தகவலை வழங்கும் பத்திரிகையொன்று இங்கிலாந்தில்

---

1. 1864ஆம் ஆண்டு அக்டோபர் 21,27ஆம் நாள்களுக்கிடையில் எழுதப்பட்ட இந்த ஆவணம், சர்வதேசத் தொழிலாளர் சங்கத்தின் தலைமைக் குழுவால் அந்த ஆண்டு நவம்பர் 1ஆம் நாள் நடந்த அமர்வில் ஒப்புதலளிக்கப்பட்டது. மூன்று நாள்களுக்குப் பிறகு இலண்டன் வார ஏடான *தி பீ ஹைவில்* வெளியிடப்பட்டது. பின்னர் அது அதே மாதத்தில் அகிலத்தின் விதிமுறைகளுடன் சேர்த்து, *தொழிலாளர்களின் சர்வதேசச் சங்கத்தின் அறிக்கையும் விதிமுறைகளும்* என்னும் தலைப்பிலான குறுநூலாக மறு வெளியீடு செய்யப்பட்டது. கார்ல் மார்க்ஸ் (1818-83), சர்வதேசத் தொழிலாளர் சங்கத்தின் மூளையாக விளங்கினார். அச் சங்கத்தின் முக்கியத் தீர்மானங்கள் அனைத்தையும் வரைந்த அவர், அச்சங்கம் நிறுவப்பட்டதிலிருந்து 1872ஆம் ஆண்டு வரை அதன் தலைமைக் குழு உறுப்பினராக இருந்தார். அச்சங்கத்தின் இரண்டு மாநாடுகளிலும் (1865 மற்றும் 1871) தி ஹேக் பேராயத்திலும் (1872) பங்கேற்றார். இந்த ஆவணத்தின் முழுமையான வடிவம் GC 1 : பக்கம் 277-87இல் காணப்படுகின்றது" - Marcello Musto, *Workers Unite! International Working Men's Association, 15oYears Later*, Bloomsbury, New York, 2014, Page Range 73-79

இங்கு கார்ல் மார்க்ஸ் எழுதிய தொடக்க அறிக்கையின் முழுவடிவமும் தமிழாக்கம் செய்யப்பட்டுள்ளது. இதன் ஆங்கில மூலம், *Marxist Internet Archive* இல் கிடைக்கின்றது. - எஸ்.வி.ஆர்.

ஏற்றுமதிகளும் இறக்குமதிகளும் ஐம்பது விழுக்காடு அதிகரித்தால், அந்த நாட்டிலுள்ள வறுமை பூஜ்யமாகக் குறைந்துவிடும் என்று ஆருடம் கூறியது. அந்தோ! 1863ஆம் ஆண்டில் இங்கிலாந்தின் மொத்த இறக்குமதி-ஏற்றுமதி வணிகம் "44,39,55,000 பவுண்டு மதிப்புக்கு வளர்ச்சியடைந்திருக்கிறது; இந்த மலைக்க வைக்கும் தொகை, ஒப்பீட்டளவில் அண்மைக் காலமான 1843ஆம் ஆண்டின் வணிகத்தைவிட மூன்று மடங்கு அதிகம்" என்று இங்கிலாந்தின் நிதியமைச்சர் 1864 ஏப்ரல் 7 அன்று நாடாளுமன்றத்தில் உறுப்பினர்களுக்கு மகிழ்ச்சி தரும் வகையில் அறிவித்தார். சொல்வன்மையுடன் "வறுமையைப் பற்றி"ப் பேசினார். "கூலி ... அதிகரிக்கப்படவில்லை" என்பதைப் பற்றி, "மனித வாழ்க்கை ... பத்தில் ஒன்பது பேருக்கு உயிர்பிழைத்திருப்பதற்கான போராட்டமாகவே இருக்கிறது"என்பதைப் பற்றிப் பேசினார். "இப்படி வறுமைப் பிரதேசத்தின் எல்லைக் கோட்டில் இருப்பவர்களைப் பற்றி நினைத்துப் பாருங்கள்" என்று வியந்து பேசினார். ஐயர்லாந்தின் வடக்கே இயந்திரங்களாலும் தெற்கே ஆட்டு மந்தைகளாலும் கொஞ்சம் கொஞ்சமாக அகற்றப்பட்டு வரும் ஐயர்லாந்து மக்களைப் பற்றி அவர் பேசவில்லை. அவப்பேறுள்ள அந்த நாட்டில் ஆடுகளும் குறைந்து வருகின்றன - ஆனால் மனிதர்களைப் போல அத்தனை வேகமான விகிதத்தில் அல்ல என்பது உண்மைதான். மேல்நிலையிலுள்ள பத்தாயிரம் பேர்களின் மிக உயர்ந்த பிரதிநிதிகள் தம்மைத் திடீரென்று தாக்கிய பயத்தின் விளைவாகத் தங்களையும் மீறி மிக அண்மையில் வெளிப்படுத்தியிருந்ததை அவர் திருப்பி சொல்லவில்லைதான். அதாவது 'கழுத்தை நெரித்துக் கொலை செய்பவர்களைப்'[2] பற்றிய பீதி குறிப்பிட்ட அளவை எட்டியபோது, பிரபுக்கள் அவையினர் கடுங்காவல் தண்டனை பற்றியும், நாடுகடத்துவதைப் பற்றியும் விசாரணை நடத்தி, அறிக்கையை வெளியிடுமாறு ஆணையிட்டனர்.

---

2. கழுத்தை நெரித்துக் கொலை செய்பவர்கள்' (garraters): தங்களிடம் மாட்டிக் கொண்டவர்களின் கழுத்தை நெரித்துக் கொல்வதை வழக்கமாகக் கொண்டிருந்த கொள்ளைக்காரர்கள். 1860களில் இலண்டனில் அடிக்கடி நிகழ்ந்த இத்தகைய கொலைகளைப் பற்றி இங்கிலாந்து நாடாளுமன்றம் சிறப்பு விவாதம் நடத்தியது.

இங்கிலாந்தின் நாடாளுமன்றம் 'பிரபுக்கள் அவை' (House of Lords) 'பொது அவை' (House of Commons) என்னும் இரண்டு அவைகளைக் கொண்டதாகும். 'பிரபுக்கள் அவை' யில் இருப்பவர்கள் நியமன உறுப்பினர்கள். மேல்தட்டுகளைச் சேர்ந்தவர்கள். 'பொது அவை'யில் இருப்பவர்கள், தேர்தல் மூலம் வாக்காளர்களால் தேர்ந்தெடுக்கப்படுபவர்கள்.

1863இல் வெளிவந்த பெரிய நீலப் புத்தகத்தில் உண்மை வெளியாயிற்று.[3] அதாவது, இங்கிலாந்திலும் ஸ்காட்லாந்திலும் தண்டனைக் கைதிகளாக உள்ளவர்களில் மிக மோசமான குற்றவாளிகளான சிறையடிமைகள், விவசாயத் தொழிலாளர்களைக் காட்டிலும் குறைவாக வேலை செய்து, அவர்களைக் காட்டிலும் நன்றாகச் சாப்பிடுகிறார்கள் என்பதை அதிகாரபூர்வமான தகவல்களும் புள்ளிவிவரங்களும் மெய்ப்பித்தன. ஆனால், இது மட்டுமின்றி, அமெரிக்க உள்நாட்டுப் போரின் விளைவாக லங்காஷயர், செஷையர் தொழிலாளர்கள் தெருக்களில் தூக்கி எறியப்பட்ட போது, அதே பிரபுக்கள் அவை ஒரு மருத்துவரை இந்த மாவட்டங்களுக்கு அனுப்பியது. "பட்டினியால் ஏற்படும் நோய்களை"த் தடுப்பதற்குச் சராசரியாகத் தேவைப்படும் கார்பன், நைட்ரஜன் ஆகியவற்றை மிக மலிவான, எளிய வடிவத்தில் சாத்தியமான அளவு மிகக் குறைவாக எந்த அளவில் கொடுக்க வேண்டும் என்று ஆராய்ச்சி செய்யுமாறு அவர் கேட்டுக் கொள்ளப்பட்டார். பட்டினியால் ஏற்படும் நோய்கள் வருவதைத் தடுப்பதற்கு, சராசரியாக 28,000 கிரெய்ன் கார்பனும் 1330 கிரெய்ன் நைட்ரஜனும் ஒருவர் வாரந்தோறும் உட்கொண்டாலே போதும் என்று மருத்துவ அதிகாரியான மருத்துவர் ஸ்மித் கண்டறிந்தார். மேலும் கடுமையான நெருக்கடியால் பாதிக்கப்பட்ட பஞ்சாலைத் தொழிலாளர்கள் உட்கொண்ட குறைவான உணவும் இந்த அளவை ஒத்திருக்கிறது என்பதையும் அவர் கண்டார்.[4] இப்போது குறித்துக் கொள்ளுங்கள். இதைக் காட்டிலும் அதிகமான வறுமை நிலையிலுள்ள தொழிலாளி வர்க்கத்தினரின் சத்தூட்டத்தைப் பற்றி

---

3. நீலப் புத்தகம் (Blue Book) : இங்கிலாந்தின் நாடாளுமன்ற விவகாரங்கள், வெளியுறவு விவகாரத்தில் வெளியுறவு அமைச்சகம் உருவாக்கிய இராஜதந்திர ஆவணங்கள் ஆகியவற்றை உள்ளடக்கிய நூல். இந்த நூல்களுக்கு நீல நிற மேலட்டை இருந்ததால் அவை 'நீலப் புத்தகங்கள்' என அழைக்கப்பட்டன.

4. நீர் மற்றும் சில உயிர்சாராப் பொருள்களைத் தவிர (inorganic substances) கார்பனும் நைட்ரஜனும் மனிதர்களின் உணவின் மூலப் பொருள்களாக உள்ளன என்பதை நாம் வாசகருக்கு நினைவூட்டத் தேவையில்லை. ஆனால் மனித உடலமைப்புக்கு ஊட்டமளிக்க இந்த எளிய வேதிப் பொருள்கள் காய்கறிகள் வழியாகவோ, இறைச்சி வழியாகவோ கொடுக்கப்பட வேண்டும். எடுத்துக்காட்டாக, உருளைக் கிழங்கு முதன்மையாகக் கார்பன் சத்தைக் கொண்டிருக்கிறது. கோதுமையில் தயாரிக்கப்பட்ட ரொட்டியில் கார்பன் மற்றும் நைட்ரஜன் பொருள்கள் உரிய அளவு விகிதத்தில் கலந்திருக்கின்றன - அகிலத்தின் தொடக்க அறிக்கையில் கார்ல் மார்க்ஸ் எழுதிய குறிப்பு.

ஆராயுமாறு அறிவார்ந்த இதே மருத்துவரைத்தான் பிரிவியூ கவுன்சிலின் [5]மருத்துவ அதிகாரி இதற்குப் பிறகு மீண்டும அனுப்பினார். நாடாளுமன்றத்தின் ஆணைப்படி இந்த ஆண்டில வெளியிடப்பட்டிருக்கும் "பொது சுகாதாரத்தைப் பற்றிய ஆறாவது அறிக்கை" அவரது ஆய்வுகளின் முடிவுகளைக் கொண்டிருக்கிறது. இந்த மருததுவர் கண்டுபிடித்தது என்ன? பட்டு நெசவாளர்கள், தையல் வே5 லை செய்யும் பெண்கள், கையுறைகளையும் காலுறைகளையும் தயாரிக்கும் தொழிலாளர்கள் ஆகியோருக்கும் இன்னும் பிறருக்கும், சராசரியாக பஞ்சாலைத் தொழிலில் வேலையில்லாதவர்களுக்கு நெருக்கடிகாலத்தில் கிடைத்த சொற்ப ஊதியம்கூடக் கிடைப்பதில்லை. "பட்டினியால் வரும் நோய்களைத் தடுப்பதறகு மட்டுமே போதுமான" அளவு கார்பனும் நைட்ரஜனும்கூடக் கிடைப்பதில்லை.

> இந்த அறிக்கையிலிருந்து கீழ்க்கண்டவற்றை எடுத்துக் காட்டுகின்றோம்: "இது மட்டுமல்ல. விவசாய மக்கள் தொகையினரில் நாம் ஆய்வு செய்த குடும்பங்களைப் பொருத்தவரை, ஐந்தில் ஒரு பங்குக்கும் கூடுதலானவர்கள், போதுமானதென்று கணக்கிடப்பட்டிருக்கும் கார்பன் உணவுக்குக் குறைவாக பெற்றுள்ளனர் என்று தோன்றுகிறது. மூன்றில் ஒரு பங்குக்கும் அதிகமானவர்கள், போதுமானதென்று கணக்கிடப்பட்டிருக்கும் நைட்ரஜன் உணவுக்கும் குறைவாகவே பெற்றனர்; பெர்க்ஷயர், ஆக்ஸ்ஃபோர்ட்ஷயர், ஸாமர்ஸெட்ஷயர் ஆகிய மூன்று பகுதிகளில் பற்றாக்குறையான நைட்ரஜன் உணவே அந்தந்த இடத்தின் சராசரி உணவாக இருந்தது". "அவர்கள் உணவுப் பற்றாக்குறையை மிகவும் தயக்கத்தோடுதான் ஏற்றுக் கொள்கிறார்கள் என்பதையும் வழக்கமாகவே மற்ற துன்பங்கள் ஏற்பட்ட பிறகுதான் பெருமளவில் உணவுப் பற்றாக்குறை ஏற்படும் என்பதையும் நாம் நினைவில் கொள்ள வேண்டும்... துப்புரவாக இருப்பதுகூட அதிகப் பணச்செலவை ஏற்படுத்துவதாகவோ, கடினமானதாகவோ இருக்கும். அவ்வாறு துப்புரவாக இருக்க சுயமரியாதையுடன்

5. 13ஆம் நூற்றாண்டில் நிறுவப்பட்ட அமைப்பு. இதில் நிலப்பிரபுத்துவ மேற்குடியினரும் (landed aristocracy) உயர்நிலை மதகுருக்களும் மட்டுமே உறுப்பியம் வகித்தனர். அரசனின் கீழ் ஆலோசனை அவையாக இருந்த இந்த அமைப்பு 17ஆம் நூற்றாண்டு வரை அரசு நிர்வாகத்தில் முக்கியப் பங்கு வகித்தது. பின்னர் நாடாளுமன்ற அரசியலின் வளர்ச்சியின் காரணமாக அது தனது முக்கியத்துவத்தை இழந்தது.

சில முயற்சிகள் மேற்கொள்ளப்படுமானால் அப்படிப்பட்ட முயற்சி ஒவ்வொன்றும் கூடுதலான பசித்துன்பங்களைத்தான் பிரதிநிதித்துவப்படுத்தும்". அதிகாரபூர்வமான அறிக்கை மேலும் கூறுகிறது: "இங்கு குறிப்பிடப்பட்டுள்ள வறுமை சோம்பலின் காரணமாக வரவழைத்துக் கொண்ட வறுமை அல்ல என்பதை நினைவுபடுத்திக் கொண்டால் - எடுத்துக்காட்டுகள் அனைத்தும் இது உழைக்கும் மக்களின் வறுமையே என்பதைச் சுட்டிக்காட்டுகின்றன - இவை வேதனை தரும் கருத்துகளாகும். மிகக் குறைவான உணவைப் பெறுவதற்குத் தேவையான வேலையும்கூடப் பெரும்பாலும் மிக அதிக நேரம் நீட்டிக்கப்படுவதாக இருந்தது உண்மைதான்."

இந்த அறிக்கை ஒரு விநோதமான, இன்னும் சொல்லப் போனால் எதிர்பார்க்கப்படாத ஓர் உண்மையை வெளிப்படுத்துகிறது.

இங்கிலாந்து, வேல்ஸ், ஸ்காட்லாந்து, ஐயர்லாந்து ஆகிய "பிரிட்டனின் பிரிவுகளி"ல் மிகவும் பணக்காரப் பிரிவாகிய "இங்கிலாந்தின் விவசாய மக்கள் தொகையினர்"தாம் மிகக் குறைவாக உணவு ஊட்டப்படுகின்றனர்; ஆனால், கிழக்கு இலண்டனில் சிறு தொழில்களில் வேலை செய்யும் வினைத்திறனுள்ள (skilled) தொழிலாளர்களைக் காட்டிலும் பெர்க்ஷயர், ஆக்ஸ்ஃப்போர்ட்ஷயர், சவுதீஸ்ட்ஷயர் ஆகியவற்றிலுள்ள விவசாயத் தொழிலாளர்களும்கூட நல்ல நிலைமையில் இருக்கிறார்கள்.

*1864*இல் நாடாளுமன்ற ஆணையின்படி, தடையற்ற வணிகம் நடந்த காலகட்டத்தில், நாடாளுமன்றத்தின் பொது அவையில் நிதியமைச்சர், "பிரிட்டிஷ் தொழிலாளியின் சராசரி நிலைமை, நாம் அசாதாரணமானதென்று சொல்லக்கூடிய அளவுக்கு, எந்தக் காலத்திலும், எந்த நாட்டின் வரலாற்றிலும் முன்னுவமை இல்லாத அளவுக்கு மேம்பாடு அடைந்துள்ளது" என்று கூறியபோது வெளியிடப்பட்ட அதிகாரபூர்வமான அறிக்கைகள்தான் இவை.

இந்த அதிகாரபூர்வமான பாராட்டுதல்கள் மீது, அதிகாரபூர்வமான பொது சுகாதார அறிக்கையின் வறட்சி நிறைந்த கூற்று அதிர்ச்சியை உண்டாக்குகிறது: "ஒரு நாட்டின் பொது சுகாதாரம் என்பது அந்த நாட்டின் மக்கள் திரளினரின் சுகாதாரத்தையே குறிக்கும். அந்த மக்கள் திரளினர், அவர்களது கீழ்நிலைப் பிரிவினர் உட்பட,

குறைந்தபட்சம் மிதமான சுபிட்சத்தோடு இருந்தாலன்றி அவர்களால் சிறிதுகூட ஆரோக்கியமாக இருக்க முடியாது."

தமது கண் எதிரே நடனமாடும், 'தேசத்தின் முன்னேற்றம்' பற்றிய புள்ளிவிவரங்களால் பிரமித்துப் போய், கட்டுக்கடங்காத பரவசத்தோடு நிதியமைச்சர் கூறுகிறார்:

" நாட்டின் வரிவிதிக்கப்படக்கூடிய வருமானத்தில், 1842 முதல் 1852 வரையிலான காலத்தில், 6 விழுக்காடு அதிகரிப்பு ஏற்பட்டுள்ளது. 1853ஆண்டுக் கணக்கை அடிப்படையாகக் கொண்டால், இந்த அதிகரிப்பு 20 விழுக்காடாகும்! இது அநேகமாக நம்பமுடியாத அளவுக்கு மலைக்க வைக்கும் உண்மையாகும். ...போதையேற்றுமளவுக்கு இந்த செல்வமும் சக்தியும் உடைமை வர்க்கங்களிடம் மட்டுமே பெருகியுள்ளன " என்று கூறுகிறார் கிளாட்ஸ்தோன்.[6]

எத்தகைய சிதைந்துபோன உடல் நிலை, சிதைக்கப்பட்ட ஒழுக்க நெறிகள், மன அழிவு ஆகிய நிலைமைகளின் கீழ் தொழிலாளி வர்க்கத்தினரால் "போதையேற்றுமளவுக்கு" இந்த செல்வமும் சக்தியும் பெருகச் செய்யப்பட்டது, பெருகச்செய்யப்படுகிறது என்பதைத் தெரிந்துகொள்ள விரும்புவீர்களேயானால், தையல் தொழிலாளர்கள், அச்சுக்கூடத் தொழிலாளர்கள், ஆடைதயாரிக்கும் தொழிலாளர்கள் ஆகியோரின் தொழிற்கூடங்களைப் பற்றி அண்மையில் வெளிவந்துள்ள பொது சுகாதார அறிக்கையில் தொங்கவிடப்பட்டிருக்கும் சித்திரத்தைப் பாருங்கள்! "குழந்தைகளின் வேலைநியமனம் பற்றிய ஆணையத்தின் 1863இல் ஆண்டு அறிக்கை"யுடன் ஒப்பிட்டுப் பாருங்கள். எடுத்துக்காட்டாக, அந்த அறிக்கை கூறுவதைச் சொல்கிறேன்:

பாண்டம் செய்கிறவர்கள்-ஆண்களும் பெண்களும் - ஒரு வர்க்கம் என்னும் முறையில் உடல்ரீதியாகவும் மனரீதியாகவும் மிகவும் சீரழிந்த மக்கள் தொகையினரைப் பிரதிநிதித்துப் படுத்துகிறார்கள்; "ஆரோக்கியமற்ற குழந்தை தன் பங்குக்கு ஆரோக்கியமற்ற பெற்றோராகின்றது"; "இந்த இனம் தொடர்ந்து நசிந்து கொண்டே இருக்கும்."; "அண்டைப் பகுதியிலிருந்து மக்கள் இங்கு தொடர்ந்து குடியேறாமலோ, மிக ஆரோக்கியமான

6. அகிலத்தின் தொடக்க அறிக்கை வெளியிடப்பட்ட காலத்தில் இங்கிலாந்தின் நிதி அமைச்சராக இருந்தவர். பின்னர் அவர் பிரதம அமைச்சராகவும் இருந்திருக்கிறார்.

இனங்களுடன் கலப்பு மணங்கள் நடக்காமலோ இருந்திருக்குமேயானால் ஸ்டாஃபோர்ட்ஷயரின் மக்கள் தொகை இன்னும் அதிகமான நசிவுக்கு உள்ளாகியிருக்கும்".

"ரொட்டி தயாரிக்கும் தொழிலாளர்கள் தமக்குள்ள குறைகளைப் பற்றித் தெரிவித்த புகார்கள்" பற்றி திரு.த்ரெமென்ஹீர் வெளியிட்டுள்ள நீலப் புத்தகத்தைப் புரட்டிப் பாருங்கள்! தொழிற்சாலை ஆய்வாளர்களால் தெரிவிக்கப்பட்ட, தலைமைப் பதிவாளரால் விளக்கப்பட்டு உறுதிசெய்யப்பட்ட இந்தப் புதிரான அறிக்கையைக் கண்டு யார்தான் நடுங்கவில்லை.? அந்த அறிக்கையின்படி, பஞ்சகால நிவாரணமாகக் கொடுக்கப்பட்ட சொற்ப உணவைக் கொண்டும்கூட லங்காஷயர் தொழிலாளர்களின் ஆரோக்கியம் உண்மையிலேயே மேம்பாடடைந்தது; ஏனென்றால் பருத்திப் பஞ்சத்தின் காரணமாக அவர்கள் தொழிற்சாலையிலிருந்து தற்காலிகமாக ஒதுக்கி வைக்கப்பட்டிருந்தார்கள்; குழந்தைகளின் இறப்பு விகிதம்கூடக் குறைந்து கொண்டிருந்தது. ஏனெனில் கடைசியாக அவர்களுடைய தாய்மார்கள் கோட்ஃப்ரி மருந்துக்குப் பதிலாகத் தாய்ப்பாலைத் தங்கள் குழந்தைகளுக்குத் தர அனுமதிக்கப்பட்டனர்.[7]

பதக்கத்தின் மறுபக்கத்தை மீண்டும் பாருங்கள். ஆண்டு வருமானம் 50,000 பவுண்டுகளும் அதற்கு அதிகமாகவும் இருப்பதாக வரிவசூலிப்பவர்களால் மதிப்பிடப்படுகின்ற நபர்களின் எண்ணிக்கையில் 1862 ஏப்ரல் 5 முதல் 1863 ஏப்ரல் வரையிலான காலத்தில் மேலும் பதின்மூன்று பேர்கள் சேர்ந்திருக்கிறார்கள் - ஒரே ஆண்டில் அவர்களது எண்ணிக்கை 67இலிருந்து 80ஆக உயர்ந்திருக்கிறது - என்பதை நாடாளுமன்றத்தின் பொது அவையில் 1864 ஜூலை 20 இல் சமர்ப்பிக்கப்பட்ட வருமானம் மற்றும் சொத்துவரிக் கணக்குகள் நமக்குத் தெரிவிக்கின்றன. 2, 50,00,000 பவுண்டு ஸ்டர்லிங் ஆண்டு வருமானத்தை ஏறத்தாழ 3000 நபர்கள் தமக்கிடையே பகிர்ந்துகொள்கிறார்கள் என்று அந்தக் கணக்குகளே கூறுகின்றன. இது இங்கிலாந்திலும் வேல்ஸிலும் விவசாயத்

7. தொழிற்சாலைகளில் 'வேலைக்கு அமர்த்தப்பட்ட' பெண் தொழிலாளர்கள் நீண்ட நேரம் வேலை செய்ய வேண்டியிருந்ததால், அவர்களுக்குத் தங்கள் குழந்தைகளுக்குப் பாலூட்டக் கூட நேரம் இருக்கவில்லை. சத்தூட்டக் குறைவால் பாதிக்கப்பட்ட குழந்தைகளுக்கு கோட்ஃபரி மருந்து கொடுக்கப்பட்டு வந்தது. பருத்திப் பஞ்சத்தின் காரணமாக சிறிது காலம் வேலையில்லாமல் இருந்த காலத்தில்தான் அவர்களால் தம் குழந்தைகளுக்குத் தாய்ப்பால் கொடுக்க முடிந்தது!

தொழிலாளர்களுக்கு ஆண்டுதோறும் கொடுக்கப்படும் வருமானத்தைவிடக் கூடுதலாகும். 1861ஆம் ஆண்டு மக்கள் தொகைக் கணக்கைப் புரட்டிப் பாருங்கள். இங்கிலாந்திலும் வேல்ஸிலும் ஆண் நிலவுடைமையாளர்களின் எண்ணிக்கை 1851இல் 16,934; 1861இல் அது 15,066ஆகக் குறைந்துவிட்டது; ஆகவே பத்தாண்டுகளில் நிலக்குவிப்பு 11 விழுக்காடாக அதிகரித்திருப்பதைக் காண முடியும். நாட்டிலுள்ள நிலம் ஒரு சிலர் கைகளில் குவிவது இதே வேகத்தில் நடக்குமானால், நிலப் பிரச்சினை, ரோமானியப் பேரரசில் இருந்ததைப் போல எளிதானதாகிவிடும். ரோமப் பேரரசின் ஆப்பிரிக்க மாநிலத்தின் அரைவாசிப் பகுதி ஆறு கனவான்களுக்குச் சொந்தமானது என்பதைக் கண்டுபிடித்த போது நீரோ மன்னன் வியந்து சிரித்தாராம்.

"அநேகமாக நம்பமுடியாத அளவுக்கு வியப்பு தரும் உண்மைகளைப்" பற்றி நாம் இவ்வளவு விரிவாகக் கூறுவதற்குக் காரணம், ஐரோப்பாவின் வணிகத்திற்கும் தொழிலுற்பத்திக்கும் இங்கிலாந்து தலைமை வகிப்பதுதான். சில மாதங்களுக்கு முன் லூயி நெப்போலியனின்[8] மகன்களிலொருவர் அகதியாக இங்கு வந்தார். ஆங்கில விவசாயத் தொழிலாளியின் நிலைமை, கால்வாய்க்கு[9] மறுகரையிலுள்ள பகட்டுக் குறைந்த அவரது தோழரின் நிலைமையோடு ஒப்பிடுகையில் உயர்வானதாக இருக்கிறது என்று அவர் பாராட்டியது நினைவிலிருக்கும். ஐரோப்பாக் கண்டத்தில் தொழில் வளர்ச்சியடைந்துள்ள, முன்னேற்றமடைந்துள்ள எல்லா நாடுகளிலும் ஆங்கிலேய யதார்த்தங்கள் - அந்தந்த இடத்தின் வண்ணங்களில் மாற்றம் ஏற்படுத்தியும், சற்றுச் சுருங்கிய அளவிலும் - தம்மை மறு உற்பத்தி செய்துகொள்கின்றன. இந்த நாடுகள் அனைத்திலும் 1848 முதல் முன்னுவமை இல்லாத தொழில் வளர்ச்சி ஏற்பட்டுள்ளது; கனவிலும்கூட நினைத்திருக்க முடியாத அளவுக்கு இறக்குமதியும் ஏற்றுமதியும் அதிகரித்திருக்கின்றன. இவை

---

8. தேர்தல் மூலம் பிரெஞ்சுக் குடியரசுத் தலைவர் பதவிக்கு வந்த லூயி போனபார்ட் (நெப்போலியன் போனபார்ட்டின் சகோதரர் மகன்), தன்னைத்தானே முடிமன்னனாக அறிவித்துக் கொண்டு பிரான்ஸின் இரண்டாவது குடியரசைக் கலைத்துவிட்டு, அதனை இரண்டாம் பேரரசாக ஆக்கினார். அந்தப் பேரரசு 1852 முதல் 1870 வரை நீடித்தது. பிரஷ்யாவுக்கும் பிரான்ஸுக்கும் நடந்த போரில் 1871இல் தோற்கடிக்கப்பட்ட லூயி நெப்போலியன், பிரஷ்யத் துருப்புகளால் சிறைபிடிக்கப்பட்டார்.

9. இங்கிலாந்துத் தீவையும் பிரான்ஸையும் பிரிக்கும் கடல்பகுதிக்கு ஆங்கிலக் கால்வாய் (English Channel) என்று பெயர். இது சுருக்கமாக, 'கால்வாய்' என்று அழைக்கப்படுகிறது. 'மறுகரை' என்பது பிரான்ஸைக் குறிக்கும்.

எல்லாவற்றிலும், "முற்றிலும் உடைமை வர்க்கங்களுக்கு மட்டுமே செல்வத்திலும் சக்தியிலும் ஏற்பட்டுள்ள பெருக்கம்", உண்மையாகவே "போதையேற்றுவதுதான்". இவை எல்லாவற்றிலுமே - இங்கிலாந்தைப் போலவே - தொழிலாளி வர்க்கத்தில் சிறுபான்மையினரின் உண்மை ஊதியம் (real wages) ஓரளவு அதிகரித்தது. அதேவேளை, தொழிலாளர்களின் பெரும்பான்மை யினரின் பண ஊதியத்தில் (money wages) ஏற்பட்டுள்ள அதிகரிப்பு, வசதிகள் உண்மையிலேயே ஏற்பட்டுள்ளதைக் குறிக்கவில்லை. எடுத்துக்காட்டாக, இலண்டனிலுள்ள வறியோர் விடுதியிலோ, ஆதரவற்றோர் இல்லத்திலோ உள்ளவர்களின் அடிப்படைத் தேவைகளுக்கான செலவு 1852இல் 7 பவுண்டு 7 ஷில்லிங் 4 பென்ஸாக இருந்தது, 1861இல் 9 பவுண்டு 15 ஷில்லிங் 8 பென்ஸாக அதிகரித்திருப்பது அந்த வறியோர் விடுதிகளிலும் ஆதரவற்றோர் இல்லங்களிலும் இருப்போருக்கு சிறிது நன்மையைக் கூட ஏற்படுத்தவில்லை என்பதைப் போன்றதுதான் தொழிலாளர்களின் பண ஊதியத்தில் ஏற்பட்டுள்ள அதிகரிப்பும். எல்லா இடங்களிலும் தொழிலாளி வர்க்கத்தின் பெருந்திரளினர் அதலபாதாளத்தில் மூழ்கிக் கொண்டிருந்தார்கள். குறைந்தபட்சமாகச் சொல்வதென்றால், அவர்கள் தங்களுக்கு மேலே உள்ளவர்கள் சமூக நிலைமையில் எந்த வேகத்தில் மேலே ஏறிக் கொண்டிருந்தார்களோ, அதே வேகத்தில் கீழே இறங்கிக் கொண்டிருந்தார்கள். இயந்திரங்களில் ஏற்பட்ட மேம்பாடோ, பொருளுற்பத்தியில் அறிவியலைப் பயன்படுத்துவதோ, போக்குவரத்துச் சாதனங்களின் மேம்பாடோ, புதிய காலனிகளோ, வெளிநாடுகளுக்குக் குடிபெயர்வதோ, புதிய சந்தைகளோ, வணிகச் சுதந்திரமோ - அல்லது இவை அனைத்தும் சேர்ந்தோ - பெருந்திரளான உழைக்கும் மக்களின் துன்பங்களை ஒழிக்கப் போவதில்லை; ஆனால் இன்றைய தீய அடித்தளத்தின் மீது உழைப்பின் உற்பத்திச் சக்திகளுக்கு ஏற்படும் ஒவ்வொரு புதிய வளர்ச்சியும் சமூக வேறுபாடுகளை ஆழமாக்க, சமூக முரண்பாடுகளைக் குறித்துக் காட்ட நிச்சயமாக முற்படும் என்பது இப்போது, ஐரோப்பாக் கண்டத்திலுள்ள எல்லா நாடுகளிலும் தற்சாய்வுக் கருத்துகளைக் கொண்டிராத எவருக்கும் விளக்கிக் காட்டக் கூடிய உண்மையாகி விட்டது. போலியான சொர்க்கத்தில் மற்றவர்களை வைத்திருப்பதில் பயனடையக்கூடியவர்கள் மட்டுமே இதை மறுக்கிறார்கள். பொருளாதார முன்னேற்றத்தின் "போதையேற்றும்" இந்த சகாப்தத்தில், பிரிட்டிஷ் பேரரசின்

தலைநகரில் பட்டினிச்சாவு கிட்டத்தட்ட ஒரு நிறுவன அந்தஸ்துக்கு வளர்ச்சியடைந்தது. வணிக மற்றும் தொழில் நெருக்கடி என்று சொல்லப்படும் சமூக நச்சுக் கிருமி வேகமாகத் திரும்பி வருவதை, அது சுற்றித் தழுவும் எல்லைகள் விரிவடைந்து வருவதை, முன்னைக் காட்டிலும் அது ஏற்படுத்தும் மரண விளைவுகளை உலக வரலாற்றின் இந்த சகாப்தம் குறிக்கின்றது.

*1848*ஆம் ஆண்டுப் புரட்சிகளின் தோல்விக்குப் பிறகு, ஐரோப்பாக் கண்டத்தில் தொழிலாளி வர்க்கத்தினரின் அனைத்துக் கட்சி அமைப்புகளும் கட்சிப் பத்திரிகைகளும் பலாத்காரம் என்னும் இரும்புக் கரத்தால் நசுக்கப்பட்டன. உழைப்பாளர்களின் மிக முன்னேறிய புதல்வர்கள் விரக்தியடைந்து அட்லாண்டிக் மாக்கடலின் மறுகரைக்கு[10] ஓடினார்கள். தொழில்வளர்ச்சி சுரம், ஒழுக்கச் சீர்கேடு, அரசியல் பிற்போக்கு ஆகியவற்றின் சகாப்தத்திற்கு முன்னால் விடுதலை பற்றி அற்பாயுளே நீடித்த கனவுகள் மறைந்தொழிந்தன. ஐரோப்பாக் கண்டத்திலுள்ள தொழிலாளி வர்க்கத்தின் தோல்விக்கு இங்கிலாந்து அரசாங்கத்தின் இராஜதந்திரம் பகுதியளவுக்குக் காரணம். இன்று போலவே அன்றும் இங்கிலாந்து அரசாங்கம் செயின்ட் பீட்டர்ஸ்பர்க் அமைச்சரவையோடு சகோதர ஒருமைப்பாட்டுடன் செயல்பட்டது. அந்தத் தோல்வியின், தொற்றுநோய்த் தன்மையுடைய விளைவுகள் கால்வாயின் இந்தக் கரைக்கும் பரவின. ஐரோப்பாக் கண்டத்தில் தங்கள் சகோதரர்களுக்கு ஏற்பட்ட வீழ்ச்சி, ஆங்கிலேயத் தொழிலாளி வர்க்கங்களைத் தீரமிழக்கச் செய்து, தமது சொந்த இலட்சியத்தில் அவர்களுக்கிருந்த நம்பிக்கையை நொறுக்கியது என்றால், நிலப்பிரபுக்களுக்கும் மூலதனப் பிரபுக்களுக்கும் ஓரளவு ஆட்டங்கண்டிருந்த அவர்களது தன்னம்பிக்கையை மீட்டுக் கொடுத்தது. அவர்கள் தொழிலாளர்களுக்கு ஏற்கெனவே அறிவித்திருந்த சலுகைகளைத் திமிரோடு திரும்பப் பெற்று கொண்டார்கள். தங்கம் கிடைக்கும் புதிய நாடுகள் கண்டுபிடிக்கப்பட்டதானது, ஏராளமானோரை நாட்டிலிருந்து வெளியேறச் செய்து, பிரிட்டிஷ் பாட்டாளி வர்க்க அணிகளில் ஈடு செய்யமுடியாத வெற்றிடத்தை ஏற்படுத்தியது. முன்பு பாட்டாளி வர்க்கத்தில் செயலூக்கமுள்ள உறுப்பினர்களாக இருந்த பலர் கூடுதல் வேலை, கூடுதல் ஊதியம் என்னும் தற்காலிக இலஞ்சத்தில் மாட்டிக் கொண்டு "அரசியல் கருங்காலிகளாக" மாறினார்கள். சாசன இயக்கம்

10. அட்லாண்டிக் மாக்கடலின் மறுகரை: அமெரிக்கா.

தளர்ந்துவிடாமல் பாதுகாக்கவோ, அதை மறுகட்டமைப்புச் செய்யவோ மேற்கொள்ளப்பட்ட முயற்சிகளும்கூட குறிப்பிடத்தக்க வகையில் தோல்வியடைந்தன. வெகுமக்களின் அலட்சியத்தால் தொழிலாளி வர்க்கத்தின் பத்திரிகைகள் ஒவ்வொன்றாக மரித்தன. உண்மையைச் சொல்ல வேண்டுமென்றால், இத்தகைய அரசியல் வெறுமை நிலைக்கு ஆளாக இதற்கு முன் எந்தக் காலத்திலும் ஆங்கிலத் தொழிலாளி வர்க்கம் தன்னை இணங்கச் செய்ததில்லை. பிரிட்டிஷ், ஐரோப்பாக் கண்டத் தொழிலாளி வரக்கங்களிடையே இதற்கு முன்பு செயலில் ஒருமைப்பாடு ஏதும் இல்லாதிருந்தது என்றால், தோல்வியில் ஒருமைப்பாடு இருந்தது என்பது நிச்சயம்.

ஆயினும், 1848ஆம் ஆண்டுப் புரட்சிகளுக்குப் பின்னர் இன்றுவரையிலான காலகட்டம், ஈடுசெய்யும் கூறுகளையும் கொண்டிருக்காமல் இல்லை. இரு மகத்தான கூறுகளை மட்டும் இங்கு நாம் சுட்டிக் காட்டுவோம்.

முப்பதாண்டுக் காலம் மிகவும் போற்றத்தக்க விடாமுயற்சியோடு போராட்டம் நடத்திய ஆங்கிலத் தொழிலாளி வர்க்கத்தினர் நிலப்பிரபுக்களுக்கும் பணப்பிரபுக்களுக்கும் ஏற்பட்ட முக்கியத்துவம் வாய்ந்த பிளவைப் பயன்படுத்திக் கொண்டு,[11] பத்து மணி நேர வேலை சட்டவரைவை நிறைவேற்றச் செய்வதில் வெற்றியடைந்துள்ளனர். இதன் மூலம் ஆலைத் தொழிலாளர்களுக்கு கிடைக்கக்கூடிய ஏராளமான உடல்நல, ஒழுக்கம் சார்ந்த, அறிவுசார்ந்த நன்மைகள் அனைத்துத் தரப்பினராலும் புரிந்து கொள்ளப்பட்டிருக்கின்றன. அரையாண்டுக்கு ஒருமுறை தொழிற்சாலை ஆய்வாளர்களால் தரப்படும் அறிக்கைகளில் இவை விவரிக்கப்படுகின்றன. ஐரோப்பாக் கண்டத்திலுள்ள பெரும்பாலான அரசாங்கங்களுமே இங்கிலாந்துச் சட்டத்தை, கூடுதலாகவோ

தொழிற்சலைகளில் வேலைநேரத்தைக் குறைக்க வேண்டும் என்பதற்காக இங்கிலாந்துத் தொழிலாளர்கள் பல பத்தாண்டுகள் நடத்திய போராட்டத்தின் விளைவாக, அந்த நாட்டின் நாடாளுமன்றம் 1847இல் வேலை நேரத்தைப் பத்து மணியாகக் குறைக்க ஒப்புதல் தரும் சட்டவரைவை (Bill) நிறைவேற்றியது. பல்வேறு அரசியல் சக்திகளுக்கிடையே இருந்த ஊடாட்டங்களின் சிக்கலான விளைவின் காரணமாகவும் தொழிலாளர்களிடையே பெரும் கொந்தளிப்பு ஏற்படும் என்னும் அச்சத்தின் காரணமாகவும் இந்தச் சட்டவரைவு நிறைவேற்றப்பட்டது. இதை நிறைவேற்றுவதற்கு 'உதவி செய்தவர்கள்' தொழிற்துறை முதலாளிவர்க்கத்தின் வளர்ச்சியைக் கண்டு எரிச்சலடைந்திருந்த நிலப்பிரபுத்துவ மேற்குடியினர்.

குறைவாகவோ மாற்றங்களைக் கொண்ட வடிவத்தில் அங்கீகரிக்க வேண்டியுள்ளது. இங்கிலாந்தின் நாடாளுமன்றமும்கூட ஒவ்வோராண்டும் அதனுடைய நடவடிக்கைகளின் எல்லைகளை விரிவுபடுத்த நிர்பந்திக்கப்படுகின்றது. தொழிலாளி வர்க்கத்தின் செயல்பாட்டுக்குள்ள நடைமுறை முக்கியத்துவத்தைத் தவிர, அந்த செயல்பாட்டின் அற்புதமான வெற்றியைப் போற்றிப் புகழ இன்னொரு காரணமும் இருக்கின்றது. அதாவது, தொழிலாளரின் உழைக்கும் நேரத்தை எவ்விதச் சட்டரீதியான முறைகளாலும் வரம்புக்குட்படுத்தினால், அது பிரிட்டிஷ் தொழில்துறைக்குக் கொடுக்கப்படும் மரண அடியாகவே இருக்கும் என்று முதலாளி வர்க்கம் தனது மிகக் கேவலமான அறிவியல் கருவிகளான மூத்த பேராசிரியர் டாக்டர் யூர் போன்றவர்களின் மூலமாகவும், இந்த முத்திரை தாங்கிய இதர அறிவாளிகள் மூலமாகவும் ஆரூடம் கூறியதுடன், தனது மனம் நிறைவடையும் வகையில் அதை நிரூபித்தும் காட்டியது. பிரிட்டிஷ் தொழில்துறையால் இரத்தக் காட்டேரியைப் போல இரத்தத்தை, அதுவும் குழந்தைகளின் இரத்தத்தை உறிஞ்சிக் குடித்தால் மட்டுமே உயிர் வாழ முடியும். பண்டைக் காலத்தில் மோலாக் மதத்தில் குழந்தைகளைப் பலி கொடுப்பது ஒரு மர்மமான சடங்காக இருந்தது. ஆனால் அது ஒரு பயபக்தி நிறைந்த ஓரிரு சந்தர்ப்பங்களில் மட்டுமே, ஒருவேளை ஆண்டுக்கொரு முறை மட்டுமே கடைப்பிடிக்கப்பட்டது. மேலும், ஏழைகளின் குழந்தைகள் மீது மட்டுமே மோலாக் தனது பிரத்யேக ஆர்வத்தைக் காட்டவில்லை. உழைப்பு நேரத்தை சட்டரீதியாக வரம்புக்குட்படுத்துவதற்கான போராட்டம் அன்றிலிருந்து மிக உக்கிரமாக நடந்தது. அதற்குக் காரணம், பேராசைக்கு[12] ஏற்பட்ட அச்சம் ஒருபுறமிருக்க, முதலாளி வர்க்கத்தின் அரசியல் பொருளாதாரமாகிய வழங்கல் மற்றும் வேண்டல் (supply and demand) என்னும் விதியின் கண்மூடித்தனமான ஆட்சிக்கும் தொழிலாளி வர்க்கத்தின் அரசியல் பொருளாதாரமாகிய சமூகத் தொலைநோக்கினால் நிர்வகிக்கப்படும் சமூக உற்பத்திக்குமிடையே நடைபெற்ற மாபெரும் போட்டியில் அந்தப் போராட்டம் மிகப் பெரும் தாக்கம் ஏற்படுத்தியது. ஆகவேதான், பத்து மணி நேர வேலை சட்டவரைவு மாபெரும் நடைமுறை வெற்றி மட்டுமல்ல, ஒரு கோட்பாட்டின் வெற்றியுமாகும்; முதல் முறையாக பட்டப்பகலில் தொழிலாளி வர்க்க அரசியல் பொருளாதாரத்திடம்

---

12. அதீத இலாபம் பெற வேண்டும் என்று முதலாளி வர்க்கத்துக்கு இருந்த பேராசை.

முதலாளி வர்க்க அரசியல் பொருளாதாரம் அடைந்த தோல்வியும் அதுதான்.

ஆனால் உடைமையின் அரசியல் பொருளாதாரத்தின் மீது உழைப்பின் அரசியல் பொருளாதாரம் அடையப் போகின்ற இன்னும் பெரிய வெற்றியும் இருந்தது. நாம் இங்கு கூட்டுறவு இயக்கத்தைப் பற்றி, அதிலும் குறிப்பாக, ஒரு சில துணிச்சலான "கைகளால்" யாருடைய உதவியுமில்லாமல் மேற்கொள்ளப்பட்ட முயற்சிகளின் மூலம் ஏற்படுத்தப்பட்ட கூட்டுறவுத் தொழிற்சாலை களைப் பற்றிப் பேசுகிறோம். இந்த மாபெரும் சமூகப் பரிசோதனைகளின் மதிப்பைப் பற்றி எவ்வளவு கூறினாலும் அது மிகையல்ல. நவீன அறிவியலின் அறிவுரைகளுக்கு ஏற்ப மேற்கொள்ளப்பட்ட பெருவீதப் பொருளுற்பத்தியை, கூலித் தொழிலாளர்கள் என்ற வர்க்கத்தை வேலைக்கு அமர்த்தும் ஆண்டைகள் என்னும் வர்க்கம் இல்லாமலே மேற்கொள்ள முடியும்; உழைப்புச் சாதனங்கள் பலனளிக்க வேண்டுமென்றால் தொழிலாளி மீது ஆதிக்கம் செலுத்துகிற, அவரைக் கசக்கிப் பிழிகின்ற சாதனங்களாக மட்டுமே அவற்றைப் பயன்படுத்த வேண்டிய தேவையில்லை; மேலும், அடிமை உழைப்பு, பண்ணையடிமை உழைப்பு ஆகியவற்றைப் போலவே கூலி உழைப்பும் நிரந்தரமற்ற, தரந்தாழ்ந்த உழைப்பு வடிவமே, விருப்பத்துடன் உழைக்கும் கை, உழைப்புக்குத் தயாராக உள்ள மூளை, மகிழ்ச்சி நிறைந்த இதயம் ஆகியவற்றுடன் பாடுபடுகின்ற கூட்டு உழைப்புக்கு முன்னால் அது மறைந்து போவது நிச்சயம் - இவற்றை விவாதத்தின் மூலமாக அன்றி செயலில் காட்டியிருக்கிறார்கள். இங்கிலாந்தில் கூட்டுறவு அமைப்புக்கான விதைகள் இராபர்ட் ஓவனால் விதைக்கப்பட்டன. ஐரோப்பாக் கண்டத்தில் தொழிலாளர்கள் முயற்சி செய்த பரிசோதனைகள் எல்லாம், உண்மையில் புதியன புனைதல் அல்ல, மாறாக 1848ஆம் ஆண்டில் உரத்து அறிவிக்கப்பட்ட தத்துவங்களின் நடைமுறை விளைவுகளே.

அதேவேளை, கூட்டுறவு உழைப்பு கோட்பாட்டளவில் மிகச் சிறப்பானதாகவும், நடைமுறை அளவில் பயனுள்ளதாகவும் இருந்த போதிலும், தனிப்பட்ட தொழிலாளர்கள் அவ்வப்போது மேற்கொள்கிற முயற்சிகள் என்னும் குறுகிய வட்டத்திற்குள்ளேயே அது வைக்கப்பட்டிருந்தால், ஏகபோகம் பெருக்கல் விகிதத்தில் **வளர்ச்சியடைவதைத் தடுக்கவோ**, வெகுமக்களை விடுதலை செய்யவோ, அவர்களது துன்பங்களின் சுமையைத் தெளிவாகப்

புலப்படுகின்ற வகையில் குறைக்கவும்கூட அதனால் ஒருபோதும் இயலாது என்பதை 1848 முதல் 1864 வரையிலான காலகட்டத்தின் அனுபவம் ஐயத்துக்கு இடமின்றி மெய்ப்பித்தது. நேர்மையானவர்களாகத் தெரிகின்ற மேன்மக்களும், பரோபகாரச் சிந்தனையுள்ள முதலாளித்துவ வாயாடிகளும், செல்வந்தர்களின் ஆதரவு பெற்ற பொருளாதாரவாதிகளும்கூட - ஏககாலத்தில் இதே கூட்டுறவு உழைப்பு முறையைப் பற்றி நமக்கு அருவருப்பூட்டும் வகையில் பாராட்டிப் பேசத் தொடங்கியிருப்பதும் ஒருவேளை இதே காரணத்துக்காக இருக்கலாம். இவர்கள்தாம் கூட்டுறவு உழைப்பை, கனவு காண்கின்றவர்களின் கற்பனா உலகம் என்று ஏளனம் செய்தோ, சோசலிஸ்டின் அடாத செயல் என்று அவதூறு செய்தோ அதை முளையிலேயே கிள்ளி எறிய வீண் முயற்சி செய்தவர்கள். பெருந்திரளான உழைக்கும் மக்களை விடுதலை செய்வதற்கு, கூட்டுறவு உழைப்பை தேசியப் பரிமாணங்கள் கொண்டதாக வளர்த்துச் செல்ல வேண்டும்; ஆகவே தேசிய சாதனங்கள் மூலமாகவே அவற்றைப் பேணி வளர்க்க வேண்டும். ஆனால் நிலப்பிரபுக்களும் மூலதனப் பிரபுக்களும் பொருளாதார ஏகபோகங்களைப் பாதுகாக்கவும் அவற்றை நிரந்தரமாக்கவும் தங்களது அரசியல் சிறப்புரிமைகளை எப்போதும் பயன்படுத்து வார்கள். ஆகவே உழைப்பின் விடுதலையை ஊக்குவிப்பதற்குப் பதிலாக அதன் பாதையில் சாத்தியமான ஒவ்வொரு தடையையும் தொடர்ந்து ஏற்படுத்துவார்கள். நாடாளுமன்றத்தின் சென்ற கூட்டத் தொடரில் ஐரிஷ் குத்தகை விவசாயிகளின் உரிமைகள் பற்றிய சட்டவரைவை ஆதரித்தவர்களை பால்மெர்ஸ்டன் பிரபு[13] எப்படியெல்லாம் ஏளனம் செய்து அவர்களது வாயை அடக்கினார் என்பதை நினைவுகூருங்கள். நாடாளுமன்ற பொது அவை நிலவுடைமையாளர்களின் அவையே என்று அவர் கூச்சலிட்டார். எனவே அரசியல் அதிகாரத்தை வென்றெடுப்பது தொழிலாளி வர்க்கங்களின் மாபெரும் கடமையாகின்றது. அவர்களும் இதைப் புரிந்துகொண்டதாகத் தோன்றுகிறது. ஏனெனில், இங்கிலாந்து, ஜெர்மனி, இத்தாலி, பிரான்ஸ் ஆகிய நாடுகளில் ஏககாலத்தில் தொழிலாளர் இயக்கங்கள் புதுப்பிக்கப்படுகின்றன; அந்த நாடுகளில் ஏககாலத்தில் தொழிலாளர்களின் கட்சியை அரசியல்ரீதியாக ஒழுங்கமைப்பதும் நடைபெறுகின்றது.

---

13. இங்கிலாந்தின் பிரதமர்.

வெற்றிக்கு வேண்டிய ஒரு கூறு - எண்ணிக்கை - அவர்களிடம் இருக்கின்றது; ஆனால், தொழிற்சங்கத்தால் இணைக்கப்பட்டு, அறிவால் வழிநடத்தப்பட்டால்தான் அந்த எண்ணிக்கை தீர்மானகரமானதாக இருக்கும். வெவ்வேறு நாடுகளைச் சேர்ந்த தொழிலாளர்களிடையே இருந்தாக வேண்டிய, விடுதலைக்கான அவர்களது போராட்டங்கள் அனைத்திலும் அவர்கள் ஒருவரோடொருவர் உறுதியாக சேர்ந்து நிற்குமாறு தூண்டியாக வேண்டிய சகோதரத்துவப் பிணைப்பை அலட்சியம் செய்வது, ஒன்றுக்கொன்று தொடர்பில்லாது போன அவர்களது முயற்சிகள் அடைந்த பொதுவான தோல்வியினால் தண்டிக்கப்படும் என்பதைக் கடந்தகால அனுபவம் காட்டியுள்ளது. 1864 செப்டம்பர் 28இல் செயின்ட் மார்ட்டின் மண்டபத்தில் நடந்த பொதுக்கூட்டத்தில் கூடியிருந்த பல்வேறு நாடுகளையும் சேர்ந்த தொழிலாளர்களை சர்வதேச சங்கத்தை அமைக்குமாறு தூண்டியது இந்தச் சிந்தனைதான்.

மற்றொரு உறுதியான நம்பிக்கையும் அந்தக் கூட்டத்தில் கலந்து கொண்டவர்களுக்கு ஊக்கம் கொடுத்தது.

தொழிலாளி வர்க்கத்தினரது விடுதலைக்கு அவர்களது சகோதரக் கூட்டுடன்பாடு தேவையென்றால், குற்றத்தன்மையுடைய நோக்கங்களைப் பின்பற்றுகின்ற, தேசிய வெறுப்புகளை, தற்சாய்வுகளைத் தூண்டிவிடுகின்ற, மக்களின் இரத்தத்தையும் செல்வத்தையும் விரயமாக்குகின்ற வெளியுறவுக் கொள்கையைக் கொண்டு அவர்களால் தங்களது மாபெரும் இலட்சியத்தை எவ்வாறு நிறைவேற்ற முடியும்? அட்லாண்டிக் மாக்கடலின் மறு பக்கத்தில் அடிமை முறையை நிரந்தரமாக்குவதற்கும் அதைப் பரப்புவதற்கும் நடைபெற்ற அவமானகரமான புனிதப் போரில் மேற்கு ஐரோப்பா கண்மூடித்தனமான வேகத்துடன் குதிப்பதிலிருந்து அதைக் காப்பாற்றியது ஆளும் வர்க்கத்தினரின் விவேகமல்ல; இந்தக் குற்றத்தன்மையுடைய தவறை இங்கிலாந்தின் தொழிலாளி வர்க்கத்தினர் தீரத்துடன் எதிர்த்ததுதான் அதற்குக் காரணம். காக்கஸஸ் பிரதேசத்தின் மலைக்கோட்டைகள் ரஷியாவுக்கு இரையாவதையும், வீரமிக்க போலந்து ரஷியாவால் படுகொலை செய்யப்பட்டதையும், வெட்கக்கேடான ஒப்புதலுடனும், போலித்தனமான அனுதாபத்துடனும் அல்லது முட்டாள்தனமான அலட்சியத்துடனும் ஐரோப்பாவின் மேல் வர்க்கத்தினர் பார்த்துக் கொண்டிருந்தனர்: செயின்ட் பீட்டர்ஸ்பர்க்கில் தனது தலையையும்

ஐரோப்பாவின் ஒவ்வொரு அமைச்சரவையிலும் தனது கைகளையும் வைத்துக் கொண்டிருக்கிற அந்தக் காட்டுமிராண்டித்தனமான அதிகாரம் மேற்கொண்ட ஏராளமான, எதிர்ப்புக்குள்ளாக்கப்படாத ஆக்கிரமிப்புகள், தொழிலாளி வர்க்கங்களுக்கு அவற்றின் கடமையைச் சுட்டிக்காட்டுகின்றன: சர்வதேச அரசியலின் மர்மங்களைத் தம்வசப்படுத்திக் கொள்ளும் திறமையைக் கற்றுக் கொள்வது; அவரவரது அரசாங்கங்களின் இராஜதந்திர நடவடிக்கைகளைக் கண்காணிப்பது; தேவைப்பட்டால், தங்களின் சக்திக்குள்ள அனைத்து வழிமுறைகளின் மூலம் அவ்ற்றை எதிர்ப்பது; அவற்றைத் தடுக்க முடியாத போது, ஏககாலத்தில் அவற்றைக் கண்டனம் செய்வதற்காக ஒன்றுபடுவது; தனிப்பட்ட நபர்களிடையே உள்ள உறவுகளை ஒழுங்குபடுத்துகிற ஒழுக்க நெறிகள், நீதி ஆகியவற்றின் எளிய விதிகளே நாடுகளுக்கிடையிலான உறவுகளில் தலையாய விதிகளாக இருக்க வேண்டும் என்பதை நிலைநாட்டுவது ஆகியனதான் அந்தக் கடமை.

இத்தகைய வெளியுறவுக் கொள்கையை உருவாக்க நடைபெறும் போராட்டம், தொழிலாளி வர்க்கத்தினரின் விடுதலைக்கான பொதுப் போராட்டத்தின் ஒரு பகுதியாகும்.

அனைத்து நாட்டுத் தொழிலாளர்களே, ஒன்றுசேருங்கள்!

✵✵✵

Bibliography

This bibliography has been divided into three parts. The first section (A) comprises the original editions of all reports of the congresses and conferences of the International Working Men's Association, as published by the organization itself at the time. The second (B) contains printed collections and publications subsequently gathered from the primary source documents; while the third (C) brings together the most significant books and articles written on the subject. To keep the length manageable, the writings of the main protagonists of the organization, as well as biographies written about them, have been omitted. More comprehensive bibliographic information may be obtained by consulting Maximilien Rubel, "Bibliographie de la Première Internationale", in *Cahiers de l'I.S.E.A., Série S*, n. 8 (1964): 251-275, and Bert Andreìas – Miklòis Molnaìr (eds.), *La première Internationale*, vol. IV: *Les congrès et les conférences de l'Internationale, 1873-1877*, pp. 745-780.

A. Reports of Congresses

Congrès ouvrier de l'Association International des Travailleurs tenu à Genève du 3 au 8 septembre 1866, Geneva: J.-C. Ducommun – G. Oettinger.

Procès-verbaux du congrès de l'Association internationale des travailleurs rèuni à Lausanne de 2 au 8 sempteber 1867, Le Chaux-de-Fond: Imprimerie de la Voix de l'Avenir.

Troisième Congrès de l'Association Internationale des Travailleurs. Compte rendu officiel, Bruxelles: L. Lemoine.

Association internationale des Travailleurs. Compte rendu du IVe Congrès international tenu à Bâle, en septembre 1869, Bruxelles: Désiré Brismée.

Compte rendu officiel du Sixième Congrès général de l'Association internationale des Travailleurs tenu à Genève du 1er au 6 septembre 1873, [Le] Locle: Courvoisier.

Compte rendu officiel du VII.e Congrès Général de l'Association Internationale des Travailleurs tenu à Bruxelles du 7 au 13 september 1874, Verviers: Emile Counard et Cie.

Association internationale des travailleurs. Compte rendu officiel du VIIIe congrès général tenu à Berne du 26 au 30 october 1876, Berne: Lang.

Compte-rendu du 9e Congrès général de l'Association internationale des travailleurs, tenu à Verviers les 6, 7 et 8 september 1877, in *Le Mirabeau*, vol. 10, n. 426.

B. Primary Sources

Institute of Marxism-Leninism of the C.C., C.P.S.U. (ed.) (1962) *The General Council of the First*

International 1864-1866: Minutes, Moscow: Foreign Languages Publishing House [2nd ed. 1974].

—. (1964) *The General Council of the First International 1866-1868: Minutes*, Moscow: Progress [2nd ed. 1973].

—. (1966) *The General Council of the First International 1868-1870: Minutes*, Moscow: Progress [2nd ed. 1974].

—. (1967) *The General Council of the First International 1870-1871: Minutes*, Moscow: Progress [2nd ed. 1974].

—. (1968) *The General Council of the First International 1871-1872: Minutes*, Moscow: Progress [2nd ed. 1974].

Burgelin, Henri, Knut Langfeldt and Miklos Molnar (eds.) (1962) *La première Internationale*, vol. I [1866-1868], Geneva: Droz.

—. (1962) *La première Internationale*, vol. II [1869-1872], Geneva: Droz.

Andreas, Bert and Miklos Molnar (eds.) (1971) *La première Internationale*, vol. III: *Les conflits au sein de l'Internationale, 1872-1873*, Geneva: Institut Universitaire de Hautes Études Internationales.

—. (1971) *La première Internationale*, vol. VI: *Les congrès et les conférences de l'Internationale, 1873-1877*, Geneva: Institut Universitaire de Hautes Études Internationales.

Gerth, Hans (ed.) (1958) *The First International. Minutes of the Hague Congress of 1872*, Madison: University of Wisconsin Press.

Institute of Marxism-Leninism of the C.C., C.P.S.U. (ed.) (1976) *The Hague Congress of the First International*, vol. 1: *Minutes and Documents*, Moscow: Progress.

—. (1978) *The Hague Congress of the First International,* vol. 2 *Reports and Letters,* Moscow: Progress

Bernstein, Samuel (ed.) (1961) "Papers of the General Council of the International Workingmen's Association. New York: 1872-1876", *Annali dell'Istituto Giangiacomo Feltrinelli,* vol. IV: 401-549.

C. Secondary Literature

Archer, Julian P. W. (1997) *The First International in France, 1864-1872: Its Origins, Theories, and Impact,* Lanham/New York/Oxford: University Press of America.

Bernstein, Samuel (1962) *The First International in America,* New York: A.M. Kelley.

Bourgin, Georges (1938) "La lutte du Gouvernement Français Contre la Première Internationale;

Contribution à l'Histoire de l'Après-Commune", in *International Review for Social History,* vol. 4: 39-138.

Braunthal, Julius (1966 [1961]) *History of the International,* New York: Nelson (transl. from the German ed.).

Bravo, Gian Mario (ed.) (1978) *La Prima Internazionale,* Rome: Editori Riuniti.

Bravo, Gian Mario (1979) *Marx e La Prima Internazionale,* Rome/Bari: Laterza.

Centre national de la recherche scientifique (ed.) (1968) *La Premiere Internationale, l'institute, l'implantation, le rayonnement,* Paris: Editions du Centre national de la recherche scientifique.

Collins, Henry and Chimen Abramsky (1965) *Karl Marx and the British Labour Movement: Years of the First International*, London: Macmillan.

Colloque International sur La premiere Internationale, 1964: Paris (1968), *La premiere Internationale: l'institution, l'implantation, le rayonnement, Paris, 16-18 novembre 1964*. Paris: Centre National de la Recherche Scientifique.

Del Bo, Giuseppe (ed.) (1958-1963) *Répertorie international des sources pour l'étude des mouvement sociaux aux XIXe et Xxe siècles. La Première Internationale*, vol. I: *Périodiques 1864-1877* (1958); vol. II: *Imprimés 1864-1876* (1961); vol. III: *Imprimés 1864-1876* (1963), Paris: Armand Colin.

Dlubek, Rolf, Evgenija Stepanova, Irene Bach, et al. (eds.) (1964) *Die 1. Internationale in Deutschland (1864-1872) Dokumente Und Materialien*. Berlin: Dietz.

Drachkovitch, Milorad M. (ed.) (1966) *The Revolutionary Internationals, 1864-1943*, Stanford: Stanford University Press.

Engberg Jens (ed.) (1985; 1992) *Den Internationale Arbejderforening for Danmark*, 2 vols., Copenhagen: Selskabet til forskning i arbejderbevaegelsens historie.

Fernbach, David (2010 [1974]), "Introduction" in Karl Marx, *The First International and After: Political Writings (vol. 3)*, London: Verso, pp. 9-71.

Freymond, Jacques (ed.) (1964) *Etudes et Documents sur la Première Internationale en Suisse*, Geneva: Droz.

Giele, Jacques (1973) *De Eerste Internationale in Nederland. Een onderzoek naar het ontstaan van de Nederlandse arbeidersbeweging van 1868 tot 1876*, Nijmegen: SUN.

Guillaume, James (1969 [1905-1910]) *L'Internationale, Documents et Souvenirs (1864-1878)* (4 vol.), New York: Burt Franklin.

Haupt, Georges (1978) *L'internazionale Socialista dalla Comune a Lenin*, Turin: Einaudi.

Lehning, Arthur (1965) "Introduction", in A. Lehning, – A. J. C. Rüter – P. Scheibert (ed.), *Bakunin – Archiv*, vol. II: *Michel Bakounine et les Conflits dans l'Internationale*, Leiden: Brill, pp. ix-lxvi.

Lehning, Arthur (1977) "Introduction", in Arthur Lehning (ed.), *Bakunin – Archiv*, vol. VI: *Michel Bakounine sur la Guerre Franco-Allemande et la Révolution Sociale en France (1870-1871)*, Leiden: Brill, pp. xi-cxvii.

Léonard, Mathieu (2011) *L'émancipation des travailleurs. Une histoire de la Première Internationale*, Paris: La Fabrique.

Masini, Pier Carlo (1963) *La Federazione italiana dell'Associazione Internazionale dei Lavoratori*, Milano: Avanti!.

McClellan, Woodford (1979) *Revolutionary Exiles: The Russians in the First International and the Paris Commune*, London/Totowa, N.J.: Frank Cass.

Mins, L. E. (1937) *Founding of the First International: A Documentary Record*, New York: International Publishers.

Molnar, Miklos (1963) *Le declin de la Premiere Internationale*, Genève: Droz.

Morgan, Roger (1965) *The German Social Democrats and the First International, 1864-1872*, New York: Cambridge University Press.

Nettlau, Max (1969) *La Premiere Internationale en Espagne (1868-1888)*, Dordrecht: D. Reidel.

Rjazanov, David (1926) "Zur Geschichte der Ersten Internationale. I. Die Entstehung der

Internationalen Arbeiter-Association", in *Marx-Engels Archiv*, vol. I: 119-202.

Rougerie, Jacques (1972) "L'A.I.T. et le mouvement ouvrier a Paris pendant les evenements de 1870-1871", in *International Review of Social History*, vol. 17, n. 1: 3-102.

Rosselli, Nello (1967 [1927]) *Mazzini E Bakunin*, Turin: Einaudi.

Rubel, Maximilien (1964-1965) "Karl Marx et la Premiere Internationale. Une chronologie. (I: 1864-1869; II: 1870-1876", in *Cahiers de l'I.S.E.A.*, Série S, n. 8: 9-82; and n. 9: 5-70.

Rubel, Maximilien (1965). "La Charte De La Premiere Internationale", in *Le Mouvement Social*, n. 51: 3-22.

Schrupp, Antje (1999) *Nicht Marxistin und auch nicht Anarchistin. Frauen in der ersten Internationale*, Königstein/Taunus: Ulrike Helmer.

Serrano, Carlos Secco (ed.) (1969) *Actas de los consejos y commission federal de la region espanola (1870-1874)*, Barcellona: Universidad de Barcelona (2 vol.)

Stekloff, G. M. (1928) *History of the First International* (trans. from the third Russian ed.) London: Dorrit.

Verdes Jeannine (1964) "Les delegues francais aux Congres et Conferences de l'A.I.T." in *Cahiers de l'I.S.E.A.*, Série S, n. 8: 83-176.